നിർമ്മാല്യം: വെളിച്ചപ്പെട്ട കാലം

nirmalyam velichapetta kalam

•

editor
dr. v mohanakrishnan

•

first edition
december 2017

•

published
chintha publishers, thiruvananthapuram

•

typesetting
star communications, thiruvananthapuram

•

cover
vishnuram

വിതരണം

ദേശാഭിമാനി ബുക്ക് ഹൗസ്

H O തിരുവനന്തപുരം-695 035
phone: 0471-2303026, 6063026
www.chinthapublishers.com
chinthapublishers@gmail.com

ബ്രാഞ്ചുകൾ

ഹെഡ്ഡാഫീസ് ബ്രാഞ്ച് കുന്നുകുഴി • സ്റ്റാച്ച്യു തിരുവനന്തപുരം • കെ എസ് ആർ ടി സി ബസ് സ്റ്റേഷൻ ആലപ്പുഴ • കെ എസ് ആർ ടി സി ബസ് സ്റ്റേഷൻ എറണാകുളം • മച്ചിങ്ങൽ ലെയ്ൻ തൃശൂർ • ഐ ജി റോഡ് കോഴിക്കോട് • മാവൂർ റോഡ് കോഴിക്കോട് • എൻ ജി ഒ യൂണിയൻ ബിൽഡിങ് കണ്ണൂർ • സെൻട്രൽ ബസ് ടെർമിനൽ കോംപ്ലക്സ് താവക്കര കണ്ണൂർ

CO - 2590 / 4496
ISBN - 978-93-86637-59-8

നിർമ്മാല്യം: വെളിച്ചപ്പെട്ട കാലം

എഡിറ്റർ
ഡോ. വി മോഹനകൃഷ്ണൻ

ചിന്ത പബ്ലിഷേഴ്സ്
തിരുവനന്തപുരം-695 035

ഡോ. വി മോഹനകൃഷ്ണൻ

മലപ്പുറം ജില്ലയിൽ പൊന്നാനി താലൂക്കിൽ ജനനം. കാലിക്കറ്റ് യൂണിവേഴ്സിറ്റിയിൽനിന്ന് മലയാള സാഹിത്യത്തിൽ ഡോക്ടറേറ്റ്. ഗ്രാമവികസനവകുപ്പിൽ അഡ്മിനിസ്ട്രേറ്റീവ് അസിസ്റ്റന്റായി വിരമിച്ചു. ഫിലിം സൊസൈറ്റി പ്രവർത്തകൻ. *വയനാട്ടിലെ മഴ, സിനിമ കാണും ദേശങ്ങൾ* (ചലച്ചിത്രപഠനം) എന്നീ പുസ്തകങ്ങൾ പ്രസിദ്ധീകരിച്ചിട്ടുണ്ട്.

ഭാര്യ : ജസിത

മകൻ : അഭിജിത്ത്

വിലാസം : അഭിജനം
പള്ളിക്കര സൗത്ത്
നന്നം മുക്ക് പി ഒ
മലപ്പുറം ജില്ല - 679575

ഫോൺ : 9447924898

e mail : abhijanam@gmail.com

ഉള്ളടക്കം

അനുബന്ധങ്ങൾ

പ്രസാധകക്കുറിപ്പ്

നിരവധി പ്രത്യേകതകൾ ഉൾക്കൊള്ളുന്ന സിനിമയാണ് *നിർമ്മാല്യം*. 'പള്ളിവാളും കാൽച്ചിലമ്പും' എന്ന സ്വന്തം കഥയെ ഉപജീവിച്ചാണ് എം ടി വാസുദേവൻ നായർ ഈ സിനിമ ചെയ്തിരിക്കുന്നത്. അദ്ദേഹത്തിന്റെതന്നെ *അസുരവിത്ത്, കാലം* എന്നീ നോവലുകളുടെ പല ഭാഗങ്ങളും ഈ സിനിമയിൽ സ്ഥാനം പിടിച്ചിട്ടുണ്ട്.

നിർമ്മാല്യം എന്ന സിനിമ ഇന്ന് വ്യത്യസ്തമായ കാഴ്ചകൾക്കു വിധേയമായിക്കൊണ്ടിരിക്കുകയാണ്. അത്തരം കാഴ്ചകളെ പ്രതിനിധീകരിക്കുന്ന ചില ലേഖനങ്ങളും കൂടെ കൂട്ടിച്ചേർത്തുകൊണ്ടാണ് ഡോ. വി മോഹനകൃഷ്ണൻ ഈ പുസ്തകം തയ്യാറാക്കിയിരിക്കുന്നത്.

വളരെയേറെ ശ്രദ്ധേയമായ ഒരു ചലച്ചിത്രത്തിന്റെ പുത്തൻ വിലയിരുത്തലുകൾ ഞങ്ങൾ വായനാലോകത്തിനു മുമ്പിൽ തുറന്നുവയ്ക്കുന്നു. അനുഭവിച്ചറിയുക, വിലയിരുത്തുക.

ചിന്ത പബ്ലിഷേഴ്സ്

ആമുഖം

വെളിച്ചപ്പെട്ട കാലത്തിൽ നിന്നുള്ള വെളിച്ചം

വെളിച്ചപ്പെട്ട ഒരു കാലത്തിന്റെ ശേഷപത്രമാണ് *നിർമ്മാല്യം* എന്ന സിനിമ.

മലയാളി സാമൂഹ്യജീവിതത്തിന്റേയും മലയാള സിനിമാ ചരിത്രത്തിലേയും ഒരു സവിശേഷ സന്ദർഭത്തിലാണ് എം ടി വാസുദേവൻ നായർ സംവിധാനം ചെയ്ത *നിർമ്മാല്യം* എന്ന സിനിമ പുറത്തു വരുന്നത്. നിർമ്മാണം പൂർത്തിയാക്കി 1973 ൽ പ്രദർശനത്തിനെത്തിയ പ്രസ്തുത ചിത്രത്തിന് ആ വർഷത്തെ സംസ്ഥാന, ദേശീയ അവാർഡുകൾ ലഭിച്ചു. അഭിനയത്തിന് പി ജെ ആന്റണിക്ക് ഭരത് പുരസ്കാരവും ലഭിച്ചു. എം ടി വാസുദേവൻ നായരുടെ ആദ്യസംവിധാന സംരംഭമായിരുന്നു *നിർമ്മാല്യം*. സുകുമാരൻ, സുമിത്ര എന്നീ അഭിനേതാക്കളുടെ ആദ്യസിനിമയും രവിമേനോന്റെ ആദ്യ മലയാള സിനിമയും *നിർമ്മാല്യ*മായിരുന്നു.

കേരളീയ സമൂഹം വലിയ മാറ്റങ്ങളിലൂടെ കടന്നുപോകുന്നൊരു കാലമായിരുന്നു അത്. സ്വാതന്ത്ര്യാനന്തര തലമുറ തങ്ങൾ അഭിമുഖീകരിച്ചുകൊണ്ടിരുന്ന ദാരിദ്ര്യത്തിനും തൊഴിലില്ലായ്മയ്ക്കും രാഷ്ട്രീയ ഇച്ഛാഭംഗത്തിനുമെതിരെ പുതിയ വഴികൾ തേടുകയായിരുന്നു. ജയപ്രകാശ് നാരായണന്റെ നേതൃത്വത്തിൽ ബീഹാറിൽ നടന്നുകൊണ്ടിരുന്ന സമരങ്ങളും നക്സൽ ബാരിയിലെ കലാപത്തെ തുടർന്ന് രാജ്യത്തിന്റെ വിവിധ ഭാഗങ്ങളിൽ ആരംഭം കുറിച്ച സമരങ്ങളും അടിയന്തരാവസ്ഥയ്ക്ക് തൊട്ടുമുൻപുള്ള ആ കാലത്തെ കലുഷിതമാക്കിയിരുന്നു. കേരളത്തിൽ നവോത്ഥാനാനന്തര തലമുറ ഇതേ അവസ്ഥകളെ അല്പം ഭിന്നമായ രീതിയിൽ നേരിടുകയായിരുന്നു. പരമ്പരാഗത ജാതിയധിഷ്ഠിത തൊഴിൽ രീതികൾ അപ്രസക്തമാവുകയും പകരം പുതിയ തൊഴിൽ അവസരങ്ങളും സംസ്കാരവും ഉയർന്നുവരുകയും ചെയ്യാതിരുന്നത് അവരിൽ

പലരേയും വിദേശ നാടുകളിലേക്ക് നയിച്ചു. ആധുനികതയുടെ വരവോടെ ഗ്രാമങ്ങളിൽ നിന്ന് തൊഴിൽ തേടി നഗരങ്ങളിലേക്ക് നടത്തിയ യാത്രകളുടെ തുടർച്ചകൾ തന്നെയായിരുന്നു ഇത്. ഇന്ത്യയിലെത്തന്നെ വൻ നഗരങ്ങളിലേക്കുള്ള യാത്രകൾ അപ്പോഴും തുടരുന്നുണ്ടായിരുന്നു. ഇത്തരം ദേശാന്തര യാത്രകൾ ഗ്രാമജീവിതത്തെ കൂടുതൽ പ്രതിസന്ധി യിലാക്കി. ഗ്രാമത്തിലെ പരമ്പരാഗതജീവിതം പിന്തുടരാൻ ആളില്ലാതെ അതിന്റെ നൈരന്തര്യത്തിന്റെ കണ്ണികൾ പലേടത്തും മുറിഞ്ഞു പോയി. വിദേശത്തു നിന്നെത്തിയ പുതുസമ്പത്ത് ബാക്കിയുള്ള പരമ്പരാഗത ജീവിതത്തെ പലതരത്തിൽ വെല്ലുവിളിക്കാനും തുടങ്ങി.

മലയാളസിനിമയിലും അത് മാറ്റങ്ങളുടെ കാലമായിരുന്നു. 1970 ലാണ് പി എൻ മേനോന്റെ *ഓളവും തീരവും* പുറത്തു വന്നത്. ചിത്രലേഖ ഫിലിം സൊസൈറ്റി നിർമ്മിച്ച് അടൂർ ഗോപാലകൃഷ്ണൻ സംവിധാനം ചെയ്ത *സ്വയംവരം* 1972 ൽ പുറത്തുവന്നു. ആ ചിത്രം മലയാള സിനിമാ സ്വാദനത്തിൽ സൃഷ്ടിച്ച വിച്ഛേദം വളരെ വലുതായിരുന്നു. *സ്വയംവര*ത്തിന് മികച്ച ചിത്രത്തിനുള്ള ദേശീയ അവാർഡ് ലഭിച്ചു. അതിന്റെ തുടർച്ചയാ യാണ് *നിർമ്മാല്യം* പുറത്തു വരുന്നത്. *ഉത്തരായണം* (1974/അരവിന്ദൻ), *സ്വപ്നാടനം* (1975/കെ ജി ജോർജ്ജ്), *മണിമുഴക്കം* (1976/ പി എ ബക്കർ) എന്നിങ്ങനെ തുടർന്നുള്ള വർഷങ്ങളിൽ മികച്ച സിനിമകളുടെ ഒരു പരമ്പര തന്നെ പുറത്തുവന്നു. മലയാളത്തിൽ കലാത്മക സിനിമ/ ഗൗരവസിനിമ എന്ന സങ്കല്പത്തിന് നൈരന്തര്യവും പിന്തുടർച്ചയും ഉണ്ടായി.

മലയാളസിനിമയെക്കുറിച്ചും കേരളീയ സമൂഹമാറ്റങ്ങളെക്കുറിച്ചും പരാമർശിക്കുന്ന സന്ദർഭങ്ങളിലൊക്കെ *നിർമ്മാല്യം* എന്ന സിനിമ പല പ്പോഴും കടന്നു വന്നു. ഒരു ഗ്രാമത്തിന്റേയും അവിടത്തെ വെളിച്ച പ്പാടിന്റേയും പരിണാമചിത്രങ്ങളിലൂടെ കേരളത്തെയും നവോത്ഥാന ത്തെയും വായിച്ചെടുക്കാനാണ് പലപ്പോഴും ശ്രമമുണ്ടായത്. *നിർമ്മാല്യം* ചിത്രീകരിക്കപ്പെട്ട മൂക്കുതല എന്ന ഗ്രാമം കേരളീയാവസ്ഥയുടെ ചെറു പതിപ്പായി. മറ്റൊരു മലയാള സിനിമയും ഒരു ഗ്രാമജീവിതവുമായി ഇത്രയെറെ അടുത്തിടപഴകിയ അനുഭവമില്ല.

നിർമ്മാല്യം ചിത്രീകരിച്ച കേരളീയ ഗ്രാമവും കേരളത്തിലെങ്ങുമെന്ന പോലെ അതിദ്രുത മാറ്റങ്ങൾക്ക് വിധേയമായി. ഇടവഴികളൊക്കെ റോഡു കളായി. നവോത്ഥാനമൂല്യങ്ങൾ മഹാഖ്യാനങ്ങളെന്ന നിലയ്ക്ക് ഓർമ്മി ക്കപ്പെടേണ്ടതല്ലാതായി. സിനിമകൾ ഡിജിറ്റൽ സാങ്കേതികവിദ്യയിലേക്ക് മാറുകയും സി ഡികളും മറ്റും വ്യാപകമാവുകയും ചെയ്തിട്ടും *നിർമ്മാല്യം* എവിടെയും പ്രദേശിപ്പിക്കപ്പെടുകയുണ്ടായില്ല. ചങ്ങരംകുളത്ത് പ്രവർത്തി ക്കുന്ന കാണി ഫിലിം സൊസൈറ്റിയുടെ ഉത്സാഹത്തിൽ ഏതാനും വർഷങ്ങൾക്കുമുൻപ് നിർമ്മാല്യത്തിന്റെ ഒരു കോപ്പി കണ്ടെടുക്കുകയും മൂക്കുതലയിൽ പ്രദർശിപ്പിക്കുകയും അതിനെ ആസ്പദമാക്കി ഒരു സെമിനാർ സംഘടിപ്പിക്കുകയും ചെയ്തു. പ്രസ്തുത സെമിനാറിലെ

പ്രബന്ധങ്ങളും കാണി ഫിലിം സൊസൈറ്റിയുടെ വാർഷികപ്പതിപ്പിൽ പ്രസിദ്ധീകരിച്ച നിർമ്മാല്യവുമായി ബന്ധപ്പെട്ട പഠനങ്ങളും നേരത്തെ പ്രസിദ്ധീകരിച്ച പഠനങ്ങളുമാണ് ഈ സമാഹാരത്തിലുൾപ്പെടുത്തിയിട്ടുള്ളത്. ആ സിനിമയെ വ്യത്യസ്ത വീക്ഷണങ്ങളോടെ സമീപിക്കുന്നതാണ് ഓരോ പഠനവും. *നിർമ്മാല്യം* എന്ന സിനിമയിലൂടെ ദേശത്തിൽ നിന്ന് ദേശീയതിലേക്ക് വ്യാപിക്കുന്ന ആഖ്യാനത്തെ കണ്ടെത്തുന്നതാണ് ഈ പഠനങ്ങളോരോന്നും. നിർമ്മാല്യത്തെക്കുറിച്ചുള്ള പ്രധാന പഠനങ്ങളെല്ലാം ഇതിൽ ഉൾപ്പെട്ടിട്ടുണ്ടെന്നാണ് വിശ്വാസം. എങ്കിലും ഈ ഗ്രന്ഥം ഇനിയും മികച്ചതാക്കാമായിരുന്നെന്ന തോന്നലും ഇല്ലാതില്ല.

നിർമ്മാല്യത്തെ ആസ്പദമാക്കി കാര്യമായ പഠനങ്ങളൊന്നും അക്കാലത്ത് ഉണ്ടായില്ലെന്നത് അത്ഭുതമായി തോന്നാം. ആഴത്തിലുള്ള സിനിമാ നിരൂപണം അന്നൊന്നും മലയാളത്തിൽ വേര് പിടിചിരുന്നില്ലെന്നതാണ് മറ്റ് സിനിമകളുടെ സമാന അനുഭവം കൂടി പരിഗണിച്ചാൽ കണ്ടെത്താവുന്ന കാരണം. ഇംഗ്ലിഷ് ഭാഷയിൽ ഒരു വിശദ പഠനം തന്നെ പുറത്ത് വന്നു (T G Vaidyanathan/' M T Vasudevan Nair, Nirmalyam', Hours in the Dark). കോഴിക്കോടന്റെ ഒരു ചെറിയ ലേഖനം ഒഴിച്ചു നിർത്തിയാൽ ഈ പുസ്തകത്തിലെ ബാക്കി പഠനങ്ങളെല്ലാം കാണി ഫിലിം സൊസൈറ്റിയുടെ നിർമ്മാല്യനുഭവം എന്ന സെമിനാറിന്റെ ഭാഗമായി തയ്യാറാക്കപ്പെട്ടതാണ്. കാണിയോടുള്ള കൃതജ്ഞത ഇവിടെ രേഖപ്പെടുത്തുന്നു.

വെളിച്ചം കെട്ടുകൊണ്ടിരിക്കുന്ന ഒരു കാലത്തിൽ നിന്ന് തിരിഞ്ഞു നോക്കുമ്പോൾ ആ കാലവും ആ സിനിമയും കൂടുതൽ തെളിച്ചമുള്ളതായി തോന്നുന്നു, ഒരു സിനിമ കാണും പോലെ!

ഡോ. വി മോഹനകൃഷ്ണൻ

ഓർമ്മ/അനുഭവം

നിർമ്മാല്യം

നിർമ്മാല്യത്തെക്കുറിച്ച് ഓർക്കുമ്പോൾ

എം ടി വാസുദേവൻ നായർ

ആയിരത്തിത്തൊള്ളായിരത്തി എഴുപത്തിമൂന്നിലാണ് ഞാൻ *നിർമ്മാല്യം* സിനിമ എടുക്കുന്നത്. ഗ്രാമപ്രദേശത്തെ ക്ഷയിച്ച അമ്പലം, അവിടത്തെ വെളിച്ചപ്പാടിനെ കേന്ദ്രകഥാപാത്രമാക്കി ഒരു സിനിമ എടുക്കണം എന്ന ഒരു ആലോചന രണ്ടുവർഷമായി മനസ്സിലുണ്ടായിരുന്നു. എന്റെ തന്നെ 'പാതിരാവും പകൽ വെളിച്ചവും' എന്ന കഥയിൽ വെളിച്ചപ്പാടുണ്ട്. ആ വെളിച്ചപ്പാടിനെ എടുത്ത് കുടുംബമെല്ലാം ചേർത്ത് ഗ്രാമീണ പശ്ചാത്തലത്തിൽ ഒരു സിനിമ എടുക്കണം എന്ന ആഗ്രഹം 71 ൽ തന്നെ മനസ്സിൽ കൊണ്ടു നടന്നിരുന്നുവെങ്കിലും സാമ്പത്തികം ഉൾപ്പെടെ പല കാരണങ്ങളെക്കൊണ്ടും അത് നീണ്ടുപോയി.

എന്റെ രണ്ടു സുഹൃത്തുക്കൾ - രണ്ടുപേരും ഇന്ന് ജീവിച്ചിരിപ്പില്ല. അവർ എന്റെ അസ്വസ്ഥതകൾ കണ്ട് ഇത് എടുക്കാം പണം നമുക്ക് ഉണ്ടാക്കാം അത് പ്രശ്നമല്ല എന്നൊക്കെ പറഞ്ഞതിനുശേഷമാണ് ഞാൻ ഒരുങ്ങുന്നത്. പിന്നീട് സ്ഥലം കണ്ടെത്താനുള്ള ശ്രമമായി. ഒരു ഗ്രാമം അവിടെ പഴയകാലത്ത് പ്രതാപമുണ്ടായിരുന്നതും, ഇന്ന് പ്രതാപമില്ലാത്തതും മിക്കവാറും ക്ഷയോന്മുഖമായി കിടക്കുന്നതുമായ ഒരമ്പലം ഇതൊക്കെയാണ് വേണ്ടത്. ഞാൻ പല സ്ഥലങ്ങളിലും പോയി നോക്കി. രണ്ടു സുഹൃത്തുക്കളിൽ ആരെങ്കിലും ഒരാൾ അവരുടെ സഹായവുമായി വന്നിരുന്നു. ഒടുവിൽ മൂക്കുതലയിൽ എത്തി. എല്ലാംകൊണ്ടും യോജിച്ച ഒരു സ്ഥലം. ഇന്ന് അങ്ങനെ ഒരു സ്ഥലത്തു സിനിമ ചെയ്യാനൊക്കെ പ്രയാസമാണ്. എത്തിപ്പെടുക, യാത്രചെയ്യേണ്ടി വരിക, താമസിക്കുക, എല്ലാം പ്രയാസമാണ്. ഞാനും പി ജെ ആന്റണിയും എന്റെ അസിസ്റ്റന്റുമാരും ക്യാമറാമാൻ ബാബുവുമെല്ലാം താമസിച്ചത് എടപ്പാൾ ശുകപുരത്ത് ഒരു മില്ലിന്റെ മുകളിലായിരുന്നു. അന്ന് മില്ല് പ്രവർത്തിച്ചിരുന്നില്ല. എനിക്ക് അവി

ടങ്ങളിൽ ധാരാളം സുഹൃത്തുക്കളുണ്ടായിരുന്നു. ഞാൻ കുമാരനല്ലൂർ സ്കൂളിലാണ് പഠിച്ചത്. അവിടെനിന്ന് പിന്നെയും ആറു മൈൽ അകലെ കൂടല്ലൂരാണെന്റെ ജന്മസ്ഥലം. സ്ത്രീകൾക്കു താമസിക്കാൻ പല വീടുകളിലാണ് ഏർപ്പാടു ചെയ്തിരുന്നത്. ഇന്ന് ആദ്യം ആളുകൾ ചോദിക്കുക അടുത്ത് ഏതാണ് ഹോട്ടൽ എന്നൊക്കെയാണ്. എന്നാൽ അന്ന് ഞങ്ങളുടെ കൂടെ ഉള്ള ഒരാൾക്കും പരാതി ഉണ്ടായിരുന്നില്ല. ഉള്ള സൗകര്യത്തിൽ അവർ തൃപ്തരായിരുന്നു. ഗ്രാമവാസികളുടെ നിഷ്കളങ്കമായ ഇടപെടൽ, ആതിഥ്യം, തുറന്ന മനസ്സോടു കൂടിയ പെരുമാറ്റം ഒക്കെ എല്ലാവർക്കും ഇഷ്ടമായി. സ്വന്തക്കാരെപോലെ അവിടെത്തന്നെ ചെറിയ സ്ഥലങ്ങളിലൊക്കെ താമസിച്ച് ഷൂട്ട് ചെയ്തു.

പുഴയില്ല എന്നതൊഴിച്ച് എല്ലാം കൊണ്ടും ലൊക്കേഷൻ അനുയോജ്യമായിരുന്നു. അപ്പുറത്ത് പുഴയാണ് എന്ന സങ്കല്പം സിനിമയിൽ ചിത്രസംയോജനം വഴി സാധിച്ചെടുക്കാവുന്നതേയുള്ളൂ. സിനിമയിൽ അങ്ങനെ ചെയ്യാറുമുണ്ട്. തിരുമിറ്റക്കോട്ടു നിന്നാണ് പുഴയുടെ ഭാഗം എടുത്തത്. ഗ്രാമത്തിന്റെ മനോഹാരിത! അതിന്റെ ഒരു നിഷ്കളങ്കത ഇതാണു തിരിഞ്ഞു നോക്കുമ്പോൾ ഓർമ്മിക്കാനുള്ളത്. കുട്ടികൾ രാവിലെതന്നെ ഷൂട്ടിങ് കാണാൻ വരുന്നു. ഇന്നല്ല വേറെ ഒരു ദിവസം വരൂ ഇവിടെ ഉത്സവമുണ്ട്. അതിനു നിങ്ങൾ താലമെടുക്കണം എന്നുപറയുമ്പോൾ അവർ ആ ദിവസത്തിനുവേണ്ടി കാത്തിരിക്കുന്നു. ഏതു സ്ഥലത്തു ഷൂട്ട് ചെയ്യണമെങ്കിലും വിഷമമില്ല. ആളുകൾ എല്ലാം ഏർപ്പാടാക്കിത്തരും. എന്തു സൗകര്യം വേണമെങ്കിലും അവർ ചെയ്തു തരും. ഗ്രാമത്തിന്റെ മൊത്തം പങ്കാളിത്തം ഉണ്ടായിരുന്നു. ഞങ്ങൾ താമസിക്കുന്ന ശുകപുരത്ത് മില്ലിന്റെ മുകളിൽ വാളും ചിലമ്പുമായി ആന്റണി ആശാന് വെളിച്ചപ്പെടുന്ന രീതി കുളങ്കര വെളിച്ചപ്പാട് പറഞ്ഞു കൊടുത്തിരുന്നു. കുട്ടികളടക്കം എല്ലാവരുടെയും ഒരു പങ്കാളിത്തം ഉണ്ടാവുക എന്നത് ചെറിയ ഒരുകാര്യമല്ല. നമ്മെപ്പോലെ ചിലർ എന്തോ പണി ചെയ്യുന്നു. അവർക്ക് വേണ്ട സഹായം ചെയ്യണം എന്നുപറഞ്ഞ് ഓരോരുത്തരും മുന്നോട്ടു വന്നിരുന്നു. വല്ലാത്തൊരനുഭവമാണ്. ചിത്രൻ നമ്പൂതിരിപ്പാട് യൂണിറ്റിലെ എല്ലാവരെയും വിളിച്ച് ഭക്ഷണം തന്നു. എല്ലാം കൂടി അത് ഒരനുഭവമായിരുന്നു.

അടുത്തകാലത്ത് മനോരമയുടെ സി ഡി എടുക്കാൻ ഞാൻ മൂക്കുതല പോയിരുന്നു. അതിന്റെ ഭാഗമായി വെളിച്ചപ്പാടിന്റെ വീടു ചിത്രീകരിച്ചവരുടെ വീട്ടിലും പോയിരുന്നു. വീടൊക്കെ മാറിയിരിക്കുന്നുവെങ്കിലും അന്നത്തെ പല സംഗതികളും ഇപ്പോഴും അവിടെയുണ്ട്. കുളങ്കര വെളിച്ചപ്പാടിനെ ആദരിക്കുന്ന ഒരു ചടങ്ങിൽ ഞാൻ പങ്കെടുത്തിട്ടുണ്ട്. ഇന്ന് അദ്ദേഹവുമില്ല. പേരക്കുട്ടിയെ കണ്ടു. ഇപ്പോൾ വെളിച്ചപ്പാടാണ്. അന്നത്തെ കുട്ടികൾ ഇപ്പോൾ മദ്ധ്യവയസ്കരായി. ആളുകളിൽ പലരും ഇന്നില്ല. ചില സ്ഥലങ്ങൾ അതേപടി നില്ക്കുന്നുണ്ട്. അമ്പലം കൂടുതൽ നന്നായി. പഴയ ആളുകളിൽ കുറച്ചുപേർ ഇപ്പോഴും ഉണ്ടായിരിക്കാം. വളരെ പരിമിതമായ സൗകര്യം വെച്ചിട്ടാണ് ചിത്രീകരണം നടത്തിയത്. ഇന്നത്തെപ്പോലെ

വലിയ ജനറേറ്ററൊന്നും ഇല്ല. പൊതുവെയുള്ള ഇലക്ട്രിക് ലൈൻ തന്നെയാണ് ഉപയോഗിച്ചിരുന്നത്. മറ്റു യന്ത്രങ്ങളൊക്കെ നിലച്ചു കഴിഞ്ഞതിനുശേഷം മാത്രമാണ് വോൾട്ടേജ് ലഭിക്കുന്നത്. രാത്രിയിലെ ദൃശ്യങ്ങൾ രാത്രി പതിനൊന്നു മണിക്കുശേഷമാണ് എടുക്കുന്നത്. ആർക്കും ഒരു പരാതിയും ഉണ്ടായിരുന്നില്ല.

ഗ്രാമത്തെപ്പറ്റി ഓർക്കുമ്പോൾ സിനിമയെപ്പറ്റി ഓർക്കുമ്പോൾ, ഗ്രാമത്തിന്റെ പങ്കാളിത്തം ആളുകളുടെ നന്മ നിറഞ്ഞ മനസ്സ് അവരുടെ സൗഹൃദം, ആതിഥ്യം ഇതൊക്കെയാണ് ഇന്ന് എന്റെ മനസ്സിൽ നില്ക്കുന്നത്. പൂനയിലെ ആർക്കൈവ്സിൽനിന്നും Film Development Corporation അടുത്തകാലത്ത് *നിർമ്മാല്യ*ത്തിന്റെ ഒരു കോപ്പി എടുത്തു എന്നു പറയുകയുണ്ടായി. ഇതൊക്കെ പലതും നഷ്ടപ്പെട്ടേക്കാം. എന്നെ സംബന്ധിച്ചിടത്തോളം ആ ഗ്രാമം, ഗ്രാമവാസികൾ അവിടത്തെ ചില വീടുകൾ, കുട്ടികൾ മുതൽക്കുള്ള ആളുകൾ, അവരുടെ ഒക്കെ പങ്കാളിത്തം, അവർ എന്നോടും എന്റെ സഹപ്രവർത്തകരോടും കാണിച്ച സ്നേഹം എല്ലാം ഇന്നും എന്റെ മനസ്സിൽ സജീവമായി നില്ക്കുന്നു.

‘നിർമ്മാല്യ’ത്തിലെ ഒരു നിമിഷം

കോഴിക്കോടൻ

ഏതാനും നല്ല തിരനാടകങ്ങളെഴുതിയ എം ടി വാസുദേവൻനായർ ഒരു നിർമ്മാതാവും സംവിധായകനുമായി മാറുന്നുവെന്നു കേട്ടപ്പോൾ തുടങ്ങിയതാണ് ആ ഷൂട്ടിങ് ഒന്നു കാണാനുള്ള ആഗ്രഹം. അങ്ങനെയാണ് ചങ്ങാതിമാരൊത്ത് ‘നോവൽ ഫിലിംസി’ന്റെ *നിർമ്മാല്യം* അഭ്രത്തിലാക്കുന്നത് കാണാൻ എടപ്പാളിനടുത്തുള്ള മുക്കോല ദേവീ ക്ഷേത്രത്തിലെത്തിയത്.

‘പള്ളിവാളും കാൽച്ചിലമ്പു’മാണ് *നിർമ്മാല്യ*ത്തിന്റെ കഥയ്ക്കാസ്പദം. *വേദനയുടെ പൂക്കൾ* എന്ന സമാഹാരത്തിലെ എം ടിയുടെ ആ കൊച്ചുകഥ, പഷ്ണിയും കഷ്ടപ്പാടുകൊണ്ടും പൊറുതിമുട്ടിയ ഒരു വെളിച്ചപ്പാടിന്റെ തൂലികാചിത്രമാണ്. ടിയാനെ അടിത്തറയാക്കി വികസിപ്പിച്ചതാണ് കഥ. വെളിച്ചപ്പാടായ പി ജെ ആന്റണിയും ഭാര്യ ലക്ഷ്മിഅമ്മയുടെ ഭാഗമഭിനയിക്കുന്ന കവിയൂർ പൊന്നമ്മയും തലേദിവസം സ്ഥലം വിട്ടിരിക്കുന്നു. തന്മൂലം കഥാപാത്രങ്ങൾക്ക് വ്യക്തിത്വം നല്കാൻ കഴിവുള്ള അവരുടെ ചിത്രം ഭാവനയിൽ കാണാനേ കഴിഞ്ഞുള്ളൂ.

നായകനായ ഉണ്ണിനമ്പൂതിരിക്ക് (രവിമേനോൻ) നായികയായ അമ്മിണി (ലക്ഷ്മിയമ്മയുടെ മകൾ - സുമിത്ര) കട്ടൻകാപ്പിയുണ്ടാക്കിക്കൊടുക്കുന്നതാണ് മുഹൂർത്തം. കത്തിക്കാളുന്ന വെയിൽ. തണലുള്ളേടത്തെല്ലാം നിന്ന് ആളുകൾ കണ്ണിമയ്ക്കാതെ ഷൂട്ടിങ് നോക്കിനില്ക്കുന്നു. പെണ്ണുങ്ങൾ കൂട്ടംകൂടി ഒരിടത്ത്, ആണുങ്ങൾ ഒരുമയില്ലാത്തവരെപ്പോലെ അങ്ങിങ്ങും ഒറ്റതിരിഞ്ഞും. ഫെൾട്ട് ഹാറ്റ് ധരിച്ച്, മെഗാഫോൺ കൈയിലേന്തി തെയ്യംകളി കളിക്കുന്ന ഒരു സംവിധായകരുദ്രനെ അവിടെയെങ്ങും കണ്ടില്ല. മുണ്ട് താളം മാടിച്ചുറ്റി, തലയിലൊരു കെട്ടുംകെട്ടി, കണ്ടം ബീഡി വലിച്ചുകൊണ്ട് ഒരാർഭാടവും കോപ്പിരാട്ടിയുമില്ലാതെ തനി നാടനായി

നില്ക്കുന്ന എം ടിയെയാണ് കണ്ടത്, സംവിധായകനെ. മുക്കോലയിൽ നിന്ന് അധികം അകലത്തല്ല എം ടി പിറന്ന നാട്- കൂടല്ലൂർ. ഒരുവേള ഈ വെളിച്ചപ്പാടും അമ്മിണിയും ഉണ്ണിനമ്പൂതിരിയുമൊക്കെ കൂടല്ലൂർക്കാരാവാം. ഏതായാലും അവർ ഉൾനാട്ടിന്റെ ഉൾത്തുടിപ്പുകളുൾക്കൊണ്ടവരാണ്. എം ടിയുടെ കീഴിൽ കലാകാരന്മാർ ധാരാളത്തിലധികം സ്വാതന്ത്ര്യമനുഭവിക്കുന്നതായും തോന്നി. എം ടി കൂട്ടത്തിലൊരാൾ മാത്രം (ഇതെനിക്കു കൂടുതൽ ബോദ്ധ്യമായത് എല്ലാവരും കൂടി ഊണ് കഴിഞ്ഞ് അവരവരുടെ ഇല എടുത്തപ്പോഴാണ് സംവിധായകൻ അങ്ങോരുണ്ട ഇലയും എടുത്തു പുറത്തിട്ടു.) ഡയലോഗുകൾ പറഞ്ഞുകൊടുക്കുന്നത് എം ടി തന്നെയാണ്. അതിനായി അങ്ങോർ സ്ക്രിപ്റ്റ് മറിച്ചുനോക്കുന്നതുപോലുമില്ല (കറുത്ത കണ്ണടകൊണ്ട് കണ്ണുമറച്ച സഹസംവിധായകൻ ആസാദിന്റെ കൈയിലാണ് കടലാസു കെട്ട്) വാക്കുകൾ കോരിച്ചൊരിഞ്ഞ് ആളുകളെ ശ്വാസംമുട്ടിക്കുന്ന ഏർപ്പാട് അങ്ങോർക്കില്ലല്ലോ. തൊട്ടാൽ കവിൾ തുടുക്കുന്ന ചടുലങ്ങളായ ഒന്നു രണ്ടുവാക്കുകൾ. അമ്മിണി ചൂടുള്ള കാപ്പി കൂട്ടി ഉണ്ണിനമ്പൂതിരിക്കു കൊടുക്കുന്നു. കുടിച്ചോളൂ എന്നു പറഞ്ഞുകൊണ്ട്. പാലില്ലാത്തതിന് ഒരു വിശദീകരണവും— കഴിഞ്ഞു. ഉണ്ണിനമ്പൂതിരിയും അമ്മിണിയും തമ്മിലുള്ള ബന്ധം അവിടെ കൂടിയവർക്കെല്ലാം വ്യക്തമായി. എംടിയുടെ നിർദ്ദേശം കാപ്പി ചൂടുള്ളതാണെന്നോർമ്മവേണം. ഗ്ലാസ് മുണ്ടിന്റെ മടിക്കുത്തിൽ കൂട്ടിപ്പിടിക്കണം. സഹസംവിധായകന് അത്രയുംപോര ഗ്ലാസിൽ നിന്നാവി പറക്കണം!

ഏഴെട്ടുകൊല്ലം മുമ്പ് രാജ്കപൂറിന്റെ ചെമ്പൂരിലുള്ള ആർ കെ സ്റ്റുഡിയോവിൽ വച്ച് *സപ്തോം കാ സൗഡാഗർ* - ഹേമമാലിനിയുടെ ആദ്യ ചിത്രം - ഷൂട്ട് ചെയ്യുന്നതുകണ്ടപ്പോൾ അവിടെയുള്ള ശ്വാസംമുട്ടൽ ഈ ഭഗവതിക്ഷേത്രത്തിൽ ലേശവും അനുഭവപ്പെട്ടില്ല. തന്നെയുമല്ല കവിത തുളുമ്പുന്ന ഈമാതിരിയൊരു നാട്ടിൻപുറവും അമ്പലവും സ്റ്റുഡിയോവിലുണ്ടാക്കാൻ എന്തു ചെലവു വരും?

ആളുകളോട് നിശ്ശബ്ദമായിരിക്കാൻ പറകപോലും വേണ്ട. എങ്കിലും നേരംകിട്ടിയപ്പോൾ ഒരു മദ്ധ്യവയസ്ക പറയുന്നതു കേട്ടു. 'ഉണ്ണിനമ്പൂരിക്ക് മീശ വേണോന്ന് ഞങ്ങൾ ചോദിച്ചു. അയാൾ പത്താംക്ലാസുവരെ പഠിച്ചിട്ടുണ്ടത്രേ? അതുമല്ല ഏതോ പരീക്ഷയ്ക്ക് പോവേം ആണ്.' അതു പറയുമ്പോഴാണ് അമ്മിണി രംഗത്തേക്കു വന്നത്. 'നന്നായിട്ടുണ്ടേ ഉടുപ്പിച്ചത്' ആയമ്മ തുടർന്നു പറഞ്ഞു. ഒരു സാരിക്കാരി അതുകേട്ടു ചിരിയൊതുക്കി. ഒരുമാസത്തെ മുട്ടിശാന്തിക്കുവന്ന ആ ഉണ്ണിനമ്പൂതിരി ആ *നിർമ്മാല്യ*ത്തെ പറ്റിച്ചു സ്ഥലംവിടുമോ? എങ്ങനെയാണ് കഥയുടെ പോക്ക്, അറിഞ്ഞുകൂടാ. അതു മുൻകൂട്ടി അറിഞ്ഞാൽ രസംപോവും.

കറുത്തുമെലിഞ്ഞ ചുറുചുറുക്കുമുള്ള ചെറുപ്പക്കാരനാണ് ക്യാമറാമാൻ (*വിദ്യാർത്ഥികളെ ഇതിലേ ഇതിലേ, റാഗിങ്*) രാമചന്ദ്രബാബു. ആകാശത്തിൽ സർക്കീട്ടടിക്കുന്ന മേഘമാലകൾ, തുടർച്ചയായി ഷൂട്ടിങ്ങിന് അവരെ സമ്മതിച്ചില്ല. പ്രകാശത്തിന്റെ സാന്ദ്രതയളക്കുന്ന എക്സ്പോ

ഷർ മീറ്ററുമായി ആ മനുഷ്യൻ ഓടിനടക്കുന്നു. രണ്ടു രണ്ടര മണിക്കൂർനേരം ഞങ്ങൾ കണ്ട ഷൂട്ടിങ്, അഭ്രപാളികളിൽ ഒരു നിമിഷനേരം മിന്നിമായാനേ കാണൂ അല്ലെങ്കിൽ രണ്ടു നിമിഷം. എന്തു സാവധാനം എത്ര മിനക്കേട്!

നിർമ്മാല്യത്തിൽ കിറുക്കന്റെ ഒരു ചെറിയ റോളുള്ള - അന്തരീക്ഷ സൃഷ്ടിക്ക് വേണ്ടിയാവണം - സുരാസു അവിടെയെല്ലാം ഓടിനടക്കുന്നുണ്ട്. അമ്മിണിയുടെ ആങ്ങളയായി അഭിനയിക്കുന്ന സുകുമാരനെയും കണ്ടു. പൂവമ്പഴം പോലുള്ള ഉണ്ണിനമ്പൂതിരിയുടെ റോളുമായി ഇണങ്ങിപ്പോകാൻ കരിമ്പുഴക്കാരനായ രവിമേനോന് പ്രയാസം കാണുകയില്ല. പൂനാ ഫിലിം ഇൻസ്റ്റിറ്റ്യൂട്ടിൽനിന്ന് അഭിനയം പഠിച്ച് പുറത്തിറങ്ങിയ അങ്ങോർക്ക് ഹിന്ദി ചിത്രങ്ങളിലാണുപോൽ ഡിമാന്റ്. തക്കാളിപോലുള്ള അമ്മിണിയുടെ വേഷമിട്ട സുമിത്ര *നൃത്തശാലയി*ൽ ചെറിയൊരു റോളിൽ പ്രത്യക്ഷപ്പെട്ടതോർക്കുന്നു. നല്ല മൊഞ്ചും മുഖവുമുള്ള ഒരു പൊടിപ്പെണ്ണ്.

'നോവൽ ഫിലിംസി' ന്റെ ഈ ചിത്രത്തിലെ പാട്ടുകൾക്കുമുണ്ടല്പം 'നോവൽട്ടി'— പുതുമ. ഗ്രാമത്തിന്റെ അന്തരീക്ഷം ആവാഹിച്ചെടുക്കാൻ വേണ്ടിയുള്ള പുള്ളുവൻ പാട്ടും ചെറുമക്കൾ പാടുന്ന ഒരു പാട്ടുമാണ് അതിൽ ഉൾക്കൊള്ളിച്ചിട്ടുള്ളത്. പിന്നെ ഇടശ്ശേരിയുടെ സുപ്രസിദ്ധമായ *കാവിലെ പാട്ടിൽ*നിന്ന് ചെറിയൊരു ഭാഗവും.

മാതൃഭൂമി വാരാന്തപ്പതിപ്പ്, 1973

നിർമ്മാല്യം: മലയാള സിനിമയിലെ നാഴികക്കല്ല്

രാമചന്ദ്രബാബു

എം ടി തന്റെ പ്രഥമ സംവിധാന സംരംഭമായ *നിർമ്മാല്യ*ത്തിന്റെ ക്യാമറ കൈകാര്യം ചെയ്യാൻ എന്നോടാവശ്യപ്പെട്ടപ്പോൾ ഞാൻ അമ്പരന്നുപോയി. അദ്ദേഹത്തിന്റെ തന്നെ 'പള്ളിവാളും കാൽചിലമ്പും' എന്ന കഥയെ ആസ്പദ മാക്കിയായിരുന്നു തിരക്കഥ. അന്ന് എം ടിക്ക് മലയാള സിനിമാരംഗത്ത് പേരും പ്രശസ്തിയുമുണ്ട്. ഞാനാകട്ടെ വളർന്നു വരുന്ന ഒരു ഛായാഗ്രഹകനും. പ്രശസ്തരായ ഏതു ഛായാഗ്രഹകന്റെയും സേവനം അക്കാലത്ത് അദ്ദേഹത്തിനു ലഭിക്കുമായിരുന്നു. എന്നാൽ അദ്ദേഹം അതിനു ശ്രമിച്ചില്ല. ഇതിന്റെ കാരണം, എം ടി തന്നെ പിന്നീടൊരിക്കൽ എന്നോട് പറയുകയുണ്ടായി. അതിപ്രശസ്തരായവരുമായി ചേർന്നിരുന്നെങ്കിൽ സിനിമയുടെ വിജയത്തിന്റെ ക്രെഡിറ്റ് പലരുമായിപങ്കുവെക്കപ്പെടേണ്ടി വരുമായിരുന്നു എന്നദ്ദേഹം കരുതി. തെറ്റായാലും ശരിയായാലും മറ്റാരുടെയും ഇടപെടലുകളൊന്നുമില്ലാതെ തന്റെ സിനിമ പൂർത്തിയാക്കണമെന്നായിരുന്നു അദ്ദേഹം ആഗ്രഹിച്ചത്. അതേ സമയം സിനിമയെ മെച്ചപ്പെടുത്തുന്ന ഏത് ക്രിയാത്മക നിർദ്ദേശത്തെയും അദ്ദേഹം സ്വാഗതം ചെയ്യുകയും ചെയ്തു.

എം ടി യെ ആദ്യമായി കാണുന്നത് 1970ലാണ്. ഞാൻ പൂന ഫിലിം ഇൻസ്റ്റിറ്റ്യൂട്ടിൽ വിദ്യാർത്ഥിയായിരിക്കെ തിരക്കഥാ ക്ലാസുകളെടുക്കാൻ വിസിറ്റിങ് പ്രൊഫസറായി അദ്ദേഹമെത്തിയ സന്ദർഭത്തിലായിരുന്നു അത്. അതിനുശേഷം ഞങ്ങൾ ഒന്നോ രണ്ടോ തവണ മദ്രാസ്സിൽ വെച്ചു കണ്ടിരുന്നു. *നിർമ്മാല്യ*ത്തിനുവേണ്ടി അദ്ദേഹമെന്നെ സമീപിക്കുമ്പോൾ ഞാൻ മൂന്നു സിനിമകൾക്ക് മാത്രമേ ക്യാമറ കൈകാര്യം ചെയ്തിരുന്നുള്ളൂ. ഇൻസ്റ്റിറ്റ്യൂട്ടിൽ എന്റെ സീനിയറായിരുന്ന എം ആസാദായിരുന്നു സിനിമയുടെ അസോസിയേറ്റ് ഡയറക്ടർ. ഇൻസ്റ്റിറ്റ്യൂട്ടിൽ

സഹപാഠിയായിരുന്ന രവിമേനോൻ ഒരു പ്രധാനറോളിൽ അഭിനയിക്കുന്നുണ്ടായിരുന്നു. പി ജെ ആന്റണിയായിരുന്നു മുഖ്യറോളിൽ അഭിനയിക്കുന്നത്. അദ്ദേഹവുമൊത്ത് *റാഗിങ്* എന്ന സിനിമയിൽ (തിരക്കഥയെഴുതുകയും അതിൽ അഭിനയിക്കുകയും ചെയ്തിരുന്നു അദ്ദേഹം) ഞാൻ പ്രവർത്തിച്ചിട്ടുണ്ട്. പരിചയക്കാരായ ഇവരെല്ലാമൊത്ത് പ്രവർത്തിക്കുന്നത് സുഖകരമായിരുന്നു. യൂണിറ്റിലെ ഏറ്റവും ചെറുപ്പമായ എന്നെ 'തമ്പി' എന്നാണ് എം ടി വിളിച്ചിരുന്നത്. തന്റെ അനുജനെപ്പോലെയാണ് അദ്ദേഹം എന്നോട് പെരുമാറിയിരുന്നത്, അത് ഇപ്പോഴും തുടരുന്നു.

എടപ്പാളിനടുത്തുള്ള മൂക്കോല (മൂക്കുതല) എന്ന ഗ്രാമത്തിലായിരുന്നു ഷൂട്ടിങ്. യൂണിറ്റിലെ എല്ലാ അംഗങ്ങൾക്കും താമസിക്കാനുള്ള ലോഡ്ജ് സൗകര്യങ്ങളൊന്നും അവിടെയുണ്ടായിരുന്നില്ല. നടൻ സുകുമാരന്റെ അമ്മാവനായ എടപ്പാൾ കുട്ടൻ(നായർ) തന്റെ ബന്ധുവീട്ടിൽ കവിയൂർ പൊന്നമ്മ, സുമിത്ര തുടങ്ങിയവർക്ക് താമസ സൗകര്യമൊരുക്കി. എടപ്പാളിൽത്തന്നെ ഒരു അരിമില്ലിൽ രണ്ട് മുറികളും ഒരു ഹാളുമുള്ള കെട്ടിടമുണ്ടായിരുന്നു. ആ കെട്ടിടം ഞങ്ങൾക്ക് താമസിക്കാൻ ലഭ്യമായി. എം ടിയും പി ജെ ആന്റണിയും ഓരോ മുറി വീതമെടുത്തു. ഹാൾ ആണ് ബാക്കി ഞങ്ങൾക്കെല്ലാം കൂടി ലഭിച്ചത്. രവിമേനോനും ആസാദും ഞാനും അവിടെ തറയിൽ പായവിരിച്ച് കിടന്നുറങ്ങി. സുകുമാരൻ തന്റെ കന്നിചിത്രത്തിൽ അഭിനയിക്കുകയായിരുന്നു. എടപ്പാളിൽത്തന്നെയാണ് സുകുമാരന്റെ വീടെങ്കിലും സിനിമാനിർമ്മാണത്തെപ്പറ്റി കൂടുതലറിയാൻ അദ്ദേഹവും ഞങ്ങളോടൊപ്പം കൂടി. ഷൂട്ടിങ് പ്രധാനമായും അമ്പലത്തിന്റെ പരിസരങ്ങളിലായിരുന്നതിനാൽ സസ്യഭക്ഷണംകൊണ്ട് തൃപ്തിപ്പെടേണ്ടിവന്നു. രാത്രിയിൽ ഞങ്ങൾ ആന്റണി ആശാന്റെ ചുറ്റും കൂടും. തന്റെ മദ്യസേവയ്ക്ക് വേണ്ടി അദ്ദേഹത്തിന്റെ കൈയിൽ പലതരം മീൻ അച്ചാറുകളുണ്ടാവും. അദ്ദേഹം ദയാപൂർവ്വം പങ്കുവെച്ചിരുന്ന ആ അച്ചാറുകൾകൊണ്ടാണ് ഞങ്ങൾ സസ്യേതര ഭക്ഷണത്തിനോടുള്ള ആർത്തി ശമിപ്പിച്ചത്.

ലൊക്കേഷനിലെത്തുമ്പോൾ ആന്റണിക്ക് വെളിച്ചപ്പാട് എന്ന കഥാപാത്രത്തെക്കുറിച്ച് ധാരണയൊന്നുമുണ്ടായിരുന്നില്ല. അതുകൊണ്ട് അദ്ദേഹം എം ടി യോട് ആ നാട്ടിലെ വെളിച്ചപ്പാടിൽനിന്ന് പരിശീലനം നേടാൻ വേണ്ടത് ചെയ്യണമെന്ന് അഭ്യർത്ഥിക്കുകയും ദക്ഷിണ നല്കി വെളിച്ചപ്പാടിന് ശിഷ്യപ്പെട്ട് ചുവടുകളും അമ്പലത്തിലെ രീതികളും പഠിച്ചെടുക്കുകയും ചെയ്തു. സൂക്ഷ്മമായി മനസ്സിലാക്കി എം ടി യുടെ ഭാവനയിലുണ്ടായിരുന്ന വെളിച്ചപ്പാടിന് സ്ക്രീനിൽ ജീവൻ നൽകുകയും ചെയ്തു. ഭാരമുള്ള ഓട്ടുചിലമ്പ് തട്ടി കാലിൽ വേദനയുണ്ടായിരുന്നിട്ടും സിനിമയുടെ ക്ലൈമാക്സ് രംഗത്തിൽ ഒരുദിവസം മുഴുവൻ അദ്ദേഹം വെളിച്ചപ്പാടായി പകർന്നാടി. അടുത്ത ദിവസം വെളിച്ചപ്പാട് കുളികഴിഞ്ഞ് വീട്ടിലേക്ക് വരുന്ന രംഗം ഷൂട്ട് ചെയ്യുമ്പോൾ, നാട്ടുകാരുടെ അഭിനന്ദനങ്ങൾക്ക് പുഞ്ചിരികൊണ്ട് മറുപടി നല്കി. നടക്കാനുള്ള ബുദ്ധിമുട്ട് മറന്ന്

തെല്ല് അഭിമാനത്തോടെ അദ്ദേഹം നടന്നു. അത്രയേറെ സമർപ്പണം, അഭിനയത്തോട് ഉണ്ടായിരുന്നതുകൊണ്ട് അദ്ദേഹത്തിന് മികച്ച നടനുള്ള ദേശീയ അവാർഡ് ലഭിച്ചതിൽ ഒട്ടും അത്ഭുതമില്ല. അദ്ദേഹം യഥാർത്ഥമായും അത് അർഹിക്കുന്നു. എന്റെ കാലത്തിനിടയിൽ ഒരിക്കൽ പോലും ഇത്തരത്തിലുള്ള മറ്റൊരു യഥാർത്ഥ നടനെ കാണാൻ കഴിഞ്ഞിട്ടില്ല.

ജനറേറ്ററൊന്നും വാടകയ്ക്കെടുക്കാവുന്ന സ്ഥിതിയിലായിരുന്നില്ല ഞങ്ങൾ. അതുകൊണ്ട് ഇലക്ട്രിസിറ്റി ബോർഡിനെ തന്നെ ആശ്രയിക്കുകയേ വഴിയുണ്ടായിരുന്നുള്ളൂ. താല്ക്കാലികകണക്ഷനുവേണ്ടി എല്ലാ ലൊക്കേഷനിലേക്കും പ്രത്യേക അപേക്ഷ നല്കേണ്ടതുണ്ടായിരുന്നു. ഭാഗ്യത്തിന് ഞങ്ങൾക്ക് രണ്ട് ലൊക്കേഷനുകളിലേ വൈദ്യുതി ആവശ്യമായിരുന്നുള്ളൂ: അമ്പലത്തിലും വെളിച്ചപ്പാ ടിന്റെ വീട്ടിലും. അമ്പലത്തിനടുത്ത് തന്നെയാണ് വെളിച്ചപ്പാടിന്റെ വീടെന്നതിനാൽ ഒരു കണക്ഷൻ കൊണ്ട് കാര്യം സാധിച്ചു. എന്നാൽ അക്കാലത്ത് മലബാറിൽ വൈദ്യുതിക്കാര്യം വളരെ പരിതാപകരമായിരുന്നു. രാത്രിയിൽ വോൾട്ടേജ് 120150 ആയിരുന്നു. അതുകൊണ്ട് ആളുകളൊക്കെ ഉറങ്ങിക്കഴിഞ്ഞ് 9 മണിക്ക് ശേഷമാണ് രാത്രിയിലെ ഷൂട്ടിങ് അധികവും നടത്തിയത്. ആ നേരത്ത് വോൾട്ടേജ് നില 200 വരെ എത്തുമായിരുന്നു. രാത്രിഷൂട്ടിങ് പലപ്പോഴും പുലരുംവരെ നീണ്ടു. കോഴിക്കോട്ടെ ബാലൻ കെ നായരുടെ വർക്ക് ഷോപ്പിൽ നിർമ്മിച്ചെടുത്ത റിഫ്ളക്റ്ററുകളാണ് പകൽ നേരത്തെ ഷൂട്ടിങ്ങിന് ഉപയോഗിച്ചത്. മദ്രാസ്സിൽനിന്ന് മുഴുവൻ ഔട്ട്ഡോർ യൂണിറ്റ് വാടകയ്ക്കെടുക്കുന്നതൊക്കെ ആർഭാടമായിരുന്നു.

പ്രധാന ലൊക്കേഷനിൽനിന്ന് ഏതാനും കിലോമീറ്ററുകൾക്കുള്ളിലാണ് മറ്റ് ലൊക്കേഷനുകളെല്ലാമുണ്ടായിരുന്നത്. ഭാരതപ്പുഴയുടെ കരയിലുള്ള തിരുമിറ്റക്കോട് അമ്പലത്തിന്റെ പടവുകളിലാണ് ഉണ്ണിനമ്പൂതിരി ഗ്രാമം വിട്ടുപോകുമ്പോൾ അമ്മിണി കണ്ണീരുമായി നോക്കി നില്ക്കുന്ന 'തിന്തിനത്താരോ" എന്ന ഗാനരംഗം ചിത്രീകരിച്ചത്. വിഷാദാത്മകരംഗത്തിനുതകും വിധം മഴക്കാറുമൂടി ഇരുണ്ട ഒരു ദിവസമായിരുന്നു അത്. സൂര്യൻ അസ്തമിച്ച്, വെളിച്ചം കുറഞ്ഞുവരുകയായിരുന്നു. ഞങ്ങൾക്ക് പിന്നെയും പല ഷോട്ടുകളും എടുക്കാനുമുണ്ടായിരുന്നു. സാധാരണ ഫിലിം കൊണ്ട് ഷൂട്ട് ചെയ്യാൻ പറ്റാതായപ്പോൾ ഞാൻ സ്പീഡ് കൂടിയ ORWO NP7 ഫിലിം (400ASA) ക്യാമറയിൽ ലോഡ് ചെയ്ത് ഷൂട്ടിങ്ങിന് തയ്യാറായി. വെളിച്ചം തീരെയില്ലെന്നായപ്പോൾ, ആരോ എന്നെ തോളിൽ തട്ടി വിളിച്ചു. ഞാൻ തിരിഞ്ഞുനോക്കുമ്പോൾ അത് ആർട്ട് ഡയറക്ടർ സാമിയേട്ടൻ (എസ് കൊന്നനാട്ട്) ആണ്. ഇത്രയും കുറഞ്ഞ വെളിച്ചത്തിൽ ചിത്രംകിട്ടുമോ എന്ന് അദ്ദേഹം ചോദിച്ചു. ലൈറ്റ് മീറ്റർ പുറത്തെടുത്ത് വെളിച്ചത്തിന്റെ അളവ് പരിശോധിച്ചശേഷം ഞാൻ പറഞ്ഞു. "തീർച്ചയായും. കുറേ ഷോട്ടുകൾ കൂടി എടുക്കാനുള്ള വെളിച്ചമുണ്ട."

'വിൻസന്റ് മാസ്റ്ററെ പോലുള്ള ഒരു ഛായാഗ്രഹണ വിദഗ്ദ്ധൻ പോലും ഈ വെളിച്ചത്തിൽ ഷൂട്ട് ചെയ്യില്ല' എന്ന് അദ്ദേഹം അത്ഭുതപ്പെട്ടു. എനിക്ക് നല്ല ആത്മവിശ്വാസമുണ്ടായിരുന്നു. റഷ് പ്രിന്റ് അദ്ദേഹത്തെ കാണിക്കാമെന്നും പറഞ്ഞു. പിന്നീട് റഷ് പ്രിന്റുകൾ കണ്ടപ്പോൾ അദ്ദേഹത്തിന് സന്തോഷമായി. വിൻസന്റ് മാസ്റ്ററുടെ ക്യാമറ അസിസ്റ്റായിട്ടാണ് അദ്ദേഹം സിനിമാരംഗത്തുവന്നതെന്ന കാര്യം വളരെ കാലങ്ങൾക്കു ശേഷമാണ് ഞാൻ മനസ്സിലാക്കിയത്!

മഴ വരുമ്പോൾ ഉണ്ണിനമ്പൂതിരിയും അമ്മിണിയും ഓടിക്കയറുന്ന ഗുഹയുടെ ലൊക്കേഷനാണ് പിന്നെ വേണ്ടിയിരുന്നത്. സമീപത്തുള്ള ഒരു കുന്നിൽ വലിയൊരു ഗുഹ കണ്ടെത്താൻ കഴിഞ്ഞത് ഭാഗ്യമായി. ഞങ്ങൾ ഷൂട്ടിങ് തുടങ്ങുമ്പോൾ നല്ല വെയിലായിരുന്നു. അവസാന രംഗത്തിൽ മഴ പെയ്യേണ്ടിയിരുന്നതിനാൽ ഷൂട്ടിങ് തുടങ്ങണോ എന്ന കാര്യത്തിൽ എനിക്ക് സന്ദേഹമുണ്ടായിരുന്നു. ഫയർ എഞ്ചിനുകൾ വാടകയ്ക്കെടുത്തിരുന്നതുകൊണ്ട് (അതിന് മണിക്കൂർ കണക്കിന് വാടക കൊടുക്കണം)സമയം വെറുതെ കളയാനും പറ്റില്ല. എന്തായാലും ഷൂട്ടിങ് ആരംഭിക്കാൻ തന്നെ തീരുമാനിച്ചു. ഭാഗ്യത്തിന് ഷൂട്ടിങ് പുരോഗമിച്ചപ്പോൾ, മഴ ദൈവങ്ങൾക്ക് ഞങ്ങളോട് അനുകമ്പ തോന്നുകയും നീലാകാശം കാർമേഘങ്ങളാൽ നിറഞ്ഞ് അന്തരീക്ഷമാകെ മാറുകയും ചെയ്തു. യഥാർത്ഥ മഴദിവസത്തിന്റെ പ്രതീതിനിറഞ്ഞ ആ അന്തരീക്ഷത്തെ ഫയർ എഞ്ചിനുകളുടെ സഹായത്തോടെ ഞങ്ങൾ യാഥാർത്ഥ്യമാക്കി.

പ്രധാന ലൊക്കേഷനായ അമ്പലം ദീർഘനാളായി പൂജാദി കർമ്മങ്ങളൊന്നുമില്ലാതെ അവഗണിക്കപ്പെട്ട അവസ്ഥയിലായിരുന്നു. അഹിന്ദുവായ പി ജെ ആന്റണി അമ്പലത്തിൽ കയറരുതെന്ന് ചിലർ ആഗ്രഹിക്കുന്നുണ്ടെന്ന് ഞങ്ങളറിഞ്ഞു. ക്ലൈമാസ് അടക്കമുള്ള എല്ലാ പുറം ചിത്രീകരണങ്ങളും നേരത്തെ പൂർത്തിയാക്കി പി ജെ ആന്റണി ഉൾപ്പെടുന്ന ക്ഷേത്രത്തിനകത്തുള്ള രംഗങ്ങൾ അവസാനത്തേക്ക് മാറ്റിവെക്കാൻ എം ടി തീരുമാനിച്ചു. ശക്തിയായ പ്രതിഷേധം ഉയരുന്ന പക്ഷം സെറ്റിട്ട് ഷൂട്ടിങ് പൂർത്തിയാക്കാനായിരുന്നു ഉദ്ദേശം. മറ്റു രംഗങ്ങളെല്ലാം പൂർത്തിയായശേഷം ഞങ്ങൾ അമ്പലത്തിനകത്തുള്ള രംഗങ്ങൾ എന്നത്തേയുംപോലെ രാത്രി 9 മണിക്ക് ശേഷം ഷൂട്ട് ചെയ്യാൻ തുടങ്ങി. കുറച്ചുപേർ മാത്രമേ കാഴ്ചക്കാരായി ഉണ്ടായിരുന്നുള്ളൂ. വെളിച്ചപ്പാടായി വേഷം കെട്ടിയ മറ്റൊരാളെക്കൂടി ഒരുക്കി നിർത്തിയിരുന്നു. പി ജെ ആന്റണിക്കുപകരം അയാളാണ് അമ്പലത്തിനുള്ളിൽ പ്രവേശിക്കുകയെന്ന് അവിടെക്കൂടിയിരുന്നവരോട് പറഞ്ഞു. അയാൾ അമ്പലത്തിൽ പ്രവേശിക്കുന്ന ഒരു ലോങ്ഷോട്ട് ഞങ്ങളെടുത്തു. അകത്തെ രംഗങ്ങൾ ചിത്രീകരിക്കാനൊരുങ്ങുമ്പോൾ ക്യാമറഫീൽഡിൽ വരുമെന്ന് പറഞ്ഞ് മറ്റാരെയും അകത്ത് പ്രവേശിക്കാൻ അനുവദിച്ചില്ല.

വാതിലടച്ചു കഴിഞ്ഞപ്പോൾ പുറകുവശത്തുകൂടി പി ജെ ആന്റണി

ഉള്ളിൽ പ്രവേശിക്കുകയും നേരം പുലരുംമുമ്പ് അദ്ദേഹത്തിന്റെ എല്ലാ രംഗങ്ങളും ചിത്രീകരിക്കുകയും ചെയ്തു. സിനിമ റിലീസ് ചെയ്യപ്പെട്ട ശേഷം, അമ്പലം അശുദ്ധമാക്കിയതായി എം ടി യുടെ പേരിൽ ആരോപണമുണ്ടാവുകയും ശുദ്ധി കർമ്മങ്ങൾക്ക് അദ്ദേഹം പണമടക്കുകയും ചെയ്തു.

ഷൂട്ടിങ്ങിന്റെ അവസാന ഘട്ടത്തിൽ എം ടി ക്ക് വലിയ സാമ്പത്തിക ബുദ്ധിമുട്ട് നേരിട്ടു. ക്ലൈമാക്സ് രംഗങ്ങളടക്കം പിന്നെയും ഷൂട്ടിങ് ബാക്കിയായിരുന്നു എം ടി തന്നെ അക്കാര്യം വിശദീകരിക്കുന്നു:

'പണമില്ലാതെ ബുദ്ധിമുട്ടിയ ഒരു ദിവസം ഞാൻ പ്രത്യേകമോർക്കുന്നു. ഉത്സവരംഗങ്ങൾ പിറ്റേ ദിവസം ഷൂട്ട് ചെയ്യാൻ തീരുമാനിച്ചിട്ടുണ്ട്. പൂതം, തിറ, വാദ്യക്കാർ എന്നിവരെയെല്ലാം ഏർപ്പാട് ചെയ്തിട്ടുണ്ട്. നാട്ടിലെ പെൺകുട്ടികൾ താലപ്പൊലിക്കായി തയ്യാറായിരിക്കുന്നു. വൈകുന്നേരമാണ് ക്യാമറ ടീം പറയുന്നത്, 100 അടി ഫിലിം മാത്രമേ ബാക്കിയുള്ളൂവെന്ന്. മദ്രാസ്സിൽനിന്ന് ഫിലിം എത്തിയിട്ടില്ല. എത്ര പണം കൈയിലുണ്ടെന്ന് ഞാൻ കാഷ്യറോട് ചോദിച്ചു. 'അഞ്ച്' അയാൾ പറഞ്ഞു. 'അഞ്ഞൂറ് മാത്രമോ?' എന്ന് ചോദ്യത്തിന് 'അഞ്ചു രൂപ മാത്രം' എന്നായിരുന്നു മറുപടി.

അടുത്ത സുഹൃത്തുക്കളുമായി ഞാൻ ഈ ഗുരുതര സ്ഥിതി ചർച്ച ചെയ്തു. പിറ്റേദിവസത്തെ ഷൂട്ടിങ് മാറ്റിവെക്കാൻ അവരിൽ ചിലർ നിർദ്ദേശിച്ചുവെങ്കിലും എനിക്കത് സമ്മതമായിരുന്നില്ല. ഏതെങ്കിലും മാർഗ്ഗത്തിൽ ഇത് പരിഹരിക്കപ്പെടുമെന്ന് എനിക്ക് വിശ്വാസമുണ്ടായിരുന്നു. വിൻസന്റ് മാസ്റ്റർ ഷൊർണ്ണൂരിൽ ഒരു ചിത്രം ഷൂട്ടു ചെയ്യുന്നുണ്ടെന്ന് ഞാനറിഞ്ഞു. കുറച്ച് ഫിലിം കടം തരണമെന്ന് അഭ്യർത്ഥിച്ച് അദ്ദേഹത്തിന് ഒരു കത്തു കൊടുത്തയച്ചു. അർദ്ധരാത്രിയോടെ 100 അടി ഫിലിമുമായി ആളെത്തി. പിറ്റേന്ന് വൈകുന്നേരം വരെ ഉപയോഗിക്കാൻ അത് ധാരാളമായിരുന്നു. അപ്പോഴേക്കും മദ്രാസിൽനിന്നുള്ള ഫിലിം എത്തുകയും ചെയ്യും. എന്നാൽ, പണത്തിന്റെ കുറവ് അപ്പോഴും പരിഹരിക്കപ്പെട്ടിട്ടില്ല. രാവിലെ ഞങ്ങൾ ഷൂട്ടിങ് ആരംഭിച്ചു.നാട്ടുകാരിൽ നിന്ന് പണം സംഘടിപ്പിക്കാൻ ബുദ്ധിമുട്ടായിരുന്നു. രണ്ടുമൂന്നുപേരിൽ നിന്ന് ഞാൻ നേരത്തെ കടം വാങ്ങിയിട്ടുമുണ്ട്. ഷൂട്ടിങ് ആരംഭിച്ചപ്പോൾ പണത്തിന്റെ കാര്യം മറന്നു.കാഷ്യറുടെ ഉൽക്കണ്ഠയോടെയുള്ള നോട്ടത്തെ ഞാൻ കണ്ടില്ലെന്ന് നടിച്ചു. ഉച്ചഭക്ഷണത്തിനുമുമ്പ് രണ്ട് കോഴിക്കോട്ടുകാർ അവിടെ പ്രത്യക്ഷരായി. എന്റെ അടുത്ത സുഹൃത്തുക്കളായ ബിസിനസുകാരായിരുന്നു അവർ. തടി ലേലത്തിൽ പങ്കെടുക്കാൻ കൊച്ചിയിലേക്ക് പോവുകയാണ്. ഞാൻ അവരോട് കാര്യം പറയുകയും കുറച്ചു പണം കടമായി കിട്ടുമോ എന്ന് ചോദിക്കുകയും ചെയ്തു. രണ്ടുപേരും കൂടി പതിനായിരം രൂപ തന്നു. അടുത്ത ദിവസം പണം കിട്ടുമെന്നതുകൊണ്ട് അയ്യായിരം മതിയെന്ന് ഞാൻ പറഞ്ഞു. അത് വൈകിയാലോ എന്നു പറഞ്ഞ് ആ പതിനായിരം രൂപയും അവർ എന്നെ

ഏല്പിച്ചു.'

പണം കിട്ടിയ ഉടനെ ഉത്സവരംഗം പെട്ടെന്നു തന്നെ സജ്ജീകരിക്കാനായി ഷൂട്ടിങ് നിർത്തിവെച്ചു. രണ്ടു കോണുകളിൽനിന്ന് ചിത്രീകരിക്കുന്നതിനായി മറ്റൊരു ക്യാമറ കൂടി തയ്യാറാക്കിയിരുന്നു. എന്റെ സുഹൃത്ത് കസ്തൂരി ആർ മൂർത്തിയെയാണ് അത് കൈകാര്യം ചെയ്യാൻ ഏല്പിച്ചത്. പിറ്റേന്ന് കാലത്ത് എല്ലാം റെഡിയായിരുന്നു. സന്ധ്യവരെ ഞങ്ങൾ ഭ്രാന്തമായ ഉത്സാഹത്തോടെ ഷൂട്ട് ചെയ്തു.

ജന്മി നമ്പൂതിരി ഉൾപ്പെടുന്ന രംഗം ചിത്രീകരിക്കുന്നത് ദേശമംഗലം മനയിൽ വെച്ചായിരുന്നതിനാൽ പിറ്റേന്ന് കാലത്ത് ഞങ്ങൾ ഷൊർണ്ണൂർക്ക് പുറപ്പെട്ടു. ആ റോളിൽ അഭിനയിക്കുന്ന കൊട്ടാരക്കര ശ്രീധരൻനായർ കുടിച്ച് അന്തം കെട്ട അവസ്ഥയിൽ ഒരു കാറിൽ ഗസ്റ്റ് ഹൗസിൽ എത്തിയിട്ടുണ്ടായിരുന്നു. അഭിനയിക്കാൻ പോയിട്ട് നേരെ നില്ക്കാൻ പോലും അദ്ദേഹത്തിന് കഴിയില്ലായിരുന്നു. ഈ നിലയിൽ അദ്ദേഹത്തെ കണ്ട് എം ടി അസ്വസ്ഥനായി. ഒരു ആഢ്യബ്രാഹ്മണ കഥാപാത്രത്തിന് പറ്റിയ മറ്റൊരാളെ അവസാന നിമിഷം കണ്ടെത്തുക അസാദ്ധ്യമായിരുന്നു. കൊട്ടാരക്കരയ്ക്ക് കുറച്ച് തൈര് കുടിക്കാൻ കൊടുക്കുകയും പച്ചവെള്ളത്തിൽ കുളിപ്പിക്കുകയും ചെയ്ത് ഈ പ്രശ്നത്തിന് പരിഹാരം കണ്ടെത്തിയത് ശങ്കരാടിയായിരുന്നു. അതിനിടയിൽ പി.ജെ ആന്റണിയും ശങ്കരാടിയും ഉൾപ്പെടുന്ന ചില രംഗങ്ങൾ ഞങ്ങൾ ചിത്രീകരിച്ചു. ഉച്ചയോടെ കൊട്ടാരക്കര അഭിനയിക്കാൻ റെഡിയായി. ശങ്കരാടിയുടെ സമയോചിതമായ ഇടപെടൽ കൊണ്ടുമാത്രമാണ് അത് സാദ്ധ്യമായത്. അന്നു രാത്രി തന്നെ കലാമണ്ഡലത്തിൽ വെച്ച് നൃത്തരംഗവും കൊട്ടാരക്കര ഉൾപ്പെടുന്ന രംഗങ്ങളും മറ്റ് അനിഷ്ട സംഭവങ്ങളൊന്നും കൂടാതെ ചിത്രീകരിച്ചു.

ശ്രീകോവിൽ രംഗമൊഴിച്ച് ബാക്കിയെല്ലാം ഒറ്റ ഷെഡ്യൂളിലാണ് പൂർത്തിയാക്കിയത്.യഥാർത്ഥ ശ്രീകോവിൽ നില്ക്കുന്ന സ്ഥലം ഇടുങ്ങിയതും അതിനകത്ത് പ്രവേശിച്ച് ക്യാമറയും ലൈറ്റുകളും സ്ഥാപിക്കുന്നതിന് ആചാരപരമായ വിലക്കുകളുള്ളതുമായിരുന്നു. അവിടെ ശരിയായ വിഗ്രഹവുമില്ലായിരുന്നു. അതുകൊണ്ട് കോഴിക്കോട്ട് സെറ്റിട്ടാണ് ശ്രീകോവിലും വിഗ്രഹവുമുൾപ്പെടെയുള്ളവയുടെ ഷോട്ടുകളെടുത്തത്. കോഴിക്കോട്ടെ ഷൂട്ടിങ് സമയത്ത് എം ടിയുടെ 'സിത്താര' എന്ന വീട്ടിലാണ് താമസിച്ചത്. ഭാര്യ പ്രമീളചേച്ചിയും മകൾ സിത്താരയും എന്നെ ഒരു കുടുംബാംഗംപോലെ കരുതി.

ഗ്രാമവാസികളുടെ പരിപൂർണ്ണ സഹകരണം ഷൂട്ടിങ്ങിന് ലഭിച്ചു. ചില രംഗങ്ങളിൽ സാധനസാമഗ്രികൾ തന്നു സഹായിച്ചു. ചെറിയ റോളുകളിലും ജനക്കൂട്ടത്തിലും അഭിനയിക്കുകയും ചെയ്തു. എല്ലാവരും ഷൂട്ടിങ് യൂണിറ്റുമായി അത്രയേറെ അടുത്തുപോയതിനാൽ, ഞങ്ങൾ തിരിച്ചുപോരുന്ന ഘട്ടത്തിൽ പലകുട്ടികൾക്കും വലിയ ദുഃഖമായിരുന്നു.

ഷൂട്ടിങ്ങിനിടയ്ക്ക് രസകരമായ പലസംഭവങ്ങളുമുണ്ടായി. എല്ലാ

ദിവസവും വെജിറ്റേറിയൻ ഭക്ഷണം മാത്രം കഴിച്ച് ഞങ്ങൾക്ക് മടുത്തിരുന്നു. അതിനാൽ ഒരു ദിവസം എം ടി പൊന്നാനിയിലുള്ള അദ്ദേഹത്തിന്റെ സുഹൃത്തിന്റെ ക്ഷണപ്രകാരം ഞങ്ങളെ ഉച്ചഭക്ഷണത്തിന് കൊണ്ടു പോയി. ചെമ്മീനും ഞണ്ടും കോഴിയും മത്സ്യവുമെല്ലാമുള്ള വിഭവസമൃദ്ധമായ സദ്യയായിരുന്നു അത്. എല്ലാവരും മനസ്സറിഞ്ഞ് കഴിച്ചു. ഫലമോ, ഞങ്ങളിൽ പലർക്കും വയറിന് അസുഖം ബാധിച്ച് ഷൂട്ടിങ്ങിനിടയിൽ നിരന്തരം കക്കൂസിലേക്ക് ഓടേണ്ടി വന്നു. ലൊക്കേഷനു സമീപം കക്കൂസ് സൗകര്യമില്ലാതിരുന്നതിനാൽ കാറെടുത്ത് താമസസ്ഥലത്ത് പോവുകയേ വഴിയുണ്ടായിരുന്നുള്ളു. അസാന്നിദ്ധ്യത്തിന് ഞങ്ങൾക്ക് പല കാരണങ്ങളും കണ്ടെത്തേണ്ടി വന്നു. വെളിച്ചം കുറവാണെന്നും ആകാശം തെളിയുന്നതുവരെ കാത്തിരിക്കണമെന്നും പറഞ്ഞ് കാറിലേക്കോടുകയാണ് ഞാൻ ചെയ്തിരുന്നത്.

കോഴിക്കോട്ടെ ഷൂട്ടിംഗ് കഴിഞ്ഞ ശേഷം എനിക്ക് സുകുമാരന്റെ ഒരു കത്ത് കിട്ടി:

'ഈ രംഗത്ത് ഒരു തുടക്കക്കാരനെന്ന നിലയിൽ ചിത്രീകരണ സമയത്ത് താങ്കൾ നല്കിയ നിർദ്ദേശങ്ങൾക്കും ആത്മാർത്ഥമായ ഉപദേശങ്ങൾക്കും എന്റെ നന്ദിയും കടപ്പാടും അറിയിക്കുന്നു. ഈ പരിഗണന ഭാവിയിലും ഞാൻ പ്രതീക്ഷിക്കുന്നു....'

സുകുമാരനെക്കൂടാതെ മറ്റു പലരുടേയും ആദ്യ ചിത്രത്തിനൊപ്പം ഞാൻ പ്രവർത്തിച്ചിട്ടുണ്ടെങ്കിലും അവരാരും നന്ദി പ്രകടിപ്പിക്കാൻ താല്പര്യം കാണിച്ചില്ല. സുകുമാരൻ എന്ന മനുഷ്യന്റെ അസാധാരണ ഗുണമായിരുന്നു അത്.

പോസ്റ്റ് പ്രൊഡക്ഷൻ പ്രവൃത്തികൾ മദ്രാസിലായിരുന്നു. അവിടെ ഒരു വീട് വാടകക്കെടുക്കുകയും എം ടി, സുകുമാരൻ, ആസാദ്, അസിസ്റ്റന്റ് ഡയറക്ടർമാർ തുടങ്ങിയ എല്ലാവരും നിലത്ത് പായ വിരിച്ച് കിടന്നുറങ്ങുകയും ചെയ്തു. ചിലപ്പോൾ എഡിറ്റർ രവി, ജോൺ അബ്രഹാം, കെ ജി ജോർജ്ജ് തുടങ്ങിയവരൊക്കെ ഞങ്ങളെ സന്ദർശിക്കാനെത്തി. ഭക്ഷണം അവിടെത്തന്നെ പാചകം ചെയ്ത് ഒരു കുടുംബം പോലെ കഴിഞ്ഞ ഹൃദ്യാനുഭവമായിരുന്നു അത്. പിന്നീടൊരിക്കലും, ഒരു സിനിമയ്ക്കു വേണ്ടിയും ഞാൻ ഇതുപോലെ ആദ്യവസാനം പ്രവർത്തിച്ചിട്ടില്ല. എന്റെ സിനിമാ ജീവിതത്തിലെ എന്നും ഓർമ്മിക്കുന്ന അനുഭവങ്ങളിലൊന്നായിരുന്നു അത്.

മികച്ച ചിത്രത്തിനുള്ള സംസ്ഥാന/ദേശീയ അവാർഡുകളും മികച്ച നടനുള്ള ദേശീയ അവാർഡുമൊക്കെ *നിർമ്മാല്യ*ത്തിന് ലഭിച്ചുവെങ്കിലും ഛായാഗ്രാഹകൻ എന്ന നിലയ്ക്ക് എനിക്ക് അംഗീകാരങ്ങളൊന്നും ലഭിക്കുകയുണ്ടായില്ല. പിന്നീട് *ദ്വീപ്* എന്ന ചിത്രത്തിന്റെ ഛായാഗ്രഹണത്തിന് കളർ സിനിമാട്ടോഗ്രാഫിക്കുള്ള സംസ്ഥാന അവാർഡ് ലഭിച്ചപ്പോൾ എം ടി എനിക്കെഴുതി:

"പ്രിയപ്പെട്ട തമ്പി,

അവാർഡ് ലഭിച്ചതിന് ഞാൻ ഔപചാരികമായി അഭിനന്ദിക്കുന്നില്ല. അത് അനാവശ്യമാണെന്ന് ഞാൻ കരുതുന്നു. നേരത്തേ അർഹതപ്പെട്ട ഒന്ന് ഇപ്പോൾ കിട്ടുമ്പോൾ അതിനെക്കുറിച്ച് എന്തു പറയാൻ?"

എം ടി യുടെ ആ കത്ത് എനിക്ക് ദേശീയ അവാർഡിലും വലുതായിരുന്നു. അത് ഞങ്ങളുടെ സിനിമയുടെ സ്രഷ്ടാവിന്റെ ഹൃദയത്തിൽനിന്ന് വന്നതായിരുന്നു.

നിർമ്മാല്യം മറ്റു പല അംഗീകാരങ്ങളും നേടുകയും 40 വർഷങ്ങൾക്ക് ശേഷം ഇപ്പോഴും ചർച്ച ചെയ്യപ്പെടുകയും ചെയ്യുന്നു. മതഭ്രാന്തിന്റെ ഇക്കാലത്ത് ഇത്തരം പ്രമേയമുള്ള ഒരു സിനിമ നമ്മുടെ നാട്ടിൽ സാദ്ധ്യമാണെന്ന് തോന്നുന്നില്ല.

(വിവർത്തനം: മോഹനകൃഷ്ണൻ)

നിർമ്മാല്യത്തിലെ മൂക്കുതല

പി ചിത്രൻ നമ്പൂതിരിപ്പാട്

എം ടി വാസുദേവൻ നായർ ഗ്രാമീണ ജീവിതവും നമ്മുടെ കേരളത്തിലെ ക്ഷേത്രസംബന്ധമായ പ്രശ്നങ്ങളും ചിത്രീകരിക്കുന്ന ഒരു ഫിലിം എടുക്കുന്നു എന്ന് എടപ്പാളിൽനിന്നുള്ള കൊച്ചുണ്ണിനായരും, കുട്ടൻ നായരും ഇവിടെ വന്ന് എന്നോട് പറഞ്ഞു. കുട്ടൻ നായർ വളരെ മുമ്പേ സിനിമയുമായി ബന്ധപ്പെട്ട ആളാണ്. പല സിനിമകളിലും അഭിനയിച്ചിട്ടുണ്ട്. എം ടി വാസുദേവൻ നായരുടെ സുഹൃത്തുകൂടിയാണ് അദ്ദേഹം. എം ടിയെ സഹായിക്കാൻ തയ്യാറായിട്ടാണ് വന്നിരിക്കുന്നത്. ഒരു ക്ഷേത്രം, അധോഗതി പ്രാപിക്കുന്ന ഒരു ക്ഷേത്രം. വളരെ ഉജ്ജ്വലമായ നിലയിൽ നടന്നിരുന്ന ആ ക്ഷേത്രത്തിന്റെ അധോഗതി സമൂഹത്തെ എങ്ങനെ ബാധിക്കുന്നു എന്ന് ചിത്രീകരിക്കുകയാണ് സിനിമയുടെ ലക്ഷ്യം. അതിന് മൂക്കുതല ക്ഷേത്രം തെരഞ്ഞെടുത്തത് വളരെ ഉചിതമായി എന്ന് ഞങ്ങളന്നു പറഞ്ഞു. കാരണം മൂക്കുതല ക്ഷേത്രം വളരെ ഉജ്ജ്വലമായി നടന്നിരുന്ന ഒരു ക്ഷേത്രമാണ്. എന്നാൽ ആ കാലത്ത്, 1970 കളിലൊക്കെ, വളരെ മോശമായിരുന്നു. പൂജകുറവ്, വിളക്കു വെക്കാൻ സാദ്ധ്യതയില്ല. അങ്ങനെ അധഃപതിച്ചു കൊണ്ടിരുന്ന ഒരു ക്ഷേത്രമായിരുന്നു മൂക്കുതല. അങ്ങനെയാണ് ഈ ക്ഷേത്രത്തോടനുബന്ധമായി ഈ സിനിമയെടുക്കാമെന്ന് എം ടി തീരുമാനിക്കുന്നത്. ക്ഷേത്രഭാരവാഹികളുടെ അനുവാദം വേണം. ആളുകൾക്ക് താമസിക്കാൻ സൗകര്യം വേണം. അതിനൊക്കെ വേണ്ടിയാണ് കുട്ടൻ നായരും മറ്റും വന്ന് സംസാരിച്ചത്. ഞങ്ങളത് സന്തോഷത്തോടെ സ്വാഗതം ചെയ്തു. ഞങ്ങളുടെ ഈ ഗ്രാമത്തെപ്പറ്റി ഒരുചിത്രം വരുക എന്നു പറഞ്ഞാൽ ഞങ്ങൾക്കൊക്കെ സന്തോഷവും അഭിമാനവുമുള്ള കാര്യമാണ്. അതുകൊണ്ട് എന്തു സഹായം വേണമെങ്കിലും ചെയ്യാമെന്ന്

ഞങ്ങളേറ്റിരുന്നു. എം ടി വാസുദേവൻ നായരെ ഞാൻ നേരത്തെത്തന്നെ അറിയും. അദ്ദേഹത്തിന്റെ മൂത്ത ജ്യേഷ്ഠൻ എം ടി ഗോവിന്ദൻ നായർ എന്റെ വളരെ അടുത്തൊരു സുഹൃത്തായിരുന്നു. വാസുദേവൻ നായർക്ക് എന്തു സഹായം ചെയ്യാനും തയ്യാറായിരുന്നു ഞാൻ. ഞങ്ങൾ ഇവിടെ എല്ലാവരും കൂടി ആലോചിച്ച് അവർക്ക് താമസിക്കാനുള്ള സ്ഥലമാണ് ആദ്യം കണ്ടെത്തിയത്. നടീനടന്മാർ, ടെക്നീഷ്യന്മാർ, ഇവർക്കൊക്കെ താമസിക്കാനുള്ള സൗകര്യങ്ങളൊരുക്കി. എന്റെ പത്തായപ്പുര അവർക്ക് വിട്ടു കൊടുത്തു. ഇവിടെ അവർക്ക് കുളിക്കാൻ നല്ലൊരു കുളമുണ്ടായി രുന്നു. എന്റെ ജ്യേഷ്ഠന്റെ പത്തായപ്പുരയിലായിരുന്നു എം ടിയും മറ്റും താമസിച്ചത്. ഇവിടെ താമസിച്ചുകൊണ്ടാണ് അവർ 3-4 മാസം ഇതിന്റെ പ്രവർത്തനങ്ങളൊക്കെ നടത്തിയത്. നാട്ടുകാരൊക്കെ എന്തു സഹായ ത്തിനും തയ്യാറായിരുന്നു. അതിന്റെ അവസാന ഘട്ടത്തിൽ ഒരു ദിവ സത്തെ ഒരു വലിയ ഉത്സവം നടത്തുന്നുണ്ട്. ഇവിടെ കണ്ണേങ്കാവ് അമ്പല ത്തിൽ മകരമാസത്തിൽ ആദ്യത്തെ വെള്ളിയാഴ്ച വലിയൊരു പൂരമുണ്ട്. അതിനോളം തന്നെ വലിയ ഒരു പൂരമായിരുന്നു അന്ന് സംഘടിപ്പിച്ചത്. അടുത്ത പ്രദേശങ്ങളിൽ നിന്നുള്ളവരും ഇത് കാണാൻ കൗതുകപൂർവ്വം ഇവിടെ വന്നിരുന്നു.

നിർമ്മാല്യം തിയേറ്ററുകളിൽ വന്നപ്പോൾ ആദ്യം കാണാൻ പോയ വരാണ് ഇവിടുത്തുകാർ. റിലീസിങ് സമയത്ത് ഞാൻ തലശ്ശേരിയിൽ നിന്നാണ് സിനിമ കണ്ടത്. സ്വന്തം ഗ്രാമത്തെപ്പറ്റിയുള്ള ഒരു ചിത്രീകര ണത്തിൽ വലിയ സന്തോഷവും അഭിമാനവും തോന്നി. പിന്നീട് ആ ചിത്ര ത്തിന് ദേശീയ അവാർഡ് ലഭിച്ചപ്പോൾ സന്തോഷം അത്യധികമായി. അന്ന് തലശ്ശേരിയിലായിരുന്ന ഞാൻ എം ടിയെ ഫോണിൽ വിളിച്ച് സന്തോഷം അറിയിക്കുകയും ചെയ്തു.

ഷൂട്ടിങ് നടന്ന സമയത്ത് ചില പ്രശ്നങ്ങളും ഉണ്ടാകാതിരുന്നിട്ടില്ല. ക്രിസ്ത്യാനിയായ ഒരാൾ (പി ജെ ആന്റണി) വെളിച്ചപ്പാടിന്റെ വേഷത്തിൽ അഭിനയിക്കുകയും വാളു കൊണ്ടു വെട്ടി ചോര വരുത്തുകയും ചെയ്യുന്ന സന്ദർഭം ഉണ്ട്. അതിന് അനുവാദം കൊടുക്കുന്നതിനെപ്പറ്റി സ്വാഭാവിക മായും ചില ആളുകൾക്ക് ആക്ഷേപമുണ്ടായിരുന്നു. ഞങ്ങൾ നേരത്തെ തന്നെ അക്കാര്യം വിവരമുള്ളവരോടും ബന്ധപ്പെട്ടവരുമായി ആലോചിച്ച് പ്രതിവിധികൾ ചെയ്തിട്ടുണ്ടായിരുന്നു. ഒരു ക്ഷേത്രം അശുദ്ധമായാൽ - അശുദ്ധം പല വിധത്തിലുമാകാം - അന്നു വൈകുന്നേരം പൂജയ്ക്കു മുമ്പ് പുണ്യാഹം തളിച്ച് ശുദ്ധമാക്കണം. അങ്ങനെ അതിനെപ്പറ്റി അറിയാവുന്ന വിദഗ്ദ്ധരോട് ആലോചിച്ചാണ് പ്രതിവിധി ചെയ്തത്. ഇന്ന് ഈ സിനിമ കാണുന്ന പലരും എന്നോട് ചോദിച്ചിട്ടുണ്ട് അന്ന് ആരും അതിനെ എതിർത്തില്ലേ എന്ന്. അന്ന് അതിന്റെ പ്രതിവിധി കൂടി കണ്ട് ചെയ്ത താണ് സിനിമയിലെ അവസാന രംഗം.

ഞങ്ങൾ നല്കിയ ഒരു സദ്യയെപ്പറ്റി എം ടി ഇപ്പോഴും പറയും. ക്ഷേത്രത്തിൽ സദ്യ കൊടുക്കുന്ന സമ്പ്രദായത്തിൽ തന്നെയാണ് ആ സദ്യ നല്കിയത്. അവർ ആദ്യമായാണ് അത്തരമൊരു സദ്യയിൽ പങ്കെടുക്കുന്നത്. അങ്ങനെ പല അനുഭവങ്ങളുമുണ്ട്. വിരോധമായ ഒരു പ്രവൃത്തിയും ഈ നാട്ടിൽ നിന്നുണ്ടായിട്ടില്ല.

ക്ഷേത്രത്തിനുള്ളിൽ നടക്കുന്ന പരിപാടിയെ സംബന്ധിച്ച് ചിലർക്കെങ്കിലും ഒരു പുനർചിന്തനം ഉണ്ടാവാം. ഇന്നാണെങ്കിലും അതുണ്ടാവും. ഒരുപക്ഷേ, കൂടുതൽ ശക്തിയായി. കാരണം ഇന്നങ്ങനെയൊക്കെ ചിന്തിക്കുന്നവരുടെ എണ്ണം വർദ്ധിച്ചു വരികയാണ്. അന്നങ്ങനെ ആയിരുന്നില്ല.

*നിർമ്മാല്യ*ത്തിന്റെ പ്രസക്തി

മലയാള സിനിമയുടെ മൊത്തമായ ചരിത്രം പരിശോധിച്ചാൽ *നിർമ്മാല്യ*ത്തിന് അതിലൊരു പ്രത്യേക സ്ഥാനമുണ്ടെന്നു തന്നെയാണ് വിശ്വാസം. പക്ഷേ, അങ്ങനെയുള്ള ഒരു സിനിമ ഇന്ന് പ്രസക്തമാണോ എന്ന ചോദ്യം ഉത്ഭവിച്ചേക്കാം. ഒരുപക്ഷേ, അന്നത്തെ അതേ സ്വീകരണം ഇന്നു ലഭിച്ചുവെന്നു വരില്ല. ഞാൻ പറയുന്നത് ക്ഷേത്രവുമായി ബന്ധപ്പെട്ട കാര്യങ്ങളല്ല. അന്നതിന് ഒരു സാമൂഹ്യ പരിഷ്കരണ ലക്ഷ്യമുണ്ടായിരുന്നു. അധഃപതിച്ചു കൊണ്ടിരിക്കുന്ന ഗ്രാമത്തിലെ ഒരു ക്ഷേത്രം നിർവ്വഹിച്ചുകൊണ്ടിരുന്ന ഒരു ആദ്ധ്യാത്മിക മാനസിക ശക്തി, നല്കാൻ പരാജയപ്പെട്ട ഒരു കാലഘട്ടം. ആ കാലത്ത് അത്തരം സിനിമ ഒരാവശ്യമായിരുന്നു. ഇന്ന് കേരളത്തിലെ ജനങ്ങൾ തന്നെ ഏറ്റെടുത്ത് കാര്യനിർവ്വഹണം നടത്തി വരുന്ന കാലമാണ്. അധഃപതിച്ച ക്ഷേത്രം എന്ന് അന്വേഷിച്ചു പോകാൻ പ്രയാസമാണ്. അതുകൊണ്ടുതന്നെ സാമൂഹ്യ പ്രസക്തിയുമില്ല. ഇന്ന് മറ്റു പ്രശ്നങ്ങളാണ്. അധികമായ താല്പര്യങ്ങൾ ഇത്തരം കാര്യങ്ങളിലുണ്ടാവുന്നതും അത് അനാവശ്യമായ തലങ്ങളിലേക്ക് പോകുന്നതുമൊക്കെയാവും ഇന്നത്തെ പ്രശ്നങ്ങൾ.

മൂക്കുതലയെ സംബന്ധിച്ചിടത്തോളം ഇവിടെ മൊത്തത്തിൽ തൊഴിലില്ലായ്മ നിലനിന്നിരുന്നു. മൂക്കുതല സ്കൂളിൽ നിന്ന് പത്താം തരം പാസായി കുറേപേർ പുറത്തുവന്നിരുന്നു. അവർക്കാകെ ഉപരിപഠന സൗകര്യം കുറവ്. ഗൾഫിലേക്കു പോയാൽ ജോലി ലഭ്യതയുണ്ടോ എന്ന അന്വേഷണങ്ങൾ, അതിനുള്ള സാമ്പത്തിക ബുദ്ധിമുട്ട് അങ്ങനെ പൊതുവിലുള്ള ഒരു മാറ്റത്തിന്റെ കാലമായിരുന്നു എഴുപതുകൾ. തുടർന്നുള്ള പത്ത് പതിനഞ്ചുവർഷങ്ങളിൽ ധാരാളമാളുകൾ ഗൾഫിലേക്ക് പോവുകയും ഇവിടത്തെ സാമ്പത്തിക സാമൂഹ്യ സ്ഥിതി മെച്ചപ്പെടുകയും ചെയ്തു.

ദൈവനിഷേധത്തിന്റെ പ്രശ്നം വരുന്നുണ്ടോ ഈ സിനിമയിൽ എന്നത് സംശയാസ്പദമാണ്. വലിയ വിശ്വാസികൾ തന്നെ അവരവർക്ക്

കഷ്ടപ്പാടുകൾ വരുന്ന സമയത്ത് ദൈവത്തെ കുറ്റപ്പെടുത്തിയിട്ടുണ്ടാകാം. അത് സ്വാഭാവികമാണ്. ആ ഒരു പശ്ചാത്തലം ഉണ്ടെന്നതല്ലാതെ ദൈവ നിഷേധമുണ്ടെന്ന് തോന്നുന്നില്ല. ഭഗവതിക്കു വേണ്ടി മാത്രം ജീവിച്ചു വന്ന തങ്ങൾക്ക് ഇത്തരമൊരു ദുർഗ്ഗതി വന്നുവല്ലോ എന്ന നിരാശയുടെ ഫല മെന്നേ പറയാനാവൂ.

കേരളത്തിലെ എല്ലാ ഗ്രാമങ്ങളെയും പ്രതിനിധീകരിച്ചുകൊണ്ടാണ് എം ടി *നിർമ്മാല്യം* എടുത്തത്. ഇത് മൂക്കുതലയുടെ മാത്രം കാര്യമല്ല കേരളത്തിലെ മൊത്തമാണ്.

മൂക്കുതലയുടെ നിർമ്മാല്യ സ്മരണകൾ

ശ്യാം കൃഷ്ണൻ പി കെ

വാളും ചിലമ്പും ദീപസ്തംഭത്തിനു മുന്നിൽവെച്ച് അയാൾ നില്ക്കുന്നു. ഭഗവതിയെ നോക്കുന്നു. ഭഗവതി അയാളെ നോക്കുന്നു. തിരിയുഴിച്ചിൽ മുന്നിൽ. താളമൊഴിച്ചുള്ള ഒരു തിരിയുഴിച്ചിൽ പൂർണ്ണമായി. അതിനു പിന്നിൽ പരിച കളിക്കാർ. പരിചകളി.

അതിനു മുന്നിൽ നാക്കു നീട്ടിയ ഭഗവതിത്തറകൾ..

നടത്തുചൊല്ലൽ മേളം.

വെളിച്ചപ്പാട് ഇമവെട്ടാതെ ഭഗവതിയെ നോക്കിക്കൊണ്ട് അയാൾ വാളും ചിലമ്പുമെടുക്കുന്നു.

"ഹിയ്യേ..." എന്ന് അലർച്ച. താളവാദ്യങ്ങളുടെയും ആർപ്പുവിളികളുടെയും ഉപരിയായി മുഴങ്ങുന്നു.

അയാൾ പരിചമുട്ടുകാർക്കിടയിലൂടെ, വാദ്യക്കാർക്കിടയിലൂടെ താലമെടുത്ത് നില്ക്കുന്ന പെണ്ണുങ്ങൾക്കിടയിലൂടെ തുള്ളിക്കൊണ്ട് നടക്കുന്നു.

"ഹിയ്യോ... ഹിയ്യോ."

താലത്തിൽ തിരികൾ കത്തുന്നു.

വെളിച്ചപ്പാടിന്റെ സംഹാര നൃത്തം.

മുമ്പൊരിക്കലും കാണാത്ത തീവ്രതയോടെ ആവേശത്തോടെ വെളിച്ചപ്പാട് തുള്ളുന്നു- തലയിൽ വെട്ടുന്നു. ആരോ ചിലർ വിലക്കാൻ ശ്രമിക്കുന്നു. ആ കൈകളെ ഒരു നോട്ടം കൊണ്ട് മാറ്റി നിർത്തി അയാൾ തലയിൽ വെട്ടുന്നു.

ആൾക്കൂട്ടത്തിന്റെ അത്ഭുതവും ഭീതിയും ഭക്തിയും.

ആൾക്കൂട്ടത്തിൽ വെളിച്ചപ്പാടിന്റെ മക്കൾ.

അവരുടെ പ്രതികരണം.

വാരിയർ പന്തത്തിൽ എണ്ണയൊഴിച്ച് അടുത്തുനില്ക്കുന്നവരോട്

"അമ്മേ ഭഗവതീ ഞാനിത്ര ശൗര്യം മുൻപൊരിക്കലും കണ്ടിട്ടില്ലേയ്."

മേളം മുറുകുന്നു. പരിചകളിക്കാരുടെ താളം മുറുകുന്നു. വിറയ്ക്കുന്ന കൈത്തലത്തിൽ അരി. അത് വസൂരിയുടെ വിത്തുകളാകാൻ അയാൾ പ്രാർത്ഥിക്കുകയാവാം.

"ഹിയ്യോ..." എന്ന അലർച്ചയോടെ അയാൾ അരിയെറിയുന്നു.

നടയ്ക്കുമുന്നിൽനിന്ന് അയാൾ അലറിക്കൊണ്ട് തിരുനടയിലേക്കോടുന്നു.

നടയ്ക്കുമുന്നിൽനിന്ന് അയാൾ അലറിക്കൊണ്ട് തലയിൽ ആഞ്ഞാഞ്ഞുവെട്ടുന്നു. മേളം മൂർദ്ധന്യത്തിൽ. തലയിൽ നിന്നൊഴുകിയ ചോര മുഖത്ത്; കണ്ണുകളിൽ:

രംഗം ആകെ മങ്ങുന്നു. ഒരു നിമിഷം.

അകലെ ശ്രീകോവിലിൽ ശ്രദ്ധിക്കുന്ന ഭഗവതി.

വായിലേക്കൊഴുകിയ ചോര അയാൾ തുപ്പുന്നു.

ആ രക്തം മുമ്പിലെ ദീപസ്തംഭത്തിൽ ബലിക്കല്ലിൽ.

അവസാനത്തെ ശക്തിയും സംഭരിച്ച് അയാൾ വാതിലെടുത്തു ചാടി.

അമ്പലത്തിനകത്തേക്ക്

ബിംബം അയാളുടെ അടുത്തെത്തുന്ന പ്രതീതി. അയാൾ ആഞ്ഞുവെട്ടുന്നു.

വാരിയർ: "അടങ്ങണം അമ്മേ അടങ്ങണം."

കരിങ്കല്ലിൽ തട്ടി വെളിച്ചപ്പാടിന്റെ വാള് മുറിയുന്നു.

പള്ളിവാളിന്റെ പിടിയുമായി അയാൾ നടയിൽ വീഴുന്നു.

മഞ്ഞൾപ്പൊടിയും വെള്ളവുമായി വാരിയരും പരിചാരകന്മാരും വീണുകിടക്കുന്ന വെളിച്ചപ്പാടിന്റെ അടുത്ത് എത്തുന്നു. നിശ്ശബ്ദത. നിശ്ചലത.

മൂക്കുതലയുടെ സ്വന്തം സിനിമ

മലയാളിയുടെ ചലച്ചിത്രാനുഭവങ്ങളിൽ "ഹിയ്യേ" എന്ന അലർച്ചയും ശ്രീകോവിലിലെ ഭഗവതിയുടെ വിഗ്രഹത്തിൽ ഒലിച്ചിറങ്ങുന്ന വെളിച്ചപ്പാട് തുപ്പിയ ചോരയും എക്കാലത്തെയും മികച്ച ക്ലൈമാക്സുകളിൽ ഒന്നാണ്. മുപ്പത്തിമൂന്ന് വർഷം മുമ്പ് 1973 ൽ എം ടി വാസുദേവൻ നായരും സംഘവും സിനിമ പിടിക്കാൻ മൂക്കുതല ഗ്രാമത്തിൽ എത്തുന്നത് ഇവിടത്തെ പഴമക്കാർക്ക് ഇന്നലെ നടന്നതുപോലെയുള്ള ഓർമ്മയാണ്. മലപ്പുറം ജില്ലയിലെ പൊന്നാനി താലൂക്കിൽപ്പെട്ട മൂക്കുതല ഗ്രാമത്തിൽ ആദ്യത്തേയും അവസാനത്തേയും സിനിമാ അനുഭവം ഏതെന്നു ചോദിച്ചാൽ ഒന്നേ മറുപടിയുള്ളൂ. *നിർമ്മാല്യം.* മുപ്പത് വർഷങ്ങൾ മൂക്കുതലയിൽ ഏറെ മാറ്റങ്ങളുണ്ടാക്കി. പക്ഷേ, *നിർമ്മാല്യം* കാലാതിവർത്തിയായി. *നിർമ്മാല്യ*ത്തിന് പശ്ചാത്തലമായ മൂക്കുതല കീഴേക്കാവ് ക്ഷേത്രം ഇന്ന്

ഇടിഞ്ഞുപൊളിഞ്ഞ ഓർമ്മയില്ല. ധാരാളം ഭക്തജനങ്ങൾ പതിവായി ആരാധനയ്ക്കെത്തുന്ന ഒരു പുതിയ ക്ഷേത്രമായി വളർന്നിരിക്കുന്നു. എങ്കിലും ഇവിടത്തുകാർ പുതിയ തലമുറയോട് പറയും.

ഇവിടെയാണ് എം ടിയുടെ *നിർമ്മാല്യം* ഷൂട്ട് ചെയ്തത്.

കേൾവിക്കാരൻ സിനിമാസ്വാദകനാണെങ്കിൽ അമ്മേ ഭഗവതി എന്ന വെളിച്ചപ്പാടിന്റെ സ്വരം ചെവിയിൽ മുഴങ്ങും. *നിർമ്മാല്യ*സ്മരണകൾ മനസ്സിൽ അണയാതെ സൂക്ഷിക്കുന്ന ഒരുതലമുറ ഇന്നും മൂക്കുതലയിൽ കഴിയുന്നു. എം ടിയോടും പി ജെ ആന്റണിയോടുമൊപ്പം ഓടിനടന്ന കുറേപ്പേർ ഇന്ന് ജീവിച്ചിരിപ്പില്ല. സിനിമയിൽ പലപ്പോഴായി മുഖം കാണിച്ചവർ ഇന്ന് വിശ്രമജീവിതത്തിലോ വാർദ്ധക്യത്തിലോ ആണ്. ജീവിതത്തിന്റെ വിവിധ ഘട്ടങ്ങളിൽ വ്യത്യസ്തമായ അനുഭവങ്ങളിലൂടെ കടന്നുപോകുമ്പോഴും ഒരു ചലച്ചിത്രം സമ്മാനിച്ച അഭിമാനമുണ്ടിവർക്ക്.

"ഇയ്യാളെ മനസ്സിലായില്ലേ? ഇത് ഉണ്ണിമാധവൻ. എം ടിയുടെ *നിർമ്മാല്യ*ത്തിൽ അഭിനയിച്ച ആളാ..."

ജീവിതത്തിൽ ആദ്യമായും അവസാനമായും ഒരു സിനിമയിൽ മുഖം കാട്ടിയതിന്റെ അനുഭവം ഉണ്ണിമാധവൻ എന്ന റിട്ടയേർഡ് ബാങ്ക് ഉദ്യോഗസ്ഥൻ ഇങ്ങനെ വിവരിക്കുന്നു.

> അക്കാലത്ത് ഞാനിവിടെ ചങ്ങരംകുളം സൗത്ത് ഇന്ത്യൻ ബാങ്കിൽ ജോലി ചെയ്യുകയാണ്. ജോലി കഴിഞ്ഞാൽ സ്ഥിരമായി ഷൂട്ടിങ് കാണാൻ പോകും. ഒരുദിവസം ലാസ്റ്റ് ഷോട്ടിൽ ചെറിയൊരു ഭാഗമുണ്ട്. അതിലൊന്ന് അഭിനയിച്ചുകൂടെ എന്ന് എം ടി നേരിട്ടു ചോദിച്ചു. ഞാൻ രണ്ടാമതൊന്ന് ആലോചിച്ചില്ല. ഞാൻ തയ്യാറാണെന്നു പറഞ്ഞു. അങ്ങനെയാണ് ഒരുചെറിയ ഭാഗത്ത് ഞാൻ തല കാണിക്കുന്നത്.

"ഉണ്ണി നമ്പൂതിരിയോടൊപ്പം മറ്റൊരു നമ്പൂതിരിയും വരുന്നു.

വെളിച്ചപ്പാട്: "ആ.... ഉണ്ണി നമ്പൂതിരി വന്നത് നന്നായി. ഉത്സവം പൊടിപാറണം."

ഉണ്ണി നമ്പൂതിരി: "ഇദ്ദേഹമാണ് ഇനി ശാന്തി. ഞാൻ പോവാണ്."

വാരിയർ: "ഉദ്യോഗത്തിന്റെ കാര്യൊക്കെ ശര്യായോ?"

ഉണ്ണി നമ്പൂതിരി: "ശരിയാവുന്നു."

വെളിച്ചപ്പാട്: "ഗുരുതി കഴിഞ്ഞിട്ട് പോയാൽ പോരേ? ഉണ്ണ്യമ്പൂരിയുടെ തലവര നന്ന്നാ എനിക്ക് തോന്നിയത്. ഇപ്പോഴെങ്കിലും അത് നടക്കും ന്നായല്ലോ."

ഉണ്ണി നമ്പൂതിരി വേദനയോടെ മന്ദഹസിക്കുന്നു.

ഉണ്ണി നമ്പൂതിരി: "എനിക്ക് പോണം, പോകാതെ പറ്റില്ല."

അയാൾ നമ്പൂതിരിയുമായി നടക്കുന്നു.

സിനിമ കണ്ടുകൊണ്ടിരിക്കുന്ന മൂക്കുതലക്കാർ പരസ്പരം പറഞ്ഞു.

“ആ ഉണ്ണി നമ്പൂതിരിയോടൊപ്പമുള്ളതേ നമ്മുടെ ഉണ്ണിമാധവനാ.”

“പെണ്ണ് കാണാൻ പോയ വീട്ടിൽ പോലും സ്ത്രീകൾ അടക്കം പറഞ്ഞത് ഞാൻ സിനിമാ നടനാന്നാ..” ഉണ്ണിമാധവൻ കൗതുകത്തോടെ ഓർക്കുന്നു.

എം ടിയുടെ കഥകളും നോവലുകളും സിനിമയും മലയാളിയോട് ഇടപെട്ടത് എങ്ങനെയാണോ അതുപോലെ *നിർമ്മാല്യ*ത്തിലെ കഥാപാത്രങ്ങൾ ഇന്നും മൂക്കുതലയിൽ ചർച്ചയാണ്. ഒരു ഗാനം ഒരു കലാസൃഷ്ടിയെ നെഞ്ചിലേറ്റിയ അപൂർവ്വമായ ഓർമ്മ.

കുട്ടികളുടെ ഷൂട്ടിങ് കളി

> 1973 ലാണ് ഇവിടെ ഷൂട്ടിങ് നടക്കുന്നത്. അന്ന് ഒരു വലിയ അദ്ധ്യാപക സമരം നടന്ന കൊല്ലമാണ്. നാല്പത്തിരണ്ട് ദിവസം സ്കൂളുകൾ പൂട്ടി. അത് കഴിഞ്ഞപ്പോൾ ഏപ്രിൽ മാസം ക്ലാസെടുക്കാം എന്ന് അദ്ധ്യാപകർ തീരുമാനിച്ചു. പക്ഷേ, ഏപ്രിൽ മാസത്തിൽ ഒരു കുട്ടിയും ക്ലാസിലിരിക്കില്ല. എല്ലാവരും ഷൂട്ടിങ് കാണാൻ പോകും. ഞാൻ എട്ടാം ക്ലാസിലാ. ഞാനീ കുട്ടികളോടൊപ്പം ഷൂട്ടിങ് കാണാൻ പോയിരുന്ന ഒരാളാ.

എം ടി കുറെ കുട്ടികളെക്കുറിച്ച് പറഞ്ഞ കൂട്ടത്തിൽ അന്ന് ഐഡന്റിറ്റി ഇല്ലാത്ത ഒരു കുട്ടിയായിരുന്നു ഞാൻ. അന്ന് ഞങ്ങളുടെയൊക്കെ സീനിയറായിട്ടുള്ള പത്താംക്ലാസിൽ പഠിക്കുന്നവരാണ് ഇതിന്റെ നേതൃത്വം. എന്റെ ഒരു ഓർമ്മ. നിങ്ങൾക്കൊക്കെ അഭിനയിക്കാനൊരു അവസരം കിട്ടും. പൂരം വരും. അങ്ങനെ പൂരത്തിന്റെയന്ന് അഭിനയിക്കാം. എന്ന് പറയുന്നതാണ്.

‘പൂര’ ദിവസം കാത്തിരുന്ന മൂക്കുതലയിലെ കുട്ടികൾ ഷൂട്ടിങ് കളി എന്ന കളിക്ക് തന്നെ രൂപംനല്കിയതായി ആലങ്കോട് ലീലാകൃഷ്ണൻ ഓർക്കുന്നു. പൂരദിവസം സിനിമയിലഭിനയിച്ച അനുഭവങ്ങളിലൂടെ ലീലാകൃഷ്ണൻ ഇങ്ങനെ തുടരുന്നു.

> സിനിമയിലഭിനയിക്കാം എന്നതാണ് അന്നത്തെ വലിയൊരു ആഗ്രഹം. അന്ന് ക്യാമറയിങ്ങനെ എല്ലാവരുടെ മുഖത്തേക്കും തിരിച്ചു അപ്പോ. ഇതിലൊക്കെയുണ്ട്. ഞാനൊക്കെ സിനിമയിലഭിനയിച്ചു എന്നാണ് ധാരണ. സിനിമ കാണാൻ പോയപ്പോഴാണ്- അന്നു മുപ്പത്തിയഞ്ച് പൈസയോ നാല്പത് പൈസയോ ഉള്ളൂ. ഈ തറ ടിക്കറ്റിന് അന്ന് അതിനൊക്കെ വലിയ ബുദ്ധിമുട്ടുള്ള കാലം. വീട്ടുകാരൊക്കെയായിട്ട് കാണാൻ പോയപ്പോൾ ഈ പൂരത്തിന്റെ ഇടയിൽ എവിടെയോ ഇതാ കണ്ടൂന്ന് തോന്നിയപ്പോഴേക്കും കഴിഞ്ഞു. എന്റെ കൂട്ടുകാരൊക്കെ നല്ലോണം കാണു

ന്നുണ്ട്. ഞാൻ തന്നെയാണെന്ന് എനിക്കുറപ്പായിട്ടില്ല. അത്രയേ ഉള്ളൂ. രണ്ടാമത് പോയി സിനിമ കാണാനുള്ള സാമ്പത്തികമില്ല. അപ്പൊ അന്ന് ഞാൻ ചെയ്ത ഒരു തന്ത്രം ചങ്ങരംകുളത്തെ പ്രഭ ടാക്കീസിൽ ഫസ്റ്റ് ഷോ കഴിയുന്നതുവരെ പുറത്തെ ചായപ്പീടിക യുടെ മുന്നിലങ്ങനെ പോയി നില്ക്കും. ഇടവേളയ്ക്ക് ആളുകൾ മൂത്രമൊഴിക്കാൻ വേണ്ടി പുറത്തേക്കുവന്നാൽ മൂത്രമൊഴിച്ച് തിരിച്ച് കയറുന്നവരോടൊപ്പം ഞാനും കയറും. ഒടുവിൽ രണ്ടാമതും ഇത്ത രമൊരു ശ്രമം നടത്തിയപ്പോൾ ടിക്കറ്റ് മുറിച്ചുകൊടുക്കാൻ നില്ക്കുന്ന സഖാവ് നാരായണൻ നായർ എന്നെ കൈയോടെ പിടി കൂടി.

ഇങ്ങനെ ഒരു അപമാനവും എനിക്ക് *നിർമ്മാല്യ*ത്തിന്റെ പേരിൽ ഉണ്ടായിട്ടുണ്ട്.

ലീലാകൃഷ്ണനോടൊപ്പം അന്ന് പൂരത്തിലഭിനയിച്ച കുട്ടികൾ ഏറെ വലുതായി. ജീവിതത്തിന്റെ തിരക്കുകൾക്കിടയിലും പരസ്പരം കണ്ടുമു ട്ടുമ്പോൾ അവർ *നിർമ്മാല്യ*ത്തെക്കുറിച്ച് സംസാരിക്കും. അങ്ങനെ *നിർമ്മാല്യം* ഓരോരുത്തരുടെയും സിനിമാഭിനയമായി ഇന്നും ഈ ഗ്രാമ വാസികൾ ഓർക്കുന്നു.

പകിട പന്ത്രണ്ട്

പകിടകളിയിൽ മൂക്കുതലക്കാരെ വെല്ലുവിളിക്കുന്നവർ കുറവാണെന്ന് ഇവിടത്തെ പഴമക്കാർ പറയും.

"സ്ക്രീനിൽ പകിട കളിക്കാരുടെ ശബ്ദം. തിരിയുന്ന പകിടക്കാരുടെ പശ്ചാത്തലത്തിൽ ആർപ്പും വിളിയും. ഒരു കരു തിരിഞ്ഞുവീണു."

"ആറ്... ആറ്..."

രണ്ടാമത്തെ കരു തിരിയുന്നു.

ആർപ്പ്. ഈരാറ് പന്ത്രണ്ട്. "വീഴ് പകിടേ."

ആർപ്പ്. "ആറൊന്നോട് ആറൊന്നോട് ചതിക്കല്ലേ പകിടേ."

അനേകം കണ്ഠങ്ങളിൽനിന്ന്.... "പകിട പന്ത്രണ്ട്."

മൂക്കുതലക്കാരുടെ ശങ്കരേട്ടന് *നിർമ്മാല്യ*ത്തിലെ ഈ രംഗം മറക്കാൻ കഴിയില്ല. ശങ്കരേട്ടൻ പകിടകളിയിലെ തന്റെ ആശാനോടൊപ്പം എം ടിയുടെ ക്ഷണം സ്വീകരിച്ച് ആർപ്പ് വിളിക്കാൻ കൂടെ പോയി. മുപ്പതു വർഷങ്ങൾക്കുശേഷം *നിർമ്മാല്യം* മൂക്കുതല ഗ്രാമത്തിൽ പ്രദർശിപ്പിച്ച പ്പോൾ പകിട കളിക്കാരിൽ ശങ്കരേട്ടനെ കണ്ടപ്പോൾ ഏവരും കൈയടിച്ചു. അങ്ങനെ ശങ്കരേട്ടനും സിനിമാ നടനായി.

പത്മനാഭൻ നായർ

മൂക്കുതലയിലെ ഹരിജൻ ഹോസ്റ്റലും ചിത്രൻ നമ്പൂതിരിപ്പാടിന്റെ

വീടും കീഴേക്കാവ് അമ്പലവും എല്ലാം ഒരു *നിർമ്മാല്യ*കാലത്തിന്റെ ഓർമ്മകളാണ്. പറപ്പൂർ പത്മനാഭൻ നായർക്ക് മൂക്കുതലയിൽ ഷൂട്ടിങ് തുടങ്ങിയ ദിവസം മുതൽ അവസാനിക്കുന്നതുവരെ പത്മനാഭൻ നായർ ഓടി നടന്നു. "എം ടിക്കും ആന്റണി ആശാനും കുടത്തിൽ സാധനമെത്തിക്കലാണ് പ്രധാന പണി. ഒടുവിൽ ഷൂട്ടിങ് കഴിഞ്ഞുപോകുമ്പോ ആന്റണി ആശാൻ ചോദിച്ചു. ഇനി ആലപ്പുഴയിലേക്കാണ് കൂടെ കൂടുന്നോന്ന്. ഞാൻ സമ്മതിച്ചില്ല. വീട്ടിലെ കാര്യങ്ങളൊക്കെ അവതാളത്തിലാകും."

എല്ലാം ഇന്നലെ നടന്നതുപോലെയാണ് പത്മനാഭൻ നായർക്ക്. ഒരു സിനിമാനുഭവം ഒരു ഗ്രാമം കഴിഞ്ഞ മുപ്പതുവർഷമായി നെഞ്ചേറ്റുന്ന അപൂർവ്വമായ അനുഭവമാണ് മൂക്കുതലയിൽ കാണാൻ കഴിഞ്ഞത്. *നിർമ്മാല്യ*ത്തിന്റെ കാലിക പ്രസക്തിയും കലാമൂല്യവും ഇവിടെ ചർച്ച ചെയ്യപ്പെടുന്നു. ജീവിതവുമായി ഇടകലർന്ന ഓർമ്മയായി *നിർമ്മാല്യം* മാറിയതിന്റെ അനുഭവങ്ങളാണ് ഈ ചടങ്ങിനെ വ്യത്യസ്തമാക്കിയത്. മുപ്പത്തിമൂന്ന് വർഷങ്ങൾക്കുശേഷം സിനിമ കണ്ടവരും ആദ്യകാഴ്ചക്കാരും ഒരേ ആശങ്ക പങ്കുവെച്ചു.

"ഇന്നായിരുന്നെങ്കിൽ ഇങ്ങനെയൊരു ചലച്ചിത്രം...?"

ഒരു കലാസൃഷ്ടിയെ പൂർണ്ണമനസ്സോടെ നെഞ്ചിലേറ്റിയ ഒരു ഗ്രാമത്തിന് ഈ ചോദ്യത്തിന് ഉത്തരം നല്കാൻ കഴിയുന്നു. അങ്ങനെ മൂക്കുതല കേരളത്തിന്റെ ചലച്ചിത്രാനുഭവത്തിലും ആസ്വാദനത്തിലും വേറിട്ട ശബ്ദമാവുകയാണ്.

നിർമ്മാല്യം സിനിമ മൂക്കുതലയിലേക്ക് വന്ന വഴി

എം നാരായണൻ നമ്പൂതിരി

ആയിരത്തിത്തൊള്ളായിരത്തി എഴുപത്തിമൂന്നിലാണ് ശ്രീ. എം ടി വാസുദേവൻ നായർ *നിർമ്മാല്യം* സിനിമ എടുത്തത്. അത് ഒരു വെളിച്ചപ്പാടിന്റെ കഥയാണല്ലോ. സിനിമ ഷൂട്ടു ചെയ്യുവാൻ പറ്റിയ ലൊക്കേഷൻ അന്വേഷിച്ചുനടന്ന അദ്ദേഹത്തിന് മൂക്കുതല ഗ്രാമവും ജീർണ്ണാവസ്ഥയിലായിരുന്ന കീഴേക്കാവ് ക്ഷേത്രവും പറ്റിയ സ്ഥലമാണെന്നു ബോദ്ധ്യമായി. അന്ന് മൂക്കുതല ക്ഷേത്രങ്ങളുടെ ഭരണം മലബാർ ഹിന്ദുമത ധർമ്മസ്ഥാപന ബോർഡ് നേരിട്ടാണ് നടത്തിയിരുന്നത്. തിരുമിറ്റക്കോട് ആസ്ഥാനമായ ദേവസ്വം ഇൻസ്പെക്ടർ ശ്രീ. രാധാകൃഷ്ണ മേനോനായിരുന്നു ഭരണാധികാരി. അദ്ദേഹത്തെ സഹായിക്കുവാൻ നാട്ടുകാരിൽനിന്നും തിരഞ്ഞെടുത്ത ഒരു ഉപദേശക സമിതി ഉണ്ടായിരുന്നു. പഴയ ഊരാളന്മാരായ മംഗലത്തേരി, പന്താവൂർ എന്നീ ഇല്ലങ്ങളിലെ ഓരോരുത്തർ ഉപദേശക സമിതിയിൽ സ്ഥിരാംഗങ്ങളായിരുന്നു. 1971 ൽ എന്റെ മുത്തച്ഛൻ മരിച്ചതിനെത്തുടർന്ന് ഞാൻ ഭരണസമിതിയിലെ സ്ഥിരാംഗമായി. നയപരമായ തീരുമാനങ്ങൾ മുഴുവൻ ഈ ഉപദേശക സമിതി അംഗീകരിക്കേണ്ടിയിരുന്നു.

അക്കാലത്ത് ഞാൻ ജോലി ചെയ്തിരുന്നത് കോഴിക്കോട്ടായിരുന്നു. എനിക്കു ഞായറാഴ്ച മാത്രം ഒഴിവായിരുന്നതിനാൽ ഉപദേശക സമിതി ഞായറാഴ്ചകളിലാണ് കൂടിയിരുന്നത്. അങ്ങനെ 1973 മെയ് മാസത്തിലെ ഒരു ഞായറാഴ്ച ഉപദേശക സമിതി കൂടിയപ്പോൾ ദേവസ്വം ഇൻസ്പെക്ടർ ശ്രീ. എം ടി വാസുദേവൻ നായർ എടുക്കുന്ന സിനിമയ്ക്ക് മൂക്കുതല ക്ഷേത്രപരിസരം ഷൂട്ടിങ്ങിനായി കൊടുക്കണമെന്നഭ്യർത്ഥിച്ചു. എന്നാൽ ഉപദേശക സമിതിയിലെ ഞാനൊഴികെ എല്ലാ അംഗങ്ങളും അമ്പലത്തിൽവെച്ചു സിനിമ ഷൂട്ടു ചെയ്യുമ്പോൾ അതിന്റെ പരിശുദ്ധി നഷ്ട

പ്പെടും എന്നുപറഞ്ഞ് എതിർത്തു. ഞാൻ മാത്രം ഇതുകൊണ്ട് ക്ഷേത്ര ത്തിന്റെ പ്രശസ്തി വർദ്ധിക്കുമെന്നും ഇതിൽനിന്നും ലഭിക്കുന്ന പ്രതി ഫലം ക്ഷേത്രജീർണ്ണോദ്ധാരണത്തിന് ഉപയോഗിക്കാമെന്നും പറഞ്ഞു അനുകൂലിച്ചു. പിന്നെ വെളിച്ചപ്പാടിനെ അവതരിപ്പിക്കുന്ന നായകൻ പി ജെ ആന്റണി അഹിന്ദുവാകയാൽ അമ്പലത്തിൽ കടക്കുമെന്നും എതിർത്ത വർക്ക് ആക്ഷേപമുണ്ടായിരുന്നു. ആന്റണി അമ്പലത്തിൽ കടക്കുന്ന സീനു കൾ സ്റ്റുഡിയോവിൽ ഇതേപോലെ അമ്പലമുണ്ടാക്കി അവിടെ വെച്ച് മാത്രമേ ഷൂട്ടു ചെയ്യുകയുള്ളൂ എന്ന് ഇൻസ്പെക്ടർ പറഞ്ഞെങ്കിലും ക്ഷേത്രം സിനിമാ ഷൂട്ടിങ്ങിനു കൊടുക്കേണ്ട എന്നായിരുന്നു അന്തിമ തീരുമാനം.

അടുത്ത ഞായറാഴ്ച ശ്രീ. എം ടി വാസുദേവൻ നായർ പറഞ്ഞയ ച്ചതാണെന്ന് പറഞ്ഞ് നടൻ സുകുമാരനും അദ്ദേഹത്തിന്റെ അമ്മാവൻ ശ്രീ. എടപ്പാൾ കുട്ടനും കൂടി എന്നെ വന്നുകണ്ടു. ശ്രീ സുകുമാരൻ അദ്ദേ ഹത്തിന് സിനിമയിൽ ആദ്യമായി കിട്ടുന്ന നായകവേഷമാണെന്നും അതു കൊണ്ട് സിനിമ ഷൂട്ടുചെയ്യുവാനുള്ള അനുവാദത്തിനുവേണ്ടി കഴിയുന്ന സഹായങ്ങൾ ചെയ്യണമെന്നും എന്നോട് അഭ്യർത്ഥിച്ചു. പിന്നീട് അന്നു തന്നെ ഞങ്ങൾ മൂന്നുപേരുംകൂടി എല്ലാ ഉപദേശകസമിതി അംഗങ്ങളെയും അവരവരുടെ വീടുകളിൽ പോയി കണ്ടു. കാര്യം വിശദമായി സംസാരി ച്ചപ്പോൾ ഓരോരുത്തരും എതിരഭിപ്രായം പിൻവലിച്ചു. പിന്നീട് 3-ാമത്തെ ഞായറാഴ്ച വീണ്ടും ഉപദേശക സമിതിയോഗം ചേർന്നു. ഷൂട്ടിങ്ങിന് അനു വാദം നല്കി.

ഇങ്ങനെയാണ് ശ്രീ. എം ടി വാസുദേവൻ നായരുടെ പ്രസിദ്ധമായ *നിർമ്മാല്യം* സിനിമ ഒരു കുഗ്രാമമായിരുന്ന മൂക്കുതലയിലെ ഇടിഞ്ഞു പൊളിഞ്ഞ കീഴേക്കാവ് ക്ഷേത്രത്തെ കേന്ദ്രമാക്കി നിർമ്മിക്കുവാൻ ഇട യായത്.

നിർമ്മാല്യക്കാലം

മുഹമ്മത്കുട്ടി

അന്ന് മൂക്കുതല ഹൈസ്കൂളിൽ പത്താം ക്ലാസ് വിദ്യാർത്ഥിയാണ് ഞാൻ. വർഷം 1973. കണ്ണേങ്കാവിനടുത്തുള്ള ക്ലാസിലെ കൂട്ടുകാരൻ പറഞ്ഞാണ് *നിർമ്മാല്യ*ത്തെക്കുറിച്ച് അറിയുന്നത്. അവൻ സ്കൂളിലേക്ക് വരുമ്പോൾ ഷൂട്ടിങ് കണ്ടത്രേ! മേലേക്കാവിന് മുമ്പിലുള്ള ചെമ്മൺ നിരത്തിലൂടെ ഒരു കാളവണ്ടിക്കൊപ്പം സംസാരിച്ചുകൊണ്ട് നടന്നുനീങ്ങുന്ന മുടി നീട്ടിവളർത്തിയ ഒരു വയസ്സനും വെളുത്ത് കൊലുന്നനെയുള്ള ഒരു ചെറുപ്പക്കാരനും. അവൻ കണ്ട രംഗം അതായിരുന്നു. വയസ്സൻ ഒട്ടനവധി സിനിമകളിൽ അഭിനയിച്ച പി ജെ ആന്റണിയാണ്. ചെറുപ്പക്കാരൻ പുതുമുഖമാണ് പേര്: സുകുമാരൻ. അവൻ എല്ലാം അറിഞ്ഞിരിക്കുന്നു. മനസ്സിലാക്കിയിരിക്കുന്നു.

എന്നേക്കാൾ മുമ്പ് എന്റെ കൂട്ടുകാരൻ രാജൻ സിനിമയുടെ ഷൂട്ടിങ് കണ്ടിരിക്കുന്നു. *ഭാർഗ്ഗവീനിലയത്തിലും പുന്നപ്രവയലാറിലും നദിയിലും* മറ്റും അഭിനയിച്ച പി ജെ ആന്റണിയെ ജീവനോടെ കാണുകയും ചെയ്തിരിക്കുന്നു.

വല്ലാത്ത കുറച്ചിലായിപ്പോയി. ഞാനാകെ എരിപൊരിക്കൊണ്ടു.

ആദ്യത്തെ രണ്ടു പിരീഡ് എങ്ങനെയൊക്കെയോ ക്ലാസിലിരുന്നു കഴിച്ചുകൂട്ടി. മാഷന്മാർ വന്നു പോരുന്നുവെന്നല്ലാതെ ക്ലാസൊന്നും എന്നെ ബാധിച്ചില്ല. മനസ്സ് നിറയെ ഷൂട്ടിങ്ങായിരുന്നു.

ഇടയ്ക്ക് ഇന്റർവെല്ലിന് രാജന്റെ ബാക്കി വിവരണംകൂടി കേട്ട് കഴിഞ്ഞതോടെ *നിർമ്മാല്യം* തലയ്ക്ക് പിടിച്ച് കഴിഞ്ഞിരുന്നു. എനിക്ക് പിന്നെ ഇരിക്കപ്പൊറുതിയില്ലാതായി. മുൻപിൻ നോക്കാതെ മേലേക്കാവിലേക്ക് വച്ചുപിടിച്ചു. ഒറ്റയ്ക്ക്. ഞാൻ ഷൂട്ടിങ് സ്ഥലത്തെത്തുമ്പോൾ ചിത്രമാകെ മാറിയിരിക്കുന്നു. മേലേക്കാവിനടുത്തുള്ള ഓടിട്ട ഒരു ചെറിയ വീട്ടിലായിരുന്നു അപ്പോൾ ചിത്രീകരണം നടന്നുകൊണ്ടിരുന്നത്. പി ജെ ആന്റ

ണിയോടൊപ്പം കവിയൂർ പൊന്നമ്മയുമുണ്ട്. ആ വീട് സിനിമയിൽ പി ജെ ആന്റണിയുടെ വീടാണ്. പി ജെ ആന്റണി വെളിച്ചപ്പാടായിട്ടാണ് അഭിനയിക്കുന്നത്. അദ്ദേഹത്തിന്റെ ഭാര്യയായി കവിയൂർ പൊന്നമ്മയും. പിന്നെ ഏതാണ്ട് നാല്പതോളം സുന്ദരികളും സുന്ദരന്മാരുമടങ്ങിയ സംഘത്തെ നിയന്ത്രിക്കുന്ന സംഘത്തലവൻ എം ടി വാസുദേവൻ നായരാണ്. സ്കൂൾ ലൈബ്രറിയിൽ നിന്നെടുത്ത് വായിച്ച *അസുരവിത്തും നാലുകെട്ടും* എഴുതിയ അതേ എം ടി വാസുദേവൻ നായർ. മൂപ്പരാണ് സംവിധായകൻ.

രാജൻ പറയാത്ത പല കാര്യങ്ങളും ഞാൻ ചോദിച്ച് മനസ്സിലാക്കി. തികച്ചും വ്യത്യസ്തമായ പുതിയൊരു ലോകത്തിൽ ഞാൻ അകപ്പെട്ടു കഴിഞ്ഞിരുന്നു. *മുറപ്പെണ്ണിൽ* വലിയ കാരണവരായി അഭിനയിച്ച പി ജെ ആന്റണിയേയും *ഓടയിൽ*നിന്നിൽ 'അമ്പലക്കുളങ്ങര' എന്നു തുടങ്ങുന്ന ഗാനരംഗത്തിൽ അഭിനയിച്ച ചെറുപ്പക്കാരിയായ കവിയൂർ പൊന്നമ്മയെയും കണ്ണെടുക്കാതെ ഞാൻ നോക്കി നിന്നു.

ഷൂട്ടിങ് തകൃതിയായി നടന്നുകൊണ്ടിരുന്നു. പരിസരബോധം പോലും നഷ്ടപ്പെട്ട് സിനിമയിൽപ്പെട്ട അവസ്ഥയിലായിപ്പോയിരുന്നു ഞാൻ. ഇടയ്ക്കെപ്പോഴോ കൂറ്റനൊരിടി മുഴങ്ങിയപ്പോഴാണ് ഞാൻ ഭൂമിയിലേക്കിറങ്ങി വന്നത്.

ഇരുട്ട് പരക്കാൻ തുടങ്ങിയിരുന്നു. എനിക്ക് ചെറുതായി പേടിതോന്നി. സ്കൂൾ വിട്ട് പതിവായി നാലരയോടെ വീട്ടിലെത്താറുള്ള ഞാൻ സന്ധ്യയായിട്ടും ഷൂട്ടിങ് കണ്ട് നില്ക്കുന്നതോർത്തപ്പോൾ പേടി കൂടി.

പിന്നെ ഒരോട്ടമായിരുന്നു. വിജനമായ സ്കൂൾ പരിസരത്തെത്തിയപ്പോൾ വീട്ടിൽ ചെന്നാലത്തെ സ്ഥിതിയോർത്ത് ബേജാറായി. രാവിലെ സ്കൂളിൽ പോയ ചെക്കൻ ഇരുട്ടായിട്ടും വീട്ടിൽ തിരിച്ചെത്തിയില്ലെങ്കിൽ വീട്ടുകാർ പരിഭ്രമിക്കില്ലേ?

ഞാൻ ആകെ വല്ലാതായി. ഓടാൻ കാല് പൊന്താതെയായി.

ചങ്ങരംകുളത്തെത്തിയപ്പോൾ മഴയുടെ വരവറിയിച്ച് ഇടിമിന്നിലിനോടൊപ്പം ശക്തിയായ കാറ്റുവീശാനും തുടങ്ങി.

മാന്തടത്തിൽനിന്നും മുത്തൂരിലേക്കുള്ള ചെമ്മൺപാതയിലേക്ക് തിരിഞ്ഞതോടെ വേനൽമഴ തിമിർത്ത് പെയ്യാൻ തുടങ്ങിയിരുന്നു. ഇടയ്ക്കിടെയുള്ള മിന്നൽപ്രകാശത്തിൽ ഇരുട്ടിനെ ഭേദിച്ച് അടിമുടി നനഞ്ഞുകൊണ്ടുള്ള ആ ഓട്ടത്തിനിടയിൽ എന്റെ കുഞ്ഞുമനസ്സ് ജീവിതത്തിലെ സുപ്രധാനമായൊരു തീരുമാനമെടുത്തു കഴിഞ്ഞിരുന്നു. എം ടിയെപ്പോലെ എല്ലാം നിയന്ത്രിക്കുന്ന സംഘത്തലവനാകാനുള്ള തീരുമാനം.

പഠനങ്ങൾ

ദൈവനർത്തകന്റെ ക്രോധം

ഐ ഷൺമുഖദാസ്

തന്റെ തന്നെ ഒരു ചെറുകഥയിൽനിന്ന് ദൃശ്യങ്ങൾക്കും ശബ്ദങ്ങൾക്കും ആ കഥയ്ക്ക് മറ്റൊരു അസ്തിത്വം നല്കാനാവുമെന്നു തിരിച്ചറിഞ്ഞ എം ടി വാസുദേവൻ നായർ *നിർമ്മാല്യ*ത്തിന്റെ തിരക്കഥയെഴുതി അതു സിനിമയാക്കി സംവിധാനവും ചെയ്തു. എഴുപതുകളിലെ മലയാള സിനിമയുടെ പുത്തനുണർവ്വിന്റെ ചരിത്രത്തിൽ എം ടിയുടെ ആദ്യചിത്രത്തിന് തീർച്ചയായും സവിശേഷമായ ഒരു സ്ഥാനം ഉണ്ട്. ചലച്ചിത്രമെന്ന കലാരൂപത്തിന്റെ ശക്തിയും സൗന്ദര്യവുമുള്ള ഈ കലാസൃഷ്ടി, അടിസ്ഥാനപരമായി ഒരു കലാകാരനെക്കുറിച്ചും അയാൾ ജീവിക്കുന്ന സാമൂഹ്യ യാഥാർത്ഥ്യത്തെക്കുറിച്ചുമുള്ളതാണ്. കലയും പണവും കേന്ദ്രപ്രമേയങ്ങളായി വരുന്ന ഈ ചലച്ചിത്രം മറ്റൊരു തരത്തിൽ കാമത്തെക്കുറിച്ചും വിശ്വാസത്തെക്കുറിച്ചുമാണ് എന്നും പറയാം. കലയിലും ദൈവത്തിലുമുള്ള ഒരു മനുഷ്യന്റെ വിശ്വാസത്തെക്കുറിച്ച്, ദൈവത്തിനും കലയ്ക്കും പണത്തിനും മനുഷ്യസമൂഹത്തിലുള്ള സ്ഥാനത്തെക്കുറിച്ച് ചിത്രം പ്രേക്ഷകരോടു ചിലതു പറയുന്നുണ്ട്.

ചിത്രത്തിലെ കേന്ദ്രകഥാപാത്രം ഒരു ദൈവ നർത്തകനാണ്. മൂലകഥയിൽ ഇയാൾക്കു പേരുണ്ട് എന്നിരിക്കിലും സിനിമയിൽ ഒരാളും അയാളെ പേരു ചൊല്ലി വിളിക്കുന്നില്ല., ഗ്രാമം മുഴുവനും അയാൾ അറിയപ്പെടുന്നത് വെളിച്ചപ്പാടായിട്ടു മാത്രമാണ്. കഥയിൽ പേരും വയസ്സും ഉടലും മുഖവും ഉള്ള ഒരാൾ. “വെളിച്ചപ്പാട് ചടച്ചു മെലിഞ്ഞ് ആറടിപ്പൊക്കത്തിൽ, വളർത്തിയ മുടിയും ശുഷ്കിച്ച മുഖവുമുള്ള ഒരു നാല്പതുകാരൻ. രാമക്കുറുപ്പ് എന്ന സ്വന്തം പേരിൽ കഴിഞ്ഞ ഇരുപതു കൊല്ലത്തിനിടയിൽ ആരും അയാളെ വിളിച്ചിട്ടില്ല.” കഥാകൃത്ത് വെളിച്ചപ്പാടിന്റെ ചിത്രം വരയ്ക്കുന്ന ഈ ഖണ്ഡിക തുടങ്ങുന്നത് “നാട്ടിലെ ബഹു

ജനങ്ങൾക്കു വേണ്ടപ്പെട്ട വ്യക്തികളിലൊരാളായ അയാൾ" എന്ന വാക്യത്തിലാണ്. ഖണ്ഡിക അവസാനിക്കുന്നതോ "അയാൾ അവരുടെ ഭഗവതിയുടെ വെളിച്ചപ്പാടാണ്" എന്ന വാക്യത്തിലും.

കലയും ജീവിതവും

വെളിച്ചപ്പാട് നർത്തകനും കൂടിയാണെന്നുള്ള സൂചന കഥയിൽ കാണുന്നുണ്ട്. ഇരുപത്തിമൂന്നാം വയസ്സിലാണ് അച്ഛന്റെ മരണശേഷം അയാൾ കോമരം "തുള്ളിയത്". ചെറുപ്പക്കാരനായ വെളിച്ചപ്പാടിനെ നാട്ടുകാർക്ക് സമ്മതമായി എന്നതിന്റെ തുടർച്ചയായി കഥാകൃത്ത്, നാട്ടുകാർ എന്തു പറഞ്ഞു എന്നത് വിശദീകരിക്കുന്നു. "അയാൾ തുള്ളുന്നതു കാണാൻ തന്നെ ചന്തമുണ്ടെന്ന് ആളുകൾ പറഞ്ഞു." ആ ചന്തമുള്ള തുള്ളലിന്റെ രൗദ്രഭംഗി കൂടുതൽ വ്യക്തമായതോടെ ചിത്രീകരിക്കപ്പെടുന്നു അടുത്ത വാക്യത്തിൽ.

"ചോരത്തിളപ്പുള്ള ആ ചെറുപ്പക്കാരൻ പള്ളിവാളെടുത്താൽ പിന്നെ അമ്പലത്തിന്റെ കരിങ്കൽ ഭിത്തികളെ കൂടി കിടുകിടാ വിറപ്പിക്കും. രണ്ടു ദശാബ്ദങ്ങൾക്കു മുമ്പത്തെ കഥ മാറിക്കഴിഞ്ഞിരിക്കുന്നു. അന്നത്തെപ്പോലെ അമ്പലം കുലുക്കിക്കൊണ്ടു നൃത്തം വെക്കുവാനോ അട്ടഹസിക്കാനോ അയാൾക്കിന്നു വയ്യ" അച്ഛനും അച്ഛന്റെ അച്ഛനും വെളിച്ചപ്പാടായിരുന്നതുവഴി രണ്ടു തലമുറകൾ കടന്ന് അയാളുടെ കൈയിലെത്തിച്ചേർന്നു, ആ വാളും ചിലമ്പും. കഥയുടെ ശീർഷകം കുറച്ചുകൂടി കണിശതയോടെ നൃത്തത്തിന്റെ സവിശേഷ സ്വഭാവം വ്യക്തമാക്കുന്നു- 'പള്ളിവാളും കാൽച്ചിലമ്പും'. യോദ്ധാവും നർത്തകനുമായ ഒരാൾ. മുത്തച്ഛനെക്കുറിച്ചെഴുതുമ്പോൾ കഥാകൃത്ത് കോമരംതുള്ളിയിരുന്നതിനെക്കുറിച്ചാണെഴുതുന്നത്. രാമക്കുറുപ്പിന്റെ ചിന്തയിൽ അച്ഛനാകട്ടെ നൃത്തം ചവിട്ടുന്ന ചിത്രം തന്നെയാണുള്ളത്. അറുപതു വയസ്സു വരെ കോമരമായിരുന്ന അച്ഛൻ "വാർദ്ധക്യ കാലത്തുകൂടി 'കൂറ' ചുറ്റി പള്ളിവാളെടുത്താൽ അദ്ദേഹം ഭൂമി കുലുക്കിക്കൊണ്ട് നൃത്തം ചവിട്ടും."

ശ്രീകണ്ഠേശ്വരത്തിന്റെ *ശബ്ദതാരാവലി*യിൽ തുള്ളൽ നൃത്തം തന്നെയാണ്. ഭൂതാവേശം കൊണ്ടുള്ള വിറയലെന്നും കോപമെന്നും ആട്ടമെന്നും ഒരു പ്രസ്ഥാനം എന്നും നൃത്തം കൂടാതെ അർത്ഥമായിക്കൊടുത്തിരിക്കുന്നു. നൃത്തത്തിന്റെ അനുഷ്ഠാന സ്വഭാവം സൂചിപ്പിക്കുന്നു എന്നതു കൂടാതെ തുള്ളൽ എന്ന പദം നാട്ടുഭാഷയിലെ ഒരു വാക്കായിട്ടും പരിഗണിക്കാം. മൂലകഥയിൽ ഏതായാലും തുള്ളൽ ഒരു കഥാരൂപം എന്ന നിലയ്ക്ക്, കലാകാരൻ തന്റെ ആത്മസമർപ്പണത്തിലൂടെ, സമ്പൂർണ്ണ സമർപ്പണത്തിലൂടെ കലയുമായി താദാത്മ്യം പ്രാപിക്കുന്നതിന്റെ ഒരു പ്രധാന പ്രമേയം എന്ന നിലയ്ക്ക്, കേന്ദ്രസ്ഥാനത്ത് പ്രതിഷ്ഠിക്കപ്പെടുന്നുണ്ട് എന്നു തോന്നുന്നില്ല. എന്നാൽ കഥാകൃത്തു കഥ തിരക്കഥയും സിനിമയുമായി വികസിപ്പിച്ചതോടെ നൃത്തത്തിന്, കലയ്ക്ക് ചലച്ചിത്രഘടനയിൽ

കേന്ദ്രസ്ഥാനം ലഭിക്കുന്നു. ശില്പവും ചിത്രവും മേളവും കഥകളിയും മോഹിനിയാട്ടവും പൂതനും തിറയും പുള്ളുവനും പുള്ളുവത്തിയും കുടവും നാവോറും കല്യാണപ്പാട്ടും ഇടശ്ശേരിയുടെ കവിതയും അങ്ങനെ കഥയും തിരക്കഥയും സിനിമയാക്കി മാറിയപ്പോൾ ഇടം കണ്ടെത്തുന്നു. പുഴമണലിലൂടെ 'ഞങ്ങളും പോണേയ്' എന്നു പാടിക്കൊണ്ടു കടന്നു പോകുന്ന ദളിതരായ കല്യാണക്കാരും ചുവടുവെച്ചു നൃത്തം ചെയ്താണു നീങ്ങുന്നത് എന്ന വസ്തുതയും ശ്രദ്ധേയമാണ്. ഈ നാടൻ പാട്ടൊഴിച്ച് മറ്റെല്ലാ കലാരൂപങ്ങൾക്കുമൊരു അനുഷ്ഠാനതലമുണ്ട് എന്ന കാര്യവും വിസ്മരിച്ചുകൂടാ. ചെറുകഥയിൽ നിന്നു വ്യത്യസ്തമായി നൃത്ത രൂപങ്ങളുടെ, കലാരൂപങ്ങളുടെ ഒരുപ്രദർശന മേളയാകുന്നു *നിർമ്മാല്യം*. പ്രമേയപരമായും രൂപപരമായും ഇതിന്റെ പ്രസക്തി സൂക്ഷ്മമായ ഒരു അപഗ്രഥനം ആവശ്യപ്പെടുന്നുണ്ട്.

കഥയിൽനിന്നും വ്യത്യസ്തമായി സിനിമയുടെ ഘടന, നൃത്തത്തെ ആധാരമാക്കിയിരിക്കുന്നു. ചിത്രത്തിന്റെ തുടക്കത്തിലായിത്തന്നെ സംവിധായകൻ വെളിച്ചപ്പാടിന്റെ ഒരു നൃത്തം, തുള്ളൽ അവതരിപ്പിച്ചിരിക്കുന്നു. ചിത്രത്തിന്റെ അന്ത്യത്തിലായി മറ്റൊരു തുള്ളൽ ഒരു സംഹാരനൃത്തം ആത്മബലി, അവതരിപ്പിക്കപ്പെടുന്നു. ഭക്തിയുടെ, ആരാധനയുടെ ഒരു ഭദ്രനൃത്തമാണ് തുടക്കത്തിലെന്നും ക്രോധത്തിന്റെ ഒരു രൗദ്ര നൃത്തമാണ് ഒടുക്കത്തിലെന്നും താരതമ്യേന വിശേഷിപ്പിക്കാവുന്നതാണ്. ചുവടുകളിൽ, കാൽച്ചുവടുകളിൽ ഒരൂന്നൽ, ഒരു നിമിഷം പ്രേക്ഷകരുടെ സവിശേഷമായ ശ്രദ്ധയാകർഷിക്കുന്ന ചില ദൃശ്യങ്ങൾ, രണ്ടു നൃത്തത്തിലും നൃത്തം തുടങ്ങുന്നതിന്റെ ഒരാമുഖം പോലെ അവതരിപ്പിക്കപ്പെടുന്നുണ്ട്. നർത്തകനായ വെളിച്ചപ്പാടിന്റെ ചിലമ്പണിഞ്ഞ പാദങ്ങളുടെ ഒരു സമീപസ്ഥ ദൃശ്യത്തിൽ കാലുകൾ ഇടം വലം ചവുട്ടി നൃത്തം ചെയ്യുന്നതിന്റെ ചുവടുകൾ, അമ്പലത്തിനു മുന്നിൽ നൃത്തം ചെയ്യുന്ന വെളിച്ചപ്പാടിനെ അവതരിപ്പിക്കുന്ന തുടക്കത്തിലുണ്ട്. അവസാന ഭാഗത്തായി, അവസാന നൃത്തത്തിലേക്കായറിയാതെയുറഞ്ഞു തുടങ്ങുന്ന വെളിച്ചപ്പാടിനെ കുളത്തിൽ നിന്നു കുളിച്ചു കയറുന്ന സന്ദർഭത്തിലാണ് അവതരിപ്പിക്കുന്നത്. നനഞ്ഞൊലിക്കുന്ന വെളിച്ചപ്പാടിനെ കൈകൾ നെഞ്ചത്ത് തണുപ്പുകൊണ്ടോ, ഭക്തികൊണ്ടോ കൂപ്പിപ്പിടിച്ചു നില്ക്കുന്നയാളായി നാം കാണുന്നു. ഇതുമായി ബന്ധപ്പെട്ടു വരുന്ന സമീപ ദൃശ്യത്തിലോ ചിലമ്പണിഞ്ഞിട്ടില്ലാത്ത അയാളുടെ കാലുകൾ നാം കാണുന്നു. തെല്ലു മുമ്പ് ഇതേ കാലുകൾ പരവശമായി തിരിച്ചു നടക്കാൻ തിരിയുന്നതിന്റെ ഒരു സമീപദൃശ്യം നാം കണ്ടതാണ്. പള്ളിവലും കാൽച്ചിലമ്പും എടുക്കാനായി അന്തിക്കു വീട്ടിൽ എത്തിയ അയാൾ കിടപ്പറയിൽ നിന്നു തന്റെ ഭാര്യയേയും മൈമുണ്ണിയേയും കണ്ട് ഭൗതിക യാഥാർത്ഥ്യങ്ങളുടെ നടുവിൽ നിന്നു നിസ്സഹായനായി, പള്ളിവാൾ കൈയിൽ നിന്നു നിലത്തേക്കു താണ്, വീട്ടിൽ നിന്നു തിരിച്ചു നടക്കാൻ തുനിയുന്നതിന്റെ കാലുകൾ. സമീപദൃ

ശ്യത്തിൽ കാലുകൾ തിരിയുന്നതിന്റെ, ഭൂമിയുടെ നേർക്കു പരവശനായി വാളു താഴ്ത്തിപ്പിടിക്കുന്നതിന്റെ ദൃശ്യം. നിസ്സഹായനായി, ദുഃഖിതനായി, അയാൾ കുളത്തിലേക്കു നടന്നു പോകുന്നു, പെരുവഴികളിലൂടെ. കുളത്തിൽ നിന്നു കുളിച്ചു കേറുന്നതാകട്ടെ രൗദ്രനൃത്തത്തിന്റെ ആദ്യ ചുവടുമായി.

എന്നാൽ കൂടുതൽ കൃത്യതയോടെ കാണുകയാണെങ്കിൽ ചിത്രം തുടങ്ങുന്നത് നൃത്തത്തിലല്ല എന്നു തിരിച്ചറിയാവുന്നതാണ്. ചിത്രം തുടങ്ങുന്നത് വെളിച്ചപ്പാട് എന്ന നർത്തകന്റെ കഥയ്ക്ക് ഒരാമുഖരംഗത്തോടെയാണ്. ശീർഷകങ്ങൾ സ്ക്രീനിൽ തെളിയുന്നതോടുകൂടിത്തന്നെ സിനിമ തുടങ്ങുന്നു എന്നു കരുതുന്നതാകും ഉചിതയുക്തി. ആർക്കുവേണ്ടിയാണ്, ആർക്കെതിരെയാണ് തുടക്കത്തിലും ഒടുക്കത്തിലുമായിട്ടവതരിപ്പിക്കപ്പെടുന്ന ഭദ്രരൗദ്ര നൃത്തങ്ങളെന്നു വ്യക്തമാക്കുന്നു ശീർഷക ദൃശ്യങ്ങൾ. നിർമ്മാല്യം മാറുന്നതിന്റെ, പുതിയ മാല ചാർത്തുന്നതിന്റെ, പൂജാവിഗ്രഹത്തിന്റെ, കളമെഴുതിയ ഭഗവതിയുടെ ദൃശ്യങ്ങൾ. ചിത്രം തുടങ്ങുന്നത് കളമെഴുത്തിലെ ഭഗവതിയുടെ രണ്ടു നിശ്ചല ദൃശ്യത്തിലാണ്. തുടർന്ന് ഒരു ശില്പത്തിന്റെ, ഒരു വിഗ്രഹത്തിന്റെ ദൃശ്യം "രണ്ട് കൈകൾ, അതു പൂജാരിയുടേതാണ്. വിഗ്രഹത്തിൽ നിന്നും ഒരു മാല, എടുത്തുമാറ്റുന്നു. തിരക്കഥയിൽ ഇരുണ്ട ശ്രീകോവിലിൽ ഒരു കൈവിളക്കു തെളിയിക്കുന്നതിന്റെയും കാളിവിഗ്രഹത്തിന്റെയും കൂടുതൽ വെളിച്ചത്തിന്റെയും വിവരണത്തെത്തുടർന്ന് പൂജാരി ഇന്നലെ ചാർത്തിയ മാലകൾ മാറുന്നതായാണുള്ളത്. "താഴെയുള്ള കരിങ്കല്ലിൽ വാടിയ മാലകൾ നിർമ്മാല്യം". തിരക്കഥയിലെ മോഹിനിയാട്ടത്തിൽ മൂന്നു നർത്തകിമാർ എന്നുള്ളത് സിനിമയിൽ രണ്ടു നർത്തകിമാരായി മാറ്റിയതു പോലെ, തിരക്കഥയിലെ 'മാലകൾ' പിന്നീടു ചാർത്തുന്ന പുതിയ മാലകളും സിനിമയിൽ ഒരു മാലയായി മാറുന്നു. ദൃശ്യതലത്തിലേക്ക് മുറിച്ചു ചേർക്കപ്പെടുന്നത് തിരക്കഥയിലില്ലാത്ത ഭഗവതിയുടെ കളമെഴുതിയ ചിത്രമാണ്. തിരക്കഥയിലെ വിഗ്രഹത്തിനു മുന്നിൽ തെളിഞ്ഞ കൈവിളക്കിനു പകരം കൊളുത്തിവെച്ച നിലവിളക്ക്. ശീർഷകങ്ങൾ തെളിയുന്നതിനോടൊപ്പം അരിപ്പൊടിയും മഞ്ഞൾപ്പൊടിയും കരിപ്പൊടിയും കൊണ്ടെല്ലാം എഴുതപ്പെട്ടിരിക്കുന്ന, മാച്ചുകളയാവുന്ന ഭഗവതിയുടെ ചിത്രത്തിനു മീതെ ആരാധനാഭാവത്തോടെ തിരിയുഴിയുന്നതുപോലെ നീളത്തിലും വട്ടത്തിലുമെല്ലാം ക്യാമറ ചലിക്കുകയാണ്. ഭഗവതിയുടെ ഒരു കൈയിൽ ഉയർത്തിപ്പിടിച്ച വാളും മറുകൈയിൽ താഴ്ത്തിപ്പിടിച്ച ദാരികശിരസ്സും ഒന്നിൽ കൂടുതൽ തവണ പ്രേക്ഷകർക്കു കാണാനാവുന്നു. തിരക്കഥയിൽ പൂജാരി പുതിയ മാലകൾ ചാർത്തുന്നതു കാണാനാകുമ്പോൾ ദുർഗ്ഗാസ്തവം വ്യക്തമായി കേൾക്കാമെന്ന് എഴുതിവെച്ചിരിക്കുന്നു. സിനിമയിൽ പുതിയ മാലകളുമില്ല. ദുർഗ്ഗാസ്തവവുമില്ല. തിരക്കഥയിലുള്ള പൂജയ്ക്കും ദുർഗ്ഗാസ്തവത്തിനും പകരമായിട്ടാണ് കളമെഴുത്തിലെ ഭഗവതിയുടെ ധൂളി ചിത്രവും

ആരാധനയുടെ രൂപത്തിലുമുള്ള ക്യാമറാ ചലനവും സിനിമയിൽ അവതരിപ്പിക്കപ്പെട്ടിരിക്കുന്നത്. കളമെഴുതിവെച്ചിരിക്കുന്ന രൗദ്രമായ ദേവിയുടെ ദർശനത്തിനു പശ്ചാത്തലമായി ചെണ്ടയും അരമണിയും ചിലമ്പും ശബ്ദപഥത്തിലുണ്ട് ഒരുപക്ഷേ, തെല്ല് അധികപ്പറ്റായിത്തോന്നാവുന്ന പശ്ചാത്തല സംഗീതവും. ശീർഷകങ്ങളുടെ അവസാനമായിത്തെളിയുന്നത് കഥയും തിരക്കഥയുമെഴുതിയ സംവിധായകന്റെ പേരുതന്നെ. ഭഗവതിയുടെ ചിത്രത്തിന്മേൽ തെളിയുന്ന പേര് തുടർന്നു മുറിച്ചു ചേർക്കപ്പെടുന്ന ദേവിയുടെ ശില്പത്തിനു മേലും അവശേഷിക്കുന്നുണ്ട്. ചിത്രത്തിൽ നിന്നു വ്യത്യസ്തമായി തേറ്റയൊന്നുമില്ലാത്ത ഭദ്രയായ ഭഗവതി. നേരത്തെ നിർമ്മാല്യം എടുത്തുമാറ്റിയ രണ്ടു കൈകൾ ഇപ്പോൾ വിഗ്രഹത്തിനുമേൽ പുതിയ മാല ചാർത്തുകയാണ്. ആരാധനയുടെ ഈ മൂന്നു ഘട്ടങ്ങൾക്കു ശേഷം, നാമെത്തുന്നത്, വെളിച്ചപ്പാടിലേക്കാണ്. നൃത്തത്തിലേക്ക്, ആരാധനയുടെ തന്നെ അനുഷ്ഠാനകലാരൂപമായ വെളിച്ചപ്പാടുതുള്ളലിലേക്ക്. ചിത്രം മുറിച്ചു ചേർക്കപ്പെടുന്നു. ആരാധകനും ഭഗവതിയുമൊന്നായിത്തീരുന്ന വാൾ നൃത്തത്തിലേക്ക്, മനുഷ്യ ചരിത്രത്തിന്റെ പ്രാക്തന സ്മരണകളുടെ തുടർച്ചയായി നമുക്കു ലഭിച്ചിരിക്കുന്ന കലകളുടെ സാമൂഹ്യവും ദൈവികവുമായ ഒരവസ്ഥയിലേക്ക്.

അഞ്ചുമിനിറ്റോളം ദൈർഘ്യമുള്ള ഒരു നൃത്തരംഗം ചിത്രത്തിലുണ്ട്. ഭഗവതിക്കു വേണ്ടിയോ, ഭക്തർക്കു വേണ്ടിയോ അവതരിപ്പിക്കപ്പെടുന്ന അനുഷ്ഠാന നൃത്തമല്ല നാം പ്രേക്ഷകർ ഇന്നു കാണുന്നത്. ഇരുപതാം നൂറ്റാണ്ടിൽ കവിയായ വള്ളത്തോൾ നാരായണമേനോനും കലാമണ്ഡലവും രൂപപ്പെടുത്തിയ ഈ നൃത്തം—മോഹിനിയാട്ടം, സായിപ്പിനുവേണ്ടി പ്രത്യേകം അവതരിപ്പിക്കപ്പെടുന്നതാണ്. വിദേശി നൃത്തത്തിന്റെ പടമെടുക്കുകയും ചെയ്യുന്നു. മറ്റു നൃത്തങ്ങളിൽനിന്നെല്ലാം വ്യത്യസ്തമായി ഇത്രയും നേരം വെള്ളിത്തിരയിൽ തെളിയുന്ന ഈ നൃത്തരംഗത്തിന്റെ പ്രസക്തി രണ്ടു വിധത്തിലാണുള്ളത്. ആത്മാവിഷ്കാരവും ദേവീ പൂജയും ഉപജീവനവും ആണ് കോമരത്തിനു തുള്ളൽ. ആ അനുഷ്ഠാനകലാകാരന്റെ നൃത്തകഥയുടെ അനുബന്ധമായി വേണം മോഹിനിയാട്ടത്തെ കാണാൻ. (മോഹിനിയാട്ടത്തിന്റെ മറ്റൊരു പ്രസക്തി വെളിച്ചപ്പാടിന്റെ മകൾ അമ്മിണിക്ക് പ്രണയകഥയുടെ അനുബന്ധം എന്ന നിലയിലാണ്) നൃത്തം കണ്ടു വലിയ തമ്പുരാനും വിദേശികളും മനയുടെ മുൻവശത്തേക്ക് വരുമ്പോൾ കാത്തു നില്ക്കുന്ന വെളിച്ചപ്പാടുണ്ട് അവിടെ നില്ക്കുന്നു. കുഞ്ഞിക്കുട്ടൻ ദൈവത്തിന്റെ മാധ്യമമായി വെളിച്ചപ്പാടിനെ വിദേശികൾക്കു പരിചയപ്പെടുത്തുമ്പോൾ അവരുടെ ക്യാമറ അയാളെ ചിത്രത്തിൽ പകർത്തുന്നു. ദൈവത്തിന്റെ സന്ദേശവാഹകനായ വെളിച്ചപ്പാടും വലിയ തമ്പുരാനായ നമ്പൂതിരിയുടെ ആശ്രിതനാണ്. കഥകളി നടനായ രാവുണ്ണിനായരെപ്പോലെതന്നെ. ദൈവനർത്തകനായ വെളിച്ചപ്പാടിനെപ്പോലെ ഇയാളും ഒരു നർത്തകൻ തന്നെ. ഗതികേടിൽ തന്നെ. വെളിച്ചപ്പാടിന്റെ

വലിയ കഥയിലെ ഒരു ഉപകഥയാണ് ഈ നർത്തകകഥാപാത്രം അവതരിപ്പിക്കുന്നത്. ലാഭ്യഭാവ പ്രധാനമായ ശൃംഗാരരസഭരിതമായ മോഹിനിയാട്ടം ദീർഘമായി ചിത്രത്തിലവതരിപ്പിക്കപ്പെടുന്നതിനു തെല്ലു മുമ്പാണ് ഇതേ വിശാലമായ മുറ്റം കടന്ന് ഏറുകാൽ വലിച്ച് വച്ച് ഈ നർത്തകൻ നടന്നുപോയത്. ദയനീയമായി, നിസ്സഹായനായി അയാളിങ്ങനെ രംഗം വിട്ടു പോകുന്നതിനു തൊട്ടു മുമ്പായി മിന്നിമറയുന്ന ഒന്നു രണ്ടു നൃത്തദൃശ്യങ്ങളുണ്ട്. മുഖത്തെ ദൈന്യഭാവത്തിനു നേർ വിപരീതമായ ക്രോധം, ഉള്ളിന്റെയുള്ളിൽ നിന്നുമുറഞ്ഞു പൊന്തുന്ന അമർഷം ആ ദൃശ്യങ്ങളിലൂടെ ആവിഷ്കരിക്കപ്പെടുന്നു. പ്രതാപികളും സമ്പന്നരുമായ നമ്പൂതിരിമാരായ തമ്പുരാക്കന്മാരുടെ പരിലാളനത്തിലൂടെ നിലനിന്നിരുന്ന കളിയോഗങ്ങളുടെ അവസാനത്തെ തിരുശേഷിപ്പു പോലെയാണ് ചിത്രത്തിൽ രാവുണ്ണിനായരും. അയാൾ പൊടിതട്ടി വൃത്തിയാക്കാറുള്ള മനയ്ക്കലെ നിറം മങ്ങിയ കഥകളിക്കോപ്പുകളും. "പട്ടിക്കാം തൊടീം കുഞ്ചുക്കുറുപ്പും ഒക്കെ പച്ച്" കോപ്പിന്റെ വെലയറിയുന്ന അയാൾ വലിയ തമ്പുരാനെ ചെന്നു കണ്ടത് 'ചോന്നാടീടെ കിരീടത്തിന്റെ കണ്ണാടീം അലുക്കും ഒക്കെ പോയീക്ക്ണ്' എന്നും കൊറച്ച് കാശ് ചിലവാക്യാൽ ഇപ്പോഴും എല്ലാം ഉപയോഗിക്കാം എന്നും പറയാനായിട്ടാണ്. "വരായുള്ള സാധനമെന്നുല്ലാത്തതു കൊണ്ട് കോപ്പൊക്കെ തട്ട്മ്പുറത്തേക്ക് മാറ്റാനും ആടാൻ കാല് തിത്തോതികതോയായിക്കഴിഞ്ഞ കഥകളി നടന് ഇനി സ്ഥലം വിട്ടു പോകാമെന്നും" മനയ്ക്കലെ ദൈവം വിധിക്കുന്നു. അതു കേൾക്കുന്ന ഏറുകാലനായ നർത്തകന്റെ 'ഉള്ളിൽ' കളിയരങ്ങത്തെ മേളം എന്നാണ് തിരക്കഥയിലുള്ളത്. "ഒരു നിമിഷം കീചകവധം" താനാണ് ഭീമൻ, കീചകൻ തിരുമേനി. ആനയുടെ ചിന്നം വിളി. അതുകേട്ടാണയാൾ വർത്തമാനത്തിലെ നിമിഷത്തിലേക്ക് വരുന്നത്.

സിനിമയിലെ മികച്ച മുഹൂർത്തങ്ങളിലൊന്നാണിത്. വെളിച്ചപ്പാടിന്റെ നിസ്സഹായതയും ക്രോധവും കഥകളി നർത്തകന്റെ കഥയുടെ തുടർച്ചതന്നെയാണ് എന്നു കരുതാവുന്നതാണ്. രാവുണ്ണിനായരുടെ മുഖത്ത് അമർഷമോ ക്രോധമോ ഉണ്ടായിരുന്നില്ല. ദൈന്യതയും നിസ്സഹായതയും തെളിയുന്ന മുഖം. എന്നാൽ ശങ്കരാടി അവതരിപ്പിക്കുന്ന കഥകളി നർത്തകന്റെ ഉള്ളിലുള്ളത് ഈ സന്ദർഭത്തിൽ കൊലവിളിക്കുന്ന ക്രോധമാണ്. ആനയുടെ (ചിന്നം വിളി സിനിമയിലില്ല) തിരക്കഥയിലില്ലാത്ത ഒരു ദൃശ്യം രൗദ്രനടനത്തിന്റെ ഒരു നിമിഷം, നൊടിയിടയിൽ വെള്ളിത്തിരയിൽ. അതു ചുവപ്പു താടിയുടെ കഥകളി വേഷമാണ്. രൗദ്രഭാവത്തിൽ അടുത്ത ദൃശ്യങ്ങൾ കീചകന്റെ വയറു പിളർക്കുന്നു. കുടൽമാലയെടുക്കുന്ന രൗദ്രഭീമന്റെ ദൃശ്യവും. എന്നാൽ വെറുമൊരു അഭിലാഷചിന്ത മാത്രമായിരുന്നു അതെല്ലാം. (മൂലകഥയുടെ അവസാനഭാഗത്തായി സമാനമായ ഒരു അഭിലാഷചിന്ത രാമക്കുറുപ്പിലുണരുന്നുണ്ട്. എമ്പ്രാന്തിരിയുടെ മുന്നിൽ വെച്ച് ആ പൂണൂൽ ചുറ്റിപ്പിടിച്ച, പർവ്വതം പോലത്തെ വയറ്റത്തൊന്നു ചാർത്താൻ

അയാൾക്കു തോന്നി. പക്ഷേ, ചെയ്തില്ല) മോഹിനിയാട്ടത്തിന്റെയും കഥകളിയുടെയും തുടർച്ചയായി ദളിതരുടെ രണ്ടു നൃത്തരംഗങ്ങൾ. അനുജത്തിയുടെ വിവാഹം നടക്കാനായി സ്വന്തം വേളിയിലേക്കു ബലിമൃഗമായി പുഴകടന്ന് ഉണ്ണി നമ്പൂതിരി അമ്മിണിയിൽ നിന്നുമകന്നു പോകുകയാണ്. മണൽപ്പരപ്പിലൂടെ കുഞ്ഞിപ്പെണ്ണിന് ഭാഗ്യം വന്നു എന്നും ചെക്കൻ ഒരെണ്ണക്കറുമ്പൻ എന്നും പാടിക്കൊണ്ട് ദളിതരായ കല്യാണക്കാർ താളത്തിൽ ചുവടുവെച്ചു കടന്നുപോകുകയാണ്. ഈ കല്യാണ നൃത്തത്തിനു തുടർച്ച പോലൊരു നൃത്തം ദളിതരുടേതായി ചിത്രത്തിൽ അവതരിപ്പിക്കപ്പെടുന്നത് അവസാന ഭാഗത്തായിട്ടാണ്. മോഹിനിയാട്ടം ഗാനവും നൃത്തവുമായി അഞ്ചു മിനിറ്റോളം ദീർഘമായിരുന്നതുപോലെ, കല്യാണനൃത്തവും ഗാനവും മിനിറ്റുകൾ നീണ്ടു നില്ക്കുന്നു. രൗദ്രനൃത്തത്തിന്റെ രണ്ടു കഥകളി രംഗങ്ങൾ നിമിഷങ്ങൾക്കുള്ളിലൊതുങ്ങുന്നു എന്നതു പോലെ ചടുലവും രൗദ്രവുമായ ചുവടുകളും താളവുമായി ദളിതരുടെ ദൈവം കെട്ടിയാടുന്ന വേഷങ്ങൾ, പൂതനും, തിറയും ഏതാനും നിമിഷങ്ങൾ മാത്രമാണുള്ളത്. സംവിധായകൻ വേലകളിയുടെ ഈ ഹ്രസ്വരംഗം ഉത്സവപ്പറമ്പിൽ നിന്നു മുറിച്ചു ചേർത്തിരിക്കുന്നത്, വെളിച്ചപ്പാടിന്റെ അവസാന നൃത്തത്തിനു മുന്നോടിയായിട്ടാണ്. സവർണ്ണ ദൈവങ്ങളുടെ ക്ഷേത്രപ്പറമ്പിൽ അടിച്ചമർത്തപ്പെട്ടവരുടെ അമർഷം രൂപം എടുക്കുന്നതിന്റെ അടയാളമായിട്ടാണല്ലോ പലപ്പോഴും നാടൻ നൃത്തങ്ങൾ കരുതപ്പെടാറുള്ളത്.

പ്രണയ/കാമകഥ

വിശ്വാസത്തിന്റെയും വിശ്വാസത്തകർച്ചയുടെയും കഥ പറയുന്ന *നിർമ്മാല്യ*ത്തിൽ ഒരുപ്രണയകഥയുണ്ട്. ഒരു പ്രണയഭംഗത്തിന്റെ കഥ എന്നും പറയാം. മൂലകഥയിലില്ലാത്തതാണ് ഈ കഥ. മകളായി ഒരു അമ്മിണി മൂലകഥയിലുണ്ട് എങ്കിലും പ്രണയകഥയിലില്ല. അതേ സമയം കഥയിൽ ഈ മകൾക്കാണ് വസൂരി വരുന്നത് (സിനിമയിലോ വാരസ്യാരെയാണ് വസൂരി ബാധിക്കുന്നത്) ചിത്രത്തിലെ പ്രണയകഥ ഒരു കാമകഥയാണെന്നും സങ്കല്പിക്കാവുന്നതാണ്. ശാന്തിക്കാരനായി ജീവിച്ചിരുന്ന ഒരു കാലം ഓർമ്മിച്ചുകൊണ്ട് ഒരഫൻ നമ്പൂതിരി *കണ്ണീരും കിനാവും* എന്ന ആത്മകഥയിൽ പ്രണയത്തെ നിർവ്വചിച്ചത് ഓർമ്മിക്കാവുന്നതാണ്. 'സന്ധിബന്ധങ്ങളിൽ രോമം മുളയ്ക്കുന്ന' പ്രായത്തിൽ കുമാരീകുമാരന്മാരെ ബാധിക്കുന്ന ഈവികാരത്തെക്കുറിച്ച് അദ്ദേഹം എഴുതിയത്. "പാവാട ഉടുപ്പിച്ച കാമമാണ് പ്രേമം" എന്നോ മറ്റോ ആണ് അമ്പലത്തിലെ പണികളിൽ സഹായിയായ അമ്മിണിയുടെ ജീവിതത്തിലേക്കായിരുന്നു, കടവത്തെ അമ്പലത്തിലേക്കായിരുന്നു ഒരുനാൾ ഒരു ഉണ്ണിനമ്പൂതിരി പുഴ മുറിച്ചു കടന്നുവന്നത്. (ഇതേ കടവത്തുനിന്ന് ശാന്തിക്കാരന്റെ ജോലിയിൽ നിന്ന് അമ്മിണിയുടെ പ്രണയ കഥയിൽനിന്ന് നായകൻ പുഴ മുറിച്ചു മറ്റൊരു നാൾ കടന്നുപോയത് വിവാഹം എന്ന ഒരുബലിവേദിയിലേക്കാ

യിരുന്നു). ഇവരുടെ കഥയിൽ മിണ്ടിയും തൊട്ടും സ്വാഭാവികമായും പ്രണയം കാമപർവ്വത്തിലേക്കു കടന്നു.

ഈ പ്രണയികളുടെ ബന്ധം തളിരിടുന്നതിന്റെ ആദ്യത്തെ രംഗം. ഒരുപക്ഷേ, ഒരു സമീപദൃശ്യത്തിലൂടെ അവതരിപ്പിക്കുന്നു എന്നു കരുതാം. ചിത്രത്തിന്റെ തുടക്കത്തിൽ വിഗ്രഹത്തിൽനിന്നു നിർമ്മാല്യമെടുക്കുന്ന പുതുമാല ചാർത്തുന്ന രണ്ടു കൈകൾ നാം കാണുകയുണ്ടായി. ആ ശാന്തിക്കാരനാണ് പിന്നീടു ചായക്കടക്കാരനായി മാറുന്നത്. ഉണ്ണി നമ്പൂതിരിയുടെ അമ്മിണിയുമായുള്ള ബന്ധം ഇരുവരും അറിഞ്ഞും അറിയാതെയും കൂടുതൽ രൂഢമൂലമാകുന്നത് ചന്ദനം അരയ്ക്കുന്നതിന്റെ ഒരു സമീപദൃശ്യത്തിലാണ്. ശാന്തിക്കാരനെ ഈ ദൃശ്യത്തിൽ നാം കാണുന്നില്ല. അയാളുടെ കൈവിരലുകൾ ചന്ദനം വടിച്ചെടുക്കുന്നു. തൊട്ടടുത്തു വരുന്ന ദൃശ്യത്തിൽ ശ്രീകോവിലിനു മുന്നിൽ നില്ക്കുന്ന അമ്മിണി മാത്രമാണുള്ളത്. പൂവും ചന്ദനവും കൈയിൽ വന്നുവീഴുന്നു. പശ്ചാത്തല സംഗീതം അത് പ്രസാദാത്മകമായ ഒരനുഭവമായി ആഘോഷിക്കുകയും ചെയ്യുന്നു. സ്പർശാനുഭവത്തിന്റെ ഒരു ചന്ദനബന്ധം ഈ മുഖത്തിനുണ്ട്. മറ്റൊരിക്കൽ ഉണ്ണി നമ്പൂതിരി കുടിച്ച അതേ ഗ്ലാസിൽ നിന്നുതന്നെ കഴുകാതെ അമ്മിണി ശർക്കരക്കാപ്പി കുടിക്കുന്നുണ്ട്. അത് ഒരനുഭൂതിയായി അവൾ തിരിച്ചറിയുന്നു എന്നു ദൃശ്യതലത്തിൽ തന്നെ സൂചിപ്പിക്കപ്പെടുന്നു. സിനിമകളിൽ ഏറെ കണ്ടുപരിചിതമായ ഈ രംഗത്തിനും ചന്ദനസ്പർശ രംഗത്തിനും ഇടയ്ക്കെവിടെയോ ആയിട്ടാണ്, മഴ നനഞ്ഞ മിഥുനങ്ങൾ 'ഒരു നിമിഷത്തെ പ്രേരണ'യിൽ ആലിംഗനബദ്ധരാകുന്നത്. ആ പ്രണയനിമിഷങ്ങൾക്കുമേൽ പ്രകൃതിയിലെ ഇലകൾക്കുമേൽ, ജലബിന്ദുക്കൾ, ഈ പകൽദൃശ്യത്തെ തുടർന്ന്, വാതിൽപ്പുറരംഗത്തെ തുടർന്ന്, രാത്രി രംഗമാണ്, അകത്തള ചിത്രീകരണമാണ്.

ക്രോധം പോലെ കാമവും *നിർമ്മാല്യ*ത്തിലെ ഒരു പ്രമേയമാണ് എന്നതിന്റെ സൂചനകൾ വേറെയുമുണ്ട്. തിരക്കഥയിൽ കാണാത്ത ഒരു രംഗം സിനിമയിലുള്ളത് നോക്കുക. ശാന്തിക്കാരനായെത്തിയ ഉണ്ണി നമ്പൂതിരിയുടെ, ഗ്രാമത്തിലെ ആദ്യരാത്രി. വാര്യർക്കും വാരസ്യാർക്കും കുട്ടികളൊന്നുമില്ല (ഒരു മകളുണ്ടായിരുന്നു കുഞ്ഞിക്കാവ്. അവർ അമ്പലക്കിണറിൽ ചാടി ആത്മഹത്യ ചെയ്തു) വാര്യർ തന്റെ വീട്ടിൽ ശാന്തിക്കാരനായ യുവാവിന് താമസമൊരുക്കി. രാത്രിയിൽ വിവരമന്വേഷിക്കാൻ മുറിയിൽ വരികയും ചെയ്തു. പിന്നെയാണ് വാരസ്യാർ പാലും വെള്ളവുമായിട്ടായിരിക്കണം കടന്നുവരുന്നത്. ഉടുത്ത മുണ്ടഴിച്ച് ഉണ്ണിനമ്പൂതിരി ഒരു തോർത്തുമാത്രമുടുത്തു കട്ടിലിൽ പഠിക്കാനിരിക്കുകയാണ്. ഒരു കാമകഥയിലെ രംഗം എന്നു വിശേഷിപ്പിക്കാൻ ഈ സന്ദർഭത്തിൽ കാര്യമായിട്ടൊന്നുമില്ല. എങ്കിലും, ക്യാമറയുടെ വീക്ഷണകോണിൽ, കട്ടിലിനു തൊട്ടുള്ള ജനൽപ്പടിയിൽ ഉണ്ണിനമ്പൂതിരിക്ക് കുറുകെയൊന്നു ചാഞ്ഞ് വാരസ്യാർ പാൽപ്പാത്രം വെക്കുന്നതിൽ, യുവാവിന്റെ പരിഭ്രമത്തിൽ, പിറ്റേ

ന്നുതന്നെ അയാൾ അമ്പലത്തിലേക്ക് താമസം മാറ്റുന്നതിൽ, ചിലത് ധ്വനിപ്പിക്കപ്പെടുന്നുണ്ട്.

അമ്മിണിയുടെ പ്രണയ (കാമ) കഥയുടെ പശ്ചാത്തലത്തിലാണ് മോഹിനിയാട്ടത്തിന്റെ വിശദമായ രംഗം കൂടുതൽ പ്രസക്തമാകുന്നത്. പ്രണയവും രതിനിർവൃതിയും അറിഞ്ഞ അമ്മിണി, ഉപേക്ഷിക്കപ്പെട്ടവളായി ശോകമറിയുകയാണ്. സ്വാതിതിരുനാളിന്റെ പ്രശസ്തമായ ഒരു ശൃംഗാരപദമാണ് നർത്തകികൾ ആടുന്നത് മാരന്റെ അമ്പുകൾ ഉടലിൽ വന്നുതറയ്ക്കുന്നതും ശോകം ഉളവാക്കുന്നതും എല്ലാമാണ് പ്രതിപാദ്യം.

പണമിടപാടുകൾ

കലയെക്കുറിച്ചും ദൈവത്തെക്കുറിച്ചും കാമത്തെക്കുറിച്ചും പ്രതിപാദിക്കുന്ന *നിർമ്മാല്യ*ത്തിൽ പണം പരമപ്രധാനമായ വിഷയമാണ്. വിഗ്രഹത്തിലും ചിത്രത്തിലും വിളക്കും മാലയും കൊണ്ട് ആരാധന നടത്തുന്ന ശീർഷകരംഗത്തെ തുടർന്ന്, നൃത്തത്തിലൂടെയുള്ള വെളിച്ചപ്പാടിന്റെ ആരാധനയും കഴിഞ്ഞ്, സംവിധായകൻ ഈ പ്രമേയം അവതരിപ്പിക്കുന്നു. നൃത്തരംഗം തുടങ്ങുന്നത്, ചെണ്ടയുടെ സമീപദൃശ്യത്തിൽ നിന്നാണ്. കൊട്ടുകാരനായ മാരാർക്ക് ശാന്തിക്കാരൻ കൊടുക്കുന്ന പണം, അഞ്ചുരൂപാ നോട്ടാണത്. കുറഞ്ഞുപോയതുകണ്ട് അതു മേടിക്കാതെ പോകുന്നു അയാൾ. അതു വെളിച്ചപ്പാട് കാണുന്നുണ്ട്. കൊട്ടുകാരനായ കലാകാരന് കൊടുത്തതിലും കുറഞ്ഞ ഒരു തുക, തിരക്കഥയിൽ അതു രണ്ടു രൂപ എന്നു കാണുന്നു. നൃത്തക്കാരൻ, അയാളതു പ്രതിഷേധം കൂടാതെ സ്വീകരിക്കുന്നു. അയാൾക്കത് പണി മാത്രമല്ല, കല മാത്രമല്ല, ഭഗവതിയോടുള്ള ഭക്തികൂടിയാണ്.

പക്ഷവാതം വന്ന് മിണ്ടാനുമനങ്ങാനും വയ്യാതെ കിടപ്പിലായ വൃദ്ധനായ അച്ഛൻ, എല്ലാം സഹിച്ചുകഴിയുന്ന ഭാര്യ, നാലു മക്കൾ, കഴിഞ്ഞുകൂടാൻ ഗതിയില്ലാതായ ഈ വെളിച്ചപ്പാട്, പിന്നീട് വീട്ടുമ്മറത്തിരുന്ന് പഴയകാലം കിനാക്കാണുന്ന രംഗം. രാത്രി ചീവീടുകളുടെ ശബ്ദം. ദൈന്യം നിറഞ്ഞ വെളിച്ചപ്പാടിന്റെ മുഖത്ത് ഒരു തെളിച്ചം പരക്കുന്നു. അടുത്ത ദൃശ്യസഞ്ചയത്തിൽ നിന്നാണ്, ഓർമ്മയിൽനിന്നാണ്, ആ വെളിച്ചം ആകാശത്ത് വിരിയുന്ന അമിട്ടുകളുടെ വെളിച്ചപ്പൂക്കൾക്കും വെളിച്ചപ്പാടിന്റെ പള്ളിവാളിനും പ്രാമുഖ്യം നല്കിയിരിക്കുന്നു. ഉത്സവപ്പറമ്പിലെ ഈ രാത്രിരംഗങ്ങളിൽ ശബ്ദപഥവും ശ്രദ്ധേയമാണ്. അമിട്ടുകൾ ആകാശത്തേക്കുയർന്നു പൊട്ടുന്നതിന്റെ ശബ്ദങ്ങൾ തീർത്തും ചോർത്തിക്കളഞ്ഞിരിക്കുന്നു. മേളത്തിന്റെ കുഴലും ചെണ്ടയും എല്ലാം കേൾക്കാം. അമിട്ടിന്റെ ദൃശ്യങ്ങൾ ആവർത്തിക്കപ്പെടുന്ന ഈ വെളിച്ചത്തിന്റെ ദൃശ്യസഞ്ചയത്തിനിടയ്ക്ക് മൂന്നുവട്ടം നാം കാണുന്നത് പള്ളിവാളിന്റെ സമീപദൃശ്യമാണ്. നീട്ടിപ്പിടിച്ച വാളിന്റെ ആദ്യ ദൃശ്യത്തിൽ നീളുന്ന കൈകൾ വാളിന്മേൽ

പണം വെക്കുകയാണ്. തുടർന്നുള്ള വാൾ ദൃശ്യങ്ങളിൽ ആരുടെയും കൈകളില്ല. തിളങ്ങുന്ന വാളും വാളിന്മേൽ മന്ദഹസിക്കുന്ന നാണയങ്ങളും (ഈ മന്ദഹാസം വരുന്നത് കഥയിലെ ആദ്യപേജിലെ അവസാന ഖണ്ഡികയിൽ നിന്നാണ്. വാളിന്മേൽ വെച്ച പണമല്ല എന്നുമാത്രം. ഒരുകാലുറുപ്പികയും നാലു കാലണയും ആയിരുന്നു എന്നുമാത്രം. പൂജയും നൃത്തവും കഴിഞ്ഞ് എമ്പ്രാന്തിരി മടിയിൽ നിന്ന് കുറേ തിരഞ്ഞശേഷം എടുത്തുകൊടുത്തത്, വെളിച്ചപ്പാടിന്റെ കൈയിൽ ഇട്ടുകൊടുത്തത്. "കോൽവിളക്കിന്റെ നേർത്ത വെളിച്ചത്തിൽ ആ നാണയങ്ങൾ അയാളുടെ കൈപ്പത്തിയിൽ കിടന്നുമന്ദഹസിച്ചു. ഒരു നിമിഷം അയാളതു ശ്രദ്ധിച്ചു. എന്നിട്ട് ഒരു നേർത്ത നിശ്വാസത്തോടെ അയാളത് മടിയിൽ തിരുകി). ചിത്രത്തിൽ ഓർമ്മയുടെ ഇത്തരത്തിലുള്ള ഈ കിനാക്കാണലുകൾ വേറെയുമുണ്ട്.

പണം, ദൃശ്യതലത്തിലും സംഭാഷണത്തിലുമായി, തുടക്കം മുതൽ ഒടുക്കംവരെ ചിത്രത്തിന്റെ യാഥാർത്ഥ്യതലത്തിലുമുണ്ട്. ആദ്യനൃത്തം കഴിഞ്ഞ ഉടൻതന്നെ വെളിച്ചപ്പാടിന്റെ കഥയിൽനിന്നും പണം കടന്നുവരുന്നു എന്നതുപോലെ പ്രധാനപ്പെട്ട വസ്തുതയാണ് അവസാനത്തെ നൃത്തത്തിനായി വാളും ചിലമ്പുമെടുക്കാൻ വീട്ടിലെത്തുന്ന സന്ദർഭത്തിലും പണമൊരു ഭൗതിക യാഥാർത്ഥ്യമായി സംവിധായകൻ അവതരിപ്പിച്ചിരിക്കുന്നു എന്നത്. ഇതിനിടയ്ക്ക് അനവധി സന്ദർഭങ്ങളിൽ അണയുടെയും രൂപയുടെയും കഥ സിനിമ, പ്രേക്ഷകരോട് പറഞ്ഞുകൊണ്ടിരിക്കുന്നു. "വെറ്റില വാങ്ങാൻ ഒരണ കിട്ടാത്ത ദിവസോണ്ട്," എന്നുപറഞ്ഞ് ശാന്തിയവസാനിപ്പിച്ചുപോകുന്നു, തുടക്കത്തിൽത്തന്നെ ഒരു നമ്പൂതിരി. പുതിയ ശാന്തിക്കാരൻ ഒരു അമ്പലത്തിലെത്തിയതിനുശേഷം ഒരു നാൾ, അമ്മിണിയുടെ പിറകെ ഓടിച്ചെന്ന ഭ്രാന്തൻ ഗോപാലന്, മറ്റൊന്നും ആവശ്യമുണ്ടായിരുന്നില്ല, "ഒരണ തര്വോ" എന്നു ചോദിക്കുകയല്ലാതെ. നടപ്പുദീനം വന്നപ്പോൾ ഗുരുതിക്ക് പിരിവിന് നടക്കുന്നതിനിടയിൽ വഴിയരികിൽ തളർന്നിരിക്കുന്ന വെളിച്ചപ്പാടിനോട് മടിയിൽ പിരിവിന്റെ കനം കണ്ടതുകൊണ്ട് അതിൽനിന്നെടുത്ത് കടം കുറച്ച് വീട്ടാൻ മയ്മുണ്ണി ആവശ്യപ്പെടുമ്പോൾ "ഇതും മടീല് വച്ചാ ചായ കുടിക്കാൻ ഒരണാല്യാണ്ടെ ഞാൻ ഇക്കണ്ടദൂരം നടന്നത്" എന്ന് മറുപടിയുണ്ടാകുന്നു. "ആയിരം, ആയിരത്തിയറുന്നൂറ് റുപ്യ" ഗുരുതിക്ക് ചെലവ് വരുമെന്ന് വാര്യർ പറയുമ്പോൾ, "നൂറാൾടെ ഗ്ലാസ് മോറിട്ടാ ഒരു നൊട്ട കിട്ടണേ" എന്നും പറഞ്ഞ് ചായക്കട നടത്തുന്ന പഴയ ശാന്തിക്കാരൻ പെട്ടിപ്പുറത്ത് വെക്കുന്നത് നാലണയാണ്. (ദൃശ്യതലത്തിൽ നിന്ന് പ്രേക്ഷകർക്ക് അണയും രൂപയും എല്ലാം തിരിച്ചറിയാനാവും വിധമല്ല പണത്തിന്റെ യാഥാർത്ഥ്യം സിനിമയിലവതരിപ്പിക്കുന്നത്. തിരക്കഥയിൽ അത് വ്യക്തമായിട്ടെഴുതി വെച്ചിട്ടുണ്ട് എങ്കിലും. സംഭാഷണത്തിലൂടെ സിനിമയിൽ പലപ്പോഴും അത് സൂചിപ്പിക്കപ്പെടുന്നുണ്ട് എങ്കിലും) മകൻ അപ്പു പെരുവഴിയിൽ വെച്ച് തൃശൂരിലേക്ക് പോകാനായി രണ്ടുരൂപ ചോദിക്കുമ്പോൾ "രണ്ടുറുപ്യ

പോയിട്ട്ന്റെ കൈയിൽ രണ്ടു കാശില്ല" എന്നാണ് വെളിച്ചപ്പാട് നിസ്സഹായനാകുന്നത്. സിനിമയിലെ ഒരു സുപ്രധാന മുഹൂർത്തത്തിൽ പള്ളിവാളും കാൽച്ചിലമ്പും വില്ക്കാൻ പഴയ ഓടിന്റെ വിലയെന്തെന്ന് വീട്ടിലെത്തിയ കച്ചവടക്കാരനോട് മകൻ ചോദിക്കുമ്പോൾ റാത്തലിന് മൂന്നുറുപ്പ്യ എന്നാണ് മറുപടി (മൂലകഥയിൽ പള്ളിവാളിന്റെ വില ചോദിക്കുന്നത് വെളിച്ചപ്പാടുതന്നെയാണ്. മൂശാരി നാണുവിന്റെ വീട്ടിൽ ചെന്ന്, റാത്തലിന് രണ്ടര രൂപ എന്ന് മറുപടി. പള്ളിവാളെടുത്ത് മാങ്ങ ചെത്തുന്നു മകൻ എന്ന് കുപിതനാകുന്ന അച്ഛനാണ് കഥയുടെ അന്ത്യത്തിൽ ദേവിയുടെ വാളും ചിലമ്പും വില്ക്കാൻ ചെല്ലുന്നത്) സിനിമയിലെ പണത്തിന്റെ ഈ നീണ്ടകഥ അവസാനിപ്പിക്കുന്നത്, ഒടുവിൽ വെളിച്ചപ്പാടിന്റെ കിടപ്പറയുടെ മുന്നിലാണ്. നാരായണിയുടെയരികിൽ നിന്നും പുറത്തേക്ക് കടക്കുന്ന മയ്മുണ്ണിയെ വെളിച്ചപ്പാട് കാണുന്നു. പ്രേക്ഷകർ വെളിച്ചപ്പാടിന്റെ കണ്ണുകളിലൂടെയാകണം, അപ്പോൾ മയ്മുണ്ണിയുടെ അരപ്പട്ടയും അരപ്പട്ടയിലെ തുറന്ന പേഴ്സും പേഴ്സിനകത്തെ കടലാസുരൂപയും കാണുന്നു. മയ്മുണ്ണി പുറത്തേക്ക് തുറിച്ചു നില്ക്കുന്ന നോട്ടുള്ളിലേക്ക് തിരുകി, പേഴ്സിന്റെ ബട്ടണമർത്തി, വെളിച്ചപ്പാടിനെ നോക്കുന്നു. അരപ്പട്ടയും പേഴ്സും നോട്ടും സംവിധായകൻ അവതരിപ്പിച്ചിരിക്കുന്നത് ഒരു സമീപ ദൃശ്യത്തിലാണ്.

പണത്തിന്റെ ഈ ദൃശ്യങ്ങൾക്കും അനുബന്ധമായിട്ടാണ് നെല്ലും അരിയും ചോറും *നിർമ്മാല്യ*ത്തിലുള്ളത്. ഉണ്ണിനമ്പൂതിരി കൊടുത്ത നേദ്യച്ചോറുമായി അമ്മിണി വഴിനടന്നുപോകുമ്പോഴാണ് ഭ്രാന്തൻ ഗോപാലൻ "ഇത്തിരി ചോറ് തര്വോ?" എന്ന് ചോദിക്കുന്നത്. പാത്രം മൂടിയിരുന്ന ഇലയിലേക്ക് അമ്മിണി ചോറ് വിളമ്പുന്നത്. പള്ളിവാളും കൈയിലെടുത്ത് ചുമലിൽ ചാക്കും തൂക്കി, ചിലമ്പും അരമണിയും അണിഞ്ഞ് വെളിച്ചപ്പാട് ഗതികെട്ട് വീടുകൾ കയറിയിറങ്ങിയപ്പോൾ ധർമ്മമോ വഴിപാടോ ആയി ഇടങ്ങഴിയിലും കൈപ്പിടിയിലും ഒതുങ്ങി നെല്ല് കിട്ടുന്നത്. ഗ്രാമത്തിൽ വസൂരി വരുമ്പോൾ ദീനം നാട്ടിൽനിന്ന് പോകാനായി വെളിച്ചപ്പാട് വീടുകൾ കയറിയിറങ്ങി അരിയെറിയുന്നത്... മയ്മുണ്ണിയിറങ്ങിപ്പോയ ശേഷം നാരായണി കിടപ്പറയിൽ നിന്ന് പുറത്തുകടക്കുമ്പോൾ നാം കാണുന്നത്. വെളിച്ചപ്പാടിന്റെ പള്ളിവാളിന്റെ വളഞ്ഞ തലയ്ക്കൽ അവരുടെ കഴുത്ത് എന്ന നിലയിലാണ്. ഒരുപക്ഷേ, കോമരത്തിന്റെ കോപത്തിനും വാളിനും ഇരയായി ഒരുവൾ. ഈ ദൃശ്യത്തിനു ശേഷമാണ്, കനത്ത നിശ്ശബ്ദതയിൽ, കോപം കൊണ്ടുതന്നെയാകണം, വെളിച്ചപ്പാടിന്റെ ഉടലൊന്ന് വിറകൊള്ളുന്നത്. അരമണിയും ചിലമ്പും കിലുങ്ങുന്നത്. വെളിച്ചപ്പാടിന്റെ നാല് മക്കളെപ്പെറ്റ നാരായണി, മൂലകഥയിലെ ലക്ഷ്മി, "ഞാൻ തന്നെയായി" "ഈ നാല്പത്തിരണ്ടാം വയസ്സിൽ എന്നെ ഇങ്ങന്യാക്കിത് നിങ്ങളാണ്." എന്ന് പ്രതികരിക്കുന്നു. "ഭഗവതിയെ രക്ഷിക്കാൻ നടക്കുമ്പോഴ് ഈ വീട്ടില് തീയെരിഞ്ഞിരുന്നില്ല" എന്നും "എന്റെ കുട്ടികൾ വിശന്ന്

കിടക്കുമ്പോൾ ഭഗോതി അരിയും കാശും കൊണ്ടന്ന് തന്നില്ല." എന്നും ഭാര്യപറയുന്നതോടു കൂടി, നിസ്സഹായതയോടെ താണുപോയ വാളും പിടിച്ച്, വെളിച്ചപ്പാട് തിരിഞ്ഞു നടക്കുന്നു. കാശിന്റെയും അരിയുടെയും കഥ അവസാനിക്കുകയായി. നാരായണിയുടെ മുഖം ഫ്രെയിം ചെയ്ത വാൾത്തലയും വാളും തുടക്കത്തിലായുള്ള ഉത്സവവേളയിലെ പൊൻതിളക്കങ്ങളുടെ നാണയങ്ങളുടെ ഒരു തുടർച്ച തന്നെ. വെളിച്ചപ്പാട് കണ്ട ഭൂതകാലത്തിന്റെ സമ്പന്നമായ കിനാവിന് തുടർച്ചയായി അനുബന്ധമായി, സമൃദ്ധിയുടെ ഒരു ഓർമ്മ, ഒരു നിനവ്, സിനിമയിലുള്ളത് നെല്ലുമായി ബന്ധപ്പെട്ടാണ്. അയ്യപ്പൻ എന്ന ജോലിക്കാരൻ ഗോയിന്ദനെന്ന കുടിയാനെ കണ്ട് തമ്പുരാനോട് വിവരം പറയാനെത്തിയതാണ്. പുത്യേ കാറ് മേടിച്ച ഗോയിന്ദൻ "കോടതി പറേണ മാതിരി ചെയ്യാന്ന്" പറഞ്ഞയച്ചിരിക്കുന്നു. "ആയിരം പറ പാട്ടം കിട്ടണ ഭൂമ്യേർന്നു ഭാഗിക്കുമ്പോ" എന്ന് വാര്യർ നെടുവീർപ്പിടുന്നു. ഭൂനിമയം നടപ്പിലായതിനു മുമ്പുള്ള ജന്മിത്വത്തിന്റെ പ്രതാപകാലത്തെക്കുറിച്ചനുസ്മരിക്കുകയാണ് ഇപ്പോൾ തീർത്തും ദുർബ്ബലനായ പാവത്താൻ വാര്യർ.

അന്യരും അമ്പലക്കാരും

മനുഷ്യരും ദൈവവും തമ്മിലുള്ള ബന്ധത്തിൽ, കലയും മനുഷ്യരും തമ്മിലുള്ള ബന്ധത്തിൽ, സ്ത്രീയും പുരുഷനും തമ്മിലുള്ള ബന്ധത്തിൽ, മനുഷ്യരും മനുഷ്യരും തമ്മിലുള്ള ബന്ധത്തിൽ, മിക്കവാറുമെല്ലായിടത്തും ചിത്രം സൂചിപ്പിച്ചിരിക്കുന്നത്, പണം ഒരു പ്രധാന ഘടകമാണ് എന്നുതന്നെയാണ്. മയ്മുണ്ണിയുടെ കഥാപാത്രത്തിന്റെ കാര്യത്തിൽ എന്നാൽ പണത്തിന്റെ ഘടകം പ്രധാന അടിസ്ഥാനമായി വർത്തിക്കുന്നു. കാമത്തിന്റേതല്ലാത്ത, പണത്തിന്റേതല്ലാത്ത മറ്റു ഘടകങ്ങൾ അയാൾക്ക് മറ്റു മനുഷ്യരുമായിട്ടുള്ള ബന്ധങ്ങളിൽ കാര്യമായിട്ടില്ല. ഗ്രാമത്തിലെ ഒരു ഷൈലോക്ക് അയിട്ടല്ല മയ്മുണ്ണിയെ അവതരിപ്പിച്ചിരിക്കുന്നത് എങ്കിലും ആ കഥാപാത്രത്തിന്റെ സൃഷ്ടിയിൽ, വാരസ്യാരുടെയും വല്യതമ്പുരാന്റെയും ചായക്കട നമ്പൂതിരിയുടെയും കഥാപാത്രങ്ങളിലെന്നതുപോലെ സംവിധായകന്റെ അനിഷ്ടം നിഴലിക്കുന്നുണ്ട്. കേരളത്തിലെയും ഇന്ത്യയിലെയും ലോകത്തിലെയും സമകാലീന യാഥാർത്ഥ്യത്തിന്റെ പശ്ചാത്തലത്തിൽ സംവിധായകൻ മുസ്ലീം വിരുദ്ധമായ ഒരു കാഴ്ചപ്പാടെടുത്തിരിക്കുന്നു എന്ന വിമർശനം സ്വാഭാവികമായിട്ടുയരാവുന്നതാണ്. നമ്പൂതിരി സമുദായത്തിൽനിന്ന് വ്യത്യസ്ത തട്ടുകളെ സൂചിപ്പിക്കുംവിധം കഥാപാത്രങ്ങളെ അവതരിപ്പിച്ചിരിക്കുന്നു എങ്കിൽ മുസ്ലീം സമുദായത്തിൽ നിന്ന് ഒരൊറ്റ കഥാപാത്രമാണുള്ളത്. വലിയ വില്ലനായിട്ടാണ് അയാളെ ചിത്രീകരിച്ചിരിക്കുന്നത് എന്ന് പറയാനാവില്ലെങ്കിലും പ്രേക്ഷകരുടെ നിലപാട് അയാൾക്കെതിരെ രൂപപ്പെടുത്തുന്നതിന് ആദ്യഭാഗത്തുതന്നെയായി ഒരു രംഗമുണ്ട്. ബീഡി തരുമോ എന്ന ഭ്രാന്തൻ ഗോപാലന്റെ ചോദ്യം വെളി

ച്ചപ്പാട് അവഗണിച്ച് കടന്നുപോകുന്നതിന് തൊട്ടു പിമ്പേയാണിത് (രാത്രിയിൽ ഒരിക്കൽ ഇതേ ചോദ്യത്തിന് സ്നേഹത്തോടെ മറുപടി പറഞ്ഞതാണ് വെളിച്ചപ്പാട്) മയ്മുണ്ണി വലിച്ചുകൊണ്ടിരുന്ന ബീഡി, എറിഞ്ഞുകൊടുക്കുകയാണ്. അതു വന്നുവീഴുന്നതിന്റെ സമീപദൃശ്യം. ഗോപാലൻ ഈർഷ്യയോടെ പ്രതികരിക്കുന്നത് "അശുദ്ധാക്കാൻ വേണ്ടി വരും ഓരോ അശ്രീകരങ്ങള്" എന്നു പറഞ്ഞാണ്. കടം മേടിച്ച പണം തിരിച്ചു ചോദിച്ചുകൊണ്ട് വഴിയിലും വീട്ടിലും പ്രത്യക്ഷപ്പെടുന്ന മയ്മുണ്ണി പിരിവിനിടയിൽ ക്ഷീണിച്ച് വഴിയോരത്തൊറ്റയ്ക്കിരുന്ന് വിശ്രമിക്കുന്ന വെളിച്ചപ്പാടിനോട് തന്റെ ന്യായം വ്യക്തമാക്കുന്നുണ്ട്. "ചെറിയ കാശ്ട്ട് തിരിമറി ചെയ്യണതാ നമ്മുടെ കച്ചോടം." ദൃശ്യ പരിചരണ രീതിയിൽ മയ്മുണ്ണിയെ സംവിധായകൻ ഒരിക്കലും ഒരു കാമവെറിയനായി ചിത്രീകരിക്കുന്നില്ല. ഒരു പണമിടപാടിന്റെ ഭാഗമാണ് അയാൾക്ക് വെളിച്ചപ്പാടിന്റെ ഭാര്യയുമായുള്ള ബന്ധം. അതേസമയം വാരസ്യാരുടെ ചിത്രീകരണത്തിൽ കാമാസക്തിയുടെ നിഴലുണ്ടുതാനും.

ഉടുതുണിക്കു മറുതുണിയില്ലാതെ ഈരിഴത്തോർത്തുമുടുത്ത് ഉദ്യോഗപ്പരീക്ഷയ്ക്ക് പഠിക്കാനിരിക്കുന്ന ദരിദ്രനായ ഉണ്ണിനമ്പൂതിരിയിലും കാമം യൗവനതീക്ഷ്ണമായി ഉറങ്ങിക്കിടക്കുന്നുണ്ട് എന്ന് പിന്നീട് വ്യക്തമാകുന്നുണ്ട്. പിറ്റേന്നുതന്നെ അമ്പലത്തിലേക്ക് താമസം മാറ്റിയ അയാൾ, മറ്റൊരു രാത്രിയിൽ രാഷ്ട്ര തലസ്ഥാനങ്ങളുടെ പേരുകൾ കാണാപാഠംപഠിക്കുന്നത്, പകലറിഞ്ഞ ആലിംഗനത്തിന്റെ ഓർമ്മയിൽ മച്ചിലേക്ക് കണ്ണുകൾപോകുന്നത്, അമ്മിണിയുടെ ഓർമ്മയും കിനാവും ഇടകലർന്ന അതേ രാത്രിയിലേക്ക് ദൃശ്യം മുറിച്ചു ചേർക്കപ്പെടുന്നത്, രതിനിർവൃതിയുടെ മൂർത്തമായ ശരീരാനുഭവത്തിനു മുന്നോടിയായിട്ടാണ്. സന്ധ്യാപൂജ കഴിഞ്ഞ ഒരുസന്ദർഭത്തിൽ, ഭഗവതിയുടെ തിരുനടയിൽ വെച്ച്, വെളിച്ചപ്പാടിന്റെ അമ്മയുടെ തിരുസന്നിധിയിൽവെച്ച്, വെളിച്ചപ്പാടിന്റെ മകളും ശാന്തിക്കാരനായ ഉണ്ണിനമ്പൂതിരിയും ഇണ ചേരുന്നതിന്റെ രംഗത്തിൽ രതിശില്പങ്ങളോ ചിത്രങ്ങളോ ആലിലകളുടെ നൃത്തമോ മുറിച്ചുചേർക്കപ്പെടുന്നില്ല. യുവതിയുടെയും യുവാവിന്റെയും ഉടലുകൾ മാത്രമുള്ള രംഗം അമ്പലത്തിനകത്തെ ഒരുരംഗം-

ബീഡിയും ചോറും കാശും ചോദിക്കുന്ന ഭ്രാന്തൻ ഗോപാലനെക്കുറിച്ച് അമ്മിണിയോട് വെളിച്ചപ്പാടു പറയുന്നത് ചെറുപ്പത്തിൽ ആലിന്റെ ചോട്ടില് എന്തോ കണ്ടു പേടിച്ചതാണ് എന്നാണ്. അരയാലും തറയും ചൂണ്ടി അമ്മിണി ഉണ്ണിനമ്പൂതിരിയോട് വന്ന ദിവസം പറയുന്നത്. അത് ഗന്ധർവ്വന്റെ ആലാണ് എന്നാണ്. അമ്മിണിയുടെ ഓർമ്മക്കിനാവിലെ വിറകൊള്ളുന്ന ആലിലകൾ ഈ ഗന്ധർവ്വനാലിന്റേതാകാം. അവ പ്രത്യക്ഷപ്പെടുന്നത് അമ്പലങ്ങളിലെ രതിശില്പങ്ങളുടെയും രതി ചിത്രങ്ങളുടെയും ദൃശ്യങ്ങളുമായി ഇടകലർന്നിട്ടാണ്. ആൽത്തറയിലെ ഭ്രാന്തൻ ഗോപാലനും അമ്മിണിയുടെ പ്രണയകാമകഥയിലെ ഗന്ധർവ്വനുണ്ണിനമ്പൂതിരിയും

തമ്മിലൊരു ബന്ധം സൂക്ഷ്മമായ രീതിയിൽ സംവിധായകൻ ധ്വനിപ്പിക്കുന്നുണ്ട്. അതേസമയം ഗോപാലന്റെ 'അന്യമതസ്ഥ'നോടുള്ള നിന്ദയിൽനിന്ന് വ്യത്യസ്തമായ ഒരു സമീപനമാണ് ഉണ്ണിനമ്പൂതിരിയുടെ വാക്കുകളിൽ സൂചിപ്പിക്കപ്പെടുന്നത്. 'മാപ്ലർ' ഉണ്ണിനമ്പൂതിരിയുടെ കണ്ണിൽ അന്യർ അല്ല എന്ന് തീർത്ത് പറഞ്ഞുകൂടാ. എങ്കിലും സ്കൂളില് പഠിച്ചിരുന്നപ്പോ ഉച്ചയ്ക്ക് ചായകുടിച്ചിരുന്നത് മാപ്ലാരുടെ ഹോട്ടലീന്നാ എന്നാണ് അയാൾ അമ്മിണിയോട് പറയുന്നത്. ആ ചായയെക്കുറിച്ചും അയാൾ പറയുന്നു. "എല്ലാവരും പറേണത് ശര്യാ. ചായ അസ്സല്."

മൂലകഥയിൽ നിന്ന് വർഷങ്ങൾക്കുശേഷം തിരക്കഥയെഴുതിയപ്പോഴും സിനിമയെടുത്തപ്പോഴും വരുത്തിയ മാറ്റങ്ങളും കൂട്ടിച്ചേർക്കലുകളും കിഴിക്കലുകളും പലതാണ്. ഇരുളിന്റെ രൂപകഭാഷയിലാണ് വെളിച്ചപ്പാടും കുടുംബവും അമ്പലവും കഥയിൽ പ്രധാനമായും അവതരിപ്പിക്കപ്പെടുന്നത്. (രാത്രിയുടെ ഇരുണ്ട നിശ്ശബ്ദതയിലേക്ക് കഥയുടെ രണ്ടാമത്തെ വാക്യത്തിൽ തന്നെ അമ്പലവും പരിസരവും പതുക്കെ താണു പോവുകയാണ്. 'വെളിച്ചപ്പാടിന് വീട്ടിലെത്തണമെങ്കിൽ ഇനി ഒന്നരനാഴിക ദൂരം ഇടവഴികളിലെ ഇരുട്ടുനീന്തിക്കൊണ്ടുവേണം' എന്നു കഥയുടെ രണ്ടാമത്തെ പേജിൽ. അഞ്ചാമത്തെ പേജിൽ അയാൾ പതുക്കെ നീങ്ങിയത് ഒറ്റതിരിഞ്ഞ ഒരിരുളിൻ കീറു പോലെയാണ്. വയ്ക്കോൽ മേഞ്ഞ മേൽക്കൂരയും മൺചുമരുകളുമുള്ള വീട്ടിനകത്ത് അയാളുടെ ഭാര്യയും നാലു കുഞ്ഞുങ്ങളും വെളിച്ചത്തിന്റെ കണ്ണുതെറ്റിച്ച് പകലെവിടെയോ പതിയിരുന്ന ഇരുളിൻ കീറുകൾ അവരുടെ കൂട്ടുകാരാണ്. മകൾ അമ്മിണിക്ക് നടപ്പുദീനം ബാധിച്ചതുകൊണ്ടത്യാവശ്യമായി പത്തുരൂപയുണ്ടാക്കാൻ അലഞ്ഞു നടന്ന് നിരാശനായി. ചൂടുള്ള വെയിലത്ത് അതിലും ചൂടുള്ള ചിന്തകൾ തലച്ചോറിലുമായി, ശൂന്യമായ നെല്പ്പാടത്തിന്റെ മാറിലൂടെ കഥയുടെ അവസാനഭാഗത്ത് നടന്നുനീങ്ങുന്ന വെളിച്ചപ്പാടിന്റെ ഒരുചിത്രം കഥാകൃത്ത് ഒരുപമയുടെ സഹായത്തോടെ അവതരിപ്പിച്ചിട്ടുള്ളതും ശ്രദ്ധേയമായിരിക്കുന്നു. ഒരുദുഃസ്വപ്നംപോലെ ഉപമകളുടെ, രൂപകങ്ങളുടെ ഒരു വിധ അലങ്കാരങ്ങളുമില്ലാതെ യഥാർത്ഥത്തിന്റെ നിരാർഭാടമായ നേർവിവരണമായിട്ടാണ് രണ്ടു ചെറു രംഗങ്ങളായി കഥ അവസാനിപ്പിച്ചിരിക്കുന്നത്) കഥയിൽ രാമക്കുറുപ്പിന്റെ അച്ഛനും മുത്തശ്ശനും പരാമർശിക്കപ്പെടുന്നുണ്ട്. വെളിച്ചപ്പാടന്മാരായ രണ്ടു പേരും മരിച്ചുകഴിഞ്ഞിരിക്കുന്നു. അച്ഛന്റെ മരണശേഷമാണ് ഇരുപത്തിമൂന്നാമത്തെ വയസ്സിൽ 'രാമക്കുറുപ്പ് വെളിച്ചപ്പാടാകുന്നത്' 'ദേവിയുടെ പരമഭക്തനായി' സിനിമയിലാകട്ടെ അമ്മിണിയുടെയും അപ്പുവിന്റെയും അച്ചാച്ചൻ ശക്തമായ ഒരു കഥാപാത്രമായി ജീവിച്ചിരിക്കുകയാണ്. അദ്ദേഹം 'വിളിച്ചാൽ വിളിച്ചേടത്തെത്തു'മായിരുന്നു കഥയിലെ ഭഗവതി. മാത്രമല്ല 'അതുകൊണ്ട് അദ്ദേഹത്തിന് കീഴടങ്ങാത്ത ബാധയും പിശാചുമില്ല.' സിനിമയിൽ ഈ കോമരം ശക്തമായ കഥാപാത്രമാകുന്നത്, വെളി

ച്ചപ്പാടിന്റെ അമ്മിണിയുടെ, അപ്പുവിന്റെ, നാരായണിയുടെ എല്ലാം കഥകൾക്ക് നിശ്ശബ്ദനായ, നിഷ്ക്രിയനായ, ഒരു സാക്ഷിയായിട്ടാണ്. എം എസ് നമ്പൂതിരിയാണ് മിണ്ടാനും അനങ്ങാനും വയ്യാതെ സർവ്വസാക്ഷിയായി മാറിയിരിക്കുന്ന പക്ഷപാതം വന്നുകിടപ്പിലായ, അച്ചാച്ചനെ അവതരിപ്പിച്ചിരിക്കുന്നത്- മുഖത്തു തെളിഞ്ഞും മാഞ്ഞും കൊണ്ടിരിക്കുന്ന ഭാവങ്ങളിലൂടെ, നേത്രചലനങ്ങളിലൂടെ. അമ്മിണിയുടെ അച്ചാച്ചന്റെ ഈ മൂകസാക്ഷിയായ കഥാപാത്രത്തോടുചേർത്തുവെക്കാവുന്നതാണ് നാടകകൃത്തും നടനുമായിരുന്ന സുരാസു അവതരിപ്പിക്കുന്ന മൂലകഥയിലില്ലാത്ത ആൽത്തറയിലെ ഭ്രാന്തൻ ഗോപാലന്റെ രംഗങ്ങൾ. അയാൾ സിനിമയിലെ കഥയിലിടപെടുന്നത് കാശും ചോറും ബീഡിയും ചോദിക്കുന്നവനായിട്ടാണ്. രാമക്കുറുപ്പിന്റെ ഓർമ്മകളിലൂടെ കഥയിൽ കടന്നുവരുന്ന മുത്തച്ഛന്റെ കഥാപാത്രമാകട്ടെ സിനിമയിൽ പരാമർശിക്കപ്പെടുന്നതുമില്ല.

സിനിമയിൽ കിഴിച്ചുകളഞ്ഞ ഈ കഥാപാത്രം ഏതാനും ചെറുഖണ്ഡികകളിലൂടെ മൂലകഥയിൽ അവതരിപ്പിക്കപ്പെടുന്നു. മുത്തച്ഛൻ കോമരം തുള്ളിയിരുന്ന കാലത്തെ അത്ഭുതവിദ്യകളെപ്പറ്റി നാട്ടിലെ കാരണവന്മാർ ഇന്നും സംസാരിക്കാറുണ്ട് എന്നും നാട്ടിൽ വളരെ പ്രചാരമുള്ള ഒരുചരിത്രമുണ്ട് എന്നും ചരിത്രമറിയുന്നവർ പറയുന്നതാണ് എന്നും പറഞ്ഞ് കഥാകൃത്ത് എഴുതിയിട്ടുള്ളത് എന്താണ്? 'അന്യമതസ്ഥരായ ആരോ ചിലർ അമ്പലം തീണ്ടി എന്നും ചിലമ്പും വാളുമെടുത്തട്ടഹസിച്ചു എന്നും അലറിക്കൊണ്ട് ഒരു പിടി വെള്ളരി നിലത്തെറിഞ്ഞു.' എന്നും അപ്പോൾ നിലത്ത് വസൂരിയുടെ പളുങ്കുകൾ പാഞ്ഞുനടക്കുകയായിരുന്നു എന്നും കഥാകൃത്ത് എഴുതിയിരിക്കുന്നു. കഥയിൽ ഈ ഘട്ടത്തിൽ പണം കടന്നുവരുന്നുണ്ട്. 'മൂപ്പൻ വന്നു തെറ്റുപറഞ്ഞ് നൂറുപണം വെച്ചു.' മുത്തച്ഛന്റെ കഥ എഴുത്തുകാരൻ അവസാനിപ്പിക്കുന്നതിങ്ങനെ. 'അപ്പോൾ നിലത്തെ വസ്തുക്കൾ വീണ്ടും അരിമണികളായി മാറി.' മുത്തച്ഛനെക്കുറിച്ചുള്ള ഈയൊരത്ഭുത കഥയിൽനിന്ന്, അന്യമതസ്ഥർ അമ്പലം തീണ്ടിയതിനോടുള്ള പ്രതികരണകഥയിൽനിന്ന്, തിരക്കഥാകൃത്തും സംവിധായകനും തെരഞ്ഞെടുത്തിരിക്കുന്നത്, മാറ്റം വരുത്തിയിരിക്കുന്നത്, ശ്രദ്ധിക്കാവുന്നതാണ്. ഒരു സംഭാഷണം മാത്രമാണ് മൂലകഥ വായിച്ചിട്ടുള്ളവർക്ക് മുത്തച്ഛനെക്കുറിച്ചോർക്കുവാൻ പര്യാപ്തമാകുന്നത്. പള്ളിവാള് വില്ക്കാൻ തുനിയുന്ന മകന്റെ കരണത്തടിച്ചു നില്ക്കുന്ന വെളിച്ചപ്പാട് തടയാൻ വന്ന നാരായണിയെയും അമ്മിണിയെയും മുൻനിർത്തി പഴേ ഓടിന്റെ വെലേം കൂടി ഇല്ലാത്ത ഒരു പള്ളിവാള്! എന്ന പരിഹാസത്തിന് മറുപടി പറയുന്നു. "മാറി നില്ക്ക്- അച്ഛന്റെ കാലത്ത് അമ്പലം തീണ്ട്യപ്പോ ഈ വാളിന്റെ തുമ്പത്ത് വസൂരിയുടെ വിത്തായിരുന്നു." കാലം മാറിയപ്പോൾ തിരക്കഥയും സിനിമയുമായി കഥ മാറിയപ്പോൾ മുത്തച്ഛൻ അച്ഛനായി മാറി. അന്യമതസ്ഥരായ ആരോ ചിലർ അമ്പലം തീണ്ടി എന്നത് 'അമ്പലം തീണ്ട്യപ്പോ' എന്നു മാത്രമാക്കിക്കിഴിച്ചു. ഇന്നായിരുന്നു കഥ

സിനിമയാക്കുന്നത് എന്നു വരികിൽ മയ്മുണ്ണിയെത്തന്നെ സംവിധായൻ ഇങ്ങനെ അവതരിപ്പിക്കുമായിരുന്നോ?

ചില ചലന കാര്യങ്ങൾ

സിനിമയുടെ ദൃശ്യഭാഷ. വിശേഷിച്ച് ചലനഭാഷ തികച്ചും സർഗ്ഗാത്മകമായി ഉപയോഗിച്ച എഴുപതുകളിലെ പ്രധാനപ്പെട്ട ഒരു മലയാള ചിത്രമാണ് *നിർമ്മാല്യം.* ദേവദാസിന്റെ നേതൃത്വത്തിൽ ഒരുക്കിയിരിക്കുന്ന ശബ്ദപഥവും ഒരു ശബ്ദപഥത്തിന്റെ ഭാഗമായിട്ടുള്ള എം ബി ശ്രീനിവാസൻ തയ്യാറാക്കിയിരിക്കുന്ന സംഗീതപഥവും ചിത്രത്തിന്റെ കഥാപരമായ മികവിന് വലിയ സംഭാവനകളാണ് നല്കിയിട്ടുള്ളത് എന്ന യാഥാർത്ഥ്യവും വിസ്മരിക്കപ്പെടാനാവാത്തതാണ്. ദൃശ്യസന്നിവേശത്തിന്റെയും ക്യാമറ ചലനത്തിന്റെയും സർഗ്ഗാത്മക സാദ്ധ്യതകൾ സാക്ഷാൽക്കരിക്കാനറിയാവുന്ന ഒരു എഡിറ്ററും ഒരു ഛായാഗ്രാഹകനും സംവിധായകന്റെ കൂടെയുണ്ട് എന്ന് ചിത്രം വ്യക്തമാക്കുന്നു. (എഡിറ്റിങ് രവിയും ഛായാഗ്രഹണം രാമചന്ദ്രബാബുവും നിർവ്വഹിച്ചിരിക്കുന്നു.)

സിനിമയുടെ ആദ്യഭാഗത്തുതന്നെ സർഗ്ഗാത്മകമായ ചലനദൃശ്യങ്ങൾ കാണാം. പുതിയ ശാന്തിക്കാരനെക്കിട്ടാനായി മനയ്ക്കലേക്ക് നടക്കുകയാണ് പെരുവഴിയിലൂടെ വെളിച്ചപ്പാട് (വഴികളുടെ ഒരു സിനിമയുമാണ് *നിർമ്മാല്യം.* പല വഴികളിലൂടെ നെല്ല് തേടിയും ദീനമകറ്റാൻ അരിയെറിഞ്ഞും പിരിവിന് നടന്നും ഗുരുതി കാണാനും അങ്ങനെ പല കാര്യങ്ങൾക്കായി വെളിച്ചപ്പാടും ചിത്രത്തിലുടനീളം നടന്നുകൊണ്ടിരിക്കുന്നു). ക്യാമറ നിശ്ചലം. നമ്മുടെ നേർക്ക് നടന്നുവരുന്ന വെളിച്ചപ്പാടിന് പിറകെ വഴിയുടെ അറ്റത്തുനിന്ന് അപ്പു നടന്നുവരുന്നു. അച്ഛനൊന്ന് തിരിഞ്ഞുനോക്കുമ്പോൾ മകൻ നിന്നു.അടുത്ത ദൃശ്യത്തിൽ നാം കാണുന്നത്, കൈയിലേന്തിയ വിറയ്ക്കുന്ന ക്യാമറയുടെ കാഴ്ചവട്ടത്തിൽ നമുക്ക് കൂടുതലടുത്തു നടന്നുവരുന്ന അപ്പു. അച്ഛനോട് രണ്ടുറുപ്പ്യ ചോദിക്കാനുള്ള മകന്റെ അസ്വസ്ഥതയായിരിക്കാം ഈ ചലനം സൂചിപ്പിക്കുന്നത്. തൊട്ടടുത്ത ഷോട്ടിൽ കയറ്റം കയറാൻ വിഷമിക്കുന്ന കാളവണ്ടിയുടെ ദൃശ്യം. ശബ്ദപഥത്തിൽ ചക്രങ്ങളുടെ ഞരക്കവും. രണ്ടാമത്തെ സമാനമായ ക്യാമറാചലനം അമ്പലത്തിനകത്താണ്. വെളിച്ചപ്പാടിന്റെ രണ്ട് പെൺമക്കൾ, അമ്മിണിയുടെ അനിയത്തിക്കുട്ടികൾ, ശ്രീകോവിലിന് വലംവെക്കുകയാണ്. കുട്ടികൾക്ക് പുറകെ പ്രദക്ഷിണവഴിയിലൂടെ കൈയിലേന്തിയ ക്യാമറാ ചലനക്കാഴ്ചയുമായി നമ്മുടെ കണ്ണുകൾ കുട്ടികളോടൊപ്പം പ്രേക്ഷകർ കൃത്യമായി ദേവിയെ ഒരു വലം വെക്കുന്നു. മൂന്നാമതായും കൈയിലേന്തിയ ക്യാമറാചലനം നാമറിയുന്നത് അവസാനനൃത്തത്തിന്റെ വേളയിലാണ്. പെരുവഴിയിലോ അമ്പലത്തിനകത്തോ അല്ല, അപ്പുവിന് പിറകെയോ പെൺകുട്ടികൾക്ക് പിറകെയോ അല്ല. ഇരുവശത്തും താലം പിടിച്ച പെൺകുട്ടികൾക്ക് നടുവിലൂടെ, അമ്പലത്തിന് പുറത്ത്, ഉറഞ്ഞു

തുള്ളുന്ന വെളിച്ചപ്പാടിന് മുന്നിലും പിറകെയുമായി. ഭൂമികുലുക്കി അവസാനത്തെ നൃത്തം ചെയ്യുന്ന അനുഭവം അറിഞ്ഞ്, വിറകൊള്ളുകയായി ക്യാമറ. ഇതിനെത്തുടർന്നാണ്, ഇതിന്റെ മൂർച്ചയിലാണ്, സോപാനപ്പുരയ്ക്കു മുന്നിൽ, നിശ്ചലമായ ക്യാമറയ്ക്കു മുന്നിൽ, വെളിച്ചപ്പാട് നെഞ്ചത്തൊരു കൈയും വെച്ച് നില്ക്കുന്നത്. ഒടുവിൽ ശ്രീകോവിലിന് മുന്നിലെത്തുന്നു. പള്ളിവാളെടുത്ത് നിറുകയിൽ ആഞ്ഞാഞ്ഞ് വെട്ടുന്നു. ഇതിനിടയിൽ ഒരു നിമിഷം, ഒരു സമീപദൃശ്യം. നിറുകയിൽനിന്നൊലിക്കുന്ന ചോരയണിഞ്ഞ് വെളിച്ചപ്പാടിന്റെ മുഖം. കുപിതമായ മുഖം. ഒടുവിൽ തന്റെ അമ്മയുടെ നേർക്ക് ഭഗവതിയുടെ നേർക്ക് അയാൾ തുപ്പുകയാണ്. വിഗ്രഹത്തിന്റെ നേർക്കുള്ള ഒരു ദ്രുതചലനദൃശ്യമാണ് പിന്നെ. സൂം ചെയ്തെടുത്ത തുപ്പുന്നതിന്റെ ദൃശ്യം.

ഭഗവതിയുമായുള്ള ഭക്തന്റെ ഈ മുഖാമുഖം അവസാന നിമിഷങ്ങളിൽ സമീപദൃശ്യങ്ങളുടെ ഒരു ഏറ്റുമുട്ടലാണ്. വെളിച്ചപ്പാടിന്റെ മുഖവും പൂജാവിഗ്രഹത്തിന്റെ മുഖവും സമീപദൃശ്യങ്ങളിലൂടെ അങ്കംവെട്ടുന്നതുപോലെ. തുപ്പുന്നതിന്റെ സമീപദൃശ്യവും തുപ്പൽ തെറിക്കുന്നതിന്റെ ചലനദൃശ്യവും കഴിഞ്ഞ ഉടനെയാണ് സാധാരണഗതിയിൽ അപ്രസക്തമാണെന്ന് തോന്നാവുന്ന, മറ്റെവിടെനിന്നോ കൂട്ടിച്ചേർത്തിരിക്കുന്ന, വിഗ്രഹങ്ങളുടെ ചാഞ്ഞും ചെരിഞ്ഞുമുള്ള ദൃശ്യങ്ങൾ. അമ്മിണിയുടെ രതിസ്വപ്നത്തിലെന്നതുപോലെ.

അച്ഛനും മകനും

അവസാന നൃത്തത്തിന്റെ ആ അവസാനദൃശ്യങ്ങൾ വിചിത്രമായ ഒരു പരിസമാപ്തിയെയാണ് കുറിക്കുന്നത്. ഈ ക്ഷുഭിതതാണ്ഡവത്തിന്റെ ആദ്യചുവട് വെളിച്ചപ്പാട് ചവിട്ടുന്നത് കുളിച്ചുകയറുമ്പോഴാണ്, കുളത്തിൽനിന്നുമൊന്നാമത്തെ പടവിൽ കാൽവെക്കുമ്പോഴാണ്. വിചിത്രമായ ഒരു സംഗതി ഈ സന്ദർഭത്തിൽ ശ്രദ്ധേയമാണ്. ശബ്ദപഥത്തിൽ നാം കേൾക്കുന്ന സംഗീതത്തിന്റെ ഈണം ഏതു പാട്ടിന്റേതാണ്? ചിത്രത്തിന്റെ തുടക്കത്തിൽ കളത്തിലെ ഭഗവതിയുടെ ധൂളിചിത്രത്തിനുമേൽ ശീർഷകങ്ങൾ തെളിഞ്ഞു കൊണ്ടിരുന്നപ്പോൾ ക്യാമറ ചലനഭരിതമായി ട്ടാരാധനയിൽ മുഴുകിക്കൊണ്ടിരുന്നപ്പോൾ, ശൂലവും കരവാളും ധാരിക ശിരസ്സും കാണിച്ചപ്പോൾ ചെണ്ട മേളത്തിൽ കലർന്നിരുന്ന പലതരം സംഗീതത്തിനിടയിൽ ഒരു നുറുങ്ങ് ഇതേ ഈണത്തിലായിരുന്നല്ലോ. അതേ, ഈ ഈണത്തിന്റെ പൂർണ്ണരൂപം വാക്കുകളോടെ നാം കേട്ടത്, നെല്ലു തേടി വെളിച്ചപ്പാടലഞ്ഞു നടക്കുന്നതിനിടയിലായിരുന്നു. കുഞ്ഞായിരുന്ന അപ്പുവിനെ മടിയിലിരുത്തി ഓർമ്മയുടെ പ്രകാശമണിഞ്ഞ്, അയാൾ സ്വന്തം വീട്ടിന് മുന്നിൽ വന്നിരുന്ന് നാവേറ് പാടുന്ന പുള്ളുവന്റെയും പുള്ളുവത്തിയുടെയും പാട്ട് കേൾക്കുകയാണ് 'ശ്രീ മഹാദേവൻ തന്റെ ശ്രീപുള്ളോർക്കുടം കൊണ്ട്...' ശീർഷകരംഗത്തിലെ നുറുങ്ങുസംഗീത

ത്തിനും ഈ ഓർമ്മയ്ക്കും ഇടയിലായി. പശ്ചാത്തലസംഗീതമായി, ഈ ഈണം വ്യക്തമായി നാം കേൾക്കുന്ന ആദ്യരംഗം ഓർമ്മിക്കുക. പെരുവഴിയിൽ ചോദിച്ച രണ്ടുറുപ്യ കിട്ടാതെ മകനും രണ്ടുറുപ്യപോയിട്ട് രണ്ടു കാശെടുക്കാനില്ലാത്ത അച്ഛനും വഴി പിരിഞ്ഞപ്പോഴാണിത്. വാളും ചിലമ്പും വില്ക്കാൻ തുനിഞ്ഞ മകന്റെ കരണത്തടിച്ച മുഹൂർത്തത്തിന് പിൻപേയായി ഒരു പ്രമേയ സംഗീതംപോലെ ഇതേ ഈണം.

അവസാന നൃത്തത്തിന്റെ ആദ്യ ചുവടിന് നാവോറ് പാട്ടിന്റെ സംഗീതം നിമിഷനേരത്തേക്കായിട്ടാണെങ്കിലും ചേർത്തിരിക്കുന്നതിലെ പ്രസക്തിയെന്താണ്? സ്വന്തം വീട്ടിലെ കിടപ്പറയുടെ മുന്നിൽ നിന്ന് ചുവട് തിരിയുമ്പോഴേ വ്യത്യസ്തമായ ഒരു സംഗീതം. പറകൊട്ടുന്നതിന്റേതാകാം. ചെണ്ടമേളത്തിൽ കലരുന്നത് നാം കേട്ടതാണ്. കുളത്തിലിറങ്ങുന്നതിന് തൊട്ടുമുൻപുള്ള ദൃശ്യങ്ങൾക്കിടയിലായി ദളിതരുടെ തിറയും പൂതനുമാടുന്നത് നാം കണ്ടതാണ്. എന്നാൽ ക്ഷോഭം വ്യക്തമായൊരു ദിശാബോധം തേടുന്നത് കുളക്കരയിൽവെച്ചാണ്. ഭഗവതിയിൽ നേരത്തേതന്നെ വിശ്വാസം നശിച്ച ക്ഷുഭിതയൗവനത്തിന്റെ മകൻ അയാളിൽ ആവേശിച്ചിരിക്കുകയാണോ? കുളത്തിലേക്ക് പാതയിലൂടെ തളർന്നു നടക്കുമ്പോഴും കുളത്തിൽ നനഞ്ഞു നില്ക്കുമ്പോഴും ആളുകളുടെ വാക്കുകൾക്ക് മുന്നിൽ ദൈന്യം കലർന്ന ചിരിയാണ് പി ജെ ആന്റണി ഗംഭീരമായി അവതരിപ്പിച്ചിരിക്കുന്ന വെളിച്ചപ്പാടിന്റെ മുഖത്ത് നിഴലിക്കുന്നത്. മസ്തകം പള്ളിവാളുകൊണ്ടു വീണ്ടും വീണ്ടും വെട്ടുന്ന മകൻ (തന്റെ നാല് മക്കളെ പെറ്റവളുടെ വാക്കുകൾക്കു മുന്നിൽ നിസ്സഹായതയോടെ പതറിപ്പോകുന്ന സന്ദർഭത്തിൽ 'അമ്മേ' എന്ന് വിളിച്ചുപോകുന്നത് ആരെയാണ്?) ശ്രീകോവിലിന് മുന്നിൽ നിന്ന് ദേവിയുടെ മുഖത്തേക്ക് തുപ്പുന്നത്, നിറുകയിൽ നിന്നുമൊലിച്ചിറങ്ങിയ ചോരകൂടിയായിരിക്കാം.

അവസാനത്തെ നൃത്തത്തിൽ കലാപവും ആത്മബലിയുമുണ്ട്, മകൻ അപ്പുവും മകളുടെ കാമുകനായ ശാന്തിക്കാരൻ ഉണ്ണിനമ്പൂതിരിയുമുണ്ട്. ആത്മബലിയുടെ ഈ പൂജാരിയെ ഭഗവതിയുടെ അമ്പലത്തിന് മുന്നിൽ വച്ച് ക്ഷുഭിതയൗവനത്തിന്റെ അപ്പുവുമൊത്ത് ഒരു സന്ദർഭത്തിൽ സംവിധായകൻ അവതരിപ്പിക്കുന്നുണ്ട്. അയാൾക്കും വേണമൊരുദ്യോഗമൊക്കെ എങ്കിലും അപേക്ഷാഫോറവും കൈയിൽപിടിച്ച് ഭഗവതിക്കു മുന്നിൽ തൊഴുകൈ കൂപ്പി നില്ക്കാനൊന്നും അപ്പുവിനെ കിട്ടില്ല. "തൊഴാനൊന്നും കാണാറില്ല" എന്നുണ്ണി നമ്പൂതിരി കുശലം ചോദിക്കുമ്പോൾ, വെളിച്ചപ്പാടിന്റെ ഭഗവതിയുടെ പള്ളിവാളും കാൽച്ചിലമ്പും വില്ക്കാൻ ധൈര്യപ്പെടുന്ന അപ്പു വ്യക്തമായ മറുപടി നല്കുന്നു. ആരാധന നിന്ദവും കലാപവുമാകുന്നതിന്റെ ചരിത്രം ആ വാക്കുകളിലുണ്ട്. "നിർത്തി. കൊറെ തൊഴുതു പ്രാർത്ഥിച്ചു. പിന്നെ നിർത്തി." ഉദ്യോഗത്തിന്റെ കാര്യമാണ് തുടർന്നു പറയുന്നത്. നിത്യജീവിത ഭൗതിക യാഥാർത്ഥ്യങ്ങളുടെ നടുവിൽനിന്ന് ഒരു ദൈവത്തെക്കണ്ട് പറയുകയാണ് അപ്പു. "ഭഗവതി തരും

അതു കാത്തിരിക്യാണ്. തിരുമേനി പറഞ്ഞാൽ കിട്ടുമെങ്കിൽ എന്റെ കാര്യം പറയണം. എന്റെ മുന്നിലൊന്ന് പ്രത്യക്ഷപ്പെടാൻ "ദൈവദോഷം പറയല്ലേ" എന്ന് പറയുന്ന ശാന്തിക്കാരന് മുന്നിൽ തന്റെ ദൈവസങ്കല്പം അയാൾ അവതരിപ്പിക്കുന്നു "ദൈവം ചിലപ്പോൾ എന്റെ മുൻപിൽ പ്രത്യക്ഷപ്പെടാറുണ്ട്. ഒരു ബീഡി, ഒരു ഗ്ലാസ് ചായ, കൂട്ടുകാര് മേടിച്ചുതരുന്ന ഒരൂണ്. ഇതൊക്കെയാണ് കണ്ട അവതാരം. വലിയ അവതാരം കാണാൻ ബാക്കി കിടക്കുന്നേയുള്ളൂ. ജോലി." ഉണ്ണിനമ്പൂതിരിയും വാരസ്യാരുമൊത്തുള്ള രംഗം പോലെ ഉണ്ണിനമ്പൂതിരിയും അപ്പുവുമൊത്തുള്ള ഈ രംഗവും അച്ചടിച്ചുവന്നിരിക്കുന്ന തിരക്കഥയിലില്ല.

ആത്മാർപ്പണത്തിന്റെ കാര്യത്തിലും കലാകാരനെന്ന നിലയിലും ഇവർ രണ്ടുപേരിൽ നിന്നും വ്യത്യസ്തനാണ് എങ്കിലും അവസാനത്തെ നൃത്തരംഗത്തിൽ ഇവരുടെ കലാപവും ആത്മബലിയും വെളിച്ചപ്പാടിൽ ഇടകലരുന്നു. ഏഴുകൊല്ലം മുലപ്പാൽ കൊടുത്ത് വളർത്തിയ അമ്മയുടെ മകൻ. ചണ്ഡിയുടെ മുൻപിൽ ചോര തർപ്പണം ചെയ്തതുപോലെ വെളിച്ചപ്പാട് ഭഗവതിയുടെ മുന്നിൽ നിന്ന് മസ്തകം തകർത്തു. അതേസമയം വിശ്വാസത്തകർച്ചയുടെ തീക്ഷ്ണമായ കുപിതമുഹൂർത്തത്തിൽ അവളുടെ മുഖത്ത് തുപ്പുകയും ചെയ്തു. *പഴയ നിയമ*ത്തിലെ ഇയ്യോബിനെപ്പോലെ പരീക്ഷകളെ അതിജീവിക്കാനയാൾക്ക് കരുത്തുണ്ടാവാതെ പോയി എന്ന് വിശ്വാസികൾക്ക് പറയാം (നാട്ടിൽ നടപ്പുദീനം വരുമ്പോൾ വെളിച്ചപ്പാട് പ്രാർത്ഥിക്കുന്നത് നാം കേട്ടതാണ്, ദേവീ ഇനി പരീക്ഷിക്കരുതേ) ഇരുപതാം നൂറ്റാണ്ടിന്റെ കൂറ്റൻ വിശ്വാസവിഗ്രഹങ്ങൾ തകർക്കപ്പെടുന്ന ദൃശ്യങ്ങൾ റഷ്യയിൽനിന്നും കിഴക്കൻ യൂറോപ്യൻ നാടുകളിൽനിന്നും വരുന്ന സിനിമകളിൽ സോവിയറ്റ് യൂണിയന് ശേഷമുള്ള വർഷങ്ങളിൽ സാധാരണമായിരുന്നു. ഗുരുതി നടത്താനായി പിരിവിനിറങ്ങിത്തളർന്ന് ആൽച്ചുവട്ടിൽ വിശ്രമിക്കാനിരിക്കുമ്പോൾ "പിരിവിൽ നിന്ന് ഒരിരുപത്തഞ്ച് എടുക്കിന്" എന്ന് മയ്മുണ്ണി പറയുമ്പോൾ, "ഈ നാട് നശിക്കാതിരിക്കാനാരാവ് പകല് അദ്ധ്വാനിക്കണ്" എന്ന് പ്രതികരിക്കുന്നുണ്ട് വെളിച്ചപ്പാട്. ഭഗവതിയുടെയും നാട്ടുകാരുടെയും വിശ്വസ്തനായ വെളിച്ചപ്പാടാണ് അയാൾ. തൊഴിൽ തേടുന്ന ക്ഷുഭിതനായ അപ്പുവിന്റെയും വിവാഹബലിയിലേക്ക് നീങ്ങുന്ന ഉണ്ണിനമ്പൂതിരിയുടെയും വൈയക്തിക തലങ്ങളിൽ നിന്നല്ല അയാൾ ഭഗവതിയെ കണ്ടിരുന്നത്. സാമൂഹികപ്രസക്തിയുള്ള ഒരു ധർമ്മമായിരുന്നു ഒരുതരത്തിൽ അയാൾ നിർവ്വഹിച്ചിരുന്നത്. അതായിരുന്നു അയാളുടെ വിശ്വാസം.

ചിത്രത്തിലെ ആദ്യ നൃത്തത്തിനുശേഷം ചെയ്ത ജോലിക്കു പണം പോരാത്തതു കൊണ്ടായിരുന്നു ചെണ്ട കൊട്ടിയ മാരാരും മാല ചാർത്തിയ പൂജാരിയും അമ്പലം വിട്ടുപോയത്. കിട്ടിയതു രണ്ടുരൂപ മാത്രാണെങ്കിലും വെളിച്ചപ്പാടു ക്ഷുഭിതനായില്ല. തന്റെ വിശ്വാസമനുസരിച്ച് കിട്ടുന്നതു മേടിച്ച് അയാൾ സ്വന്തം കർമ്മം ചെയ്യുകയായിരുന്നു. അയാൾ വെളിച്ച

പ്പാടു മാത്രമല്ല പ്രയത്നകാലങ്ങളുടെ തുടർച്ചയിൽ മന്ത്രവാദ ചികിത്സ കനും കൂടിയായിരുന്നു (medicine man). ആരും ആവശ്യപ്പെട്ടിട്ടല്ല അയാൾ നടപ്പുദീനം വന്നപ്പോൾ രോഗം നീങ്ങാൻ നാടുതെണ്ടി അരിയെറിഞ്ഞു തുള്ളിയത്. കുട്ടിയെ മടിയിൽ കിടത്തി ജപിച്ച് ഊതിക്കഴിഞ്ഞപ്പോൾ "പ്പെന്റെ കൈയിലൊന്നും ഇല്യാ" എന്നു പറഞ്ഞമ്മ കുട്ടിയേയുമെടുത്തു തിരിച്ചുപോയപ്പോൾ വെളിച്ചപ്പാടു പരിഭവം പറയാത്തത് തന്നിലും കവിഞ്ഞ ഒരു സമൂഹത്തെ പഴമനസ്സുകൊണ്ടുള്ളിൽ കണ്ടിരുന്നു എന്ന തുകൊണ്ടായിരുന്നു.

അതുകൊണ്ടാണ് വെളിച്ചപ്പാടിന്റെ അവസാനത്തെ നൃത്തം അയാ ളുടെ അവസാനത്തെ ക്ഷുഭിതപ്രാർത്ഥനയായത്, അവസാനത്തെ ആത്മ ബലിയായത്. ആധുനിക സമൂഹത്തിലെ പ്രാർത്ഥനകളുടെ സ്ഥാനമായി രുന്നുവല്ലോ പ്രാക്തനസമൂഹങ്ങളിൽ ഒരു കാലത്തു നൃത്തത്തിനുണ്ടാ യിരുന്നത്.

നിർമ്മാല്യത്തിലെ അബോധങ്ങൾ

ജി പി രാമചന്ദ്രൻ

എം ടിയുടെ 'പള്ളിവാളും കാൽച്ചിലമ്പും' എന്ന ചെറുകഥയെയാണ് *നിർമ്മാല്യം* (1973) എന്ന ചിത്രം അവലംബമാക്കിയിട്ടുള്ളത്. ചെറുകഥയിൽ നിന്ന് സിനിമയിലെത്തുമ്പോഴുള്ള സംഘർഷഭരിതവും പ്രകടവുമായ ചില മാറ്റങ്ങൾ സവിശേഷമാണ്. മൂശാരി നാണുവിന്റെ പുരയിലെത്തി തന്റെ കുലചിഹ്നവും ദേവനർത്തനത്തിന്റെ ഉപാധിയുമായ പള്ളിവാളും കാൽച്ചിലമ്പും റാത്തൽ കണക്കിൽ തൂക്കി വിറ്റ് ദാരിദ്ര്യമകറ്റാനുള്ള വഴിയന്വേഷിക്കുന്ന വെളിച്ചപ്പാടിലാണ് ചെറുകഥ അവസാനിക്കുന്നത്. സിനിമയിലാകട്ടെ ഇത്തരം അപവിത്രമായ വില്പനയ്ക്ക് ശ്രമിക്കുന്നത് തെറിച്ചവനും മുടിഞ്ഞുപോകുന്നവനുമായ മകൻ അപ്പുവാണ്. അവനോട് രോഷം കൊണ്ട് അതിൽ നിന്ന് പിന്തിരിപ്പിക്കുകയും അവനെതിരെ കലി തുള്ളുകയുമാണ് വെളിച്ചപ്പാട് ചെയ്യുന്നത്. മറ്റൊരു രീതിയിൽ നിരീക്ഷിച്ചാൽ; ചെറുകഥാ രചയിതാവിനെതിരെ അഥവാ തന്റെ തന്നെ മുൻകാല ലിഖിത സാഹിത്യരചനയുടെ പരിപ്രേക്ഷ്യത്തിനെതിരെ; തിരക്കഥാകാരനും സംവിധായകനുമായിത്തീരുന്ന എം ടി എതിർക്കുന്ന ഒരു പരിണാമമായും ഇതിനെ വ്യാഖ്യാനിക്കാം. എന്നാൽ, ഏറ്റവും സുപ്രധാനമായ മാറ്റം സിനിമയുടെ ഇതിവൃത്തത്തിൽ, മൈമുണ്ണി എന്ന മുസ്ലിം കഥാപാത്രം കൂട്ടിച്ചേർക്കപ്പെട്ടിരിക്കുന്നു എന്നതാണ്. ഇയാളുടെ കൊള്ളരുതായ്മകളാണ് കഥാഗതിയെ പല നിർണ്ണായക അവസരങ്ങളിലും സ്വാധീനിക്കുന്നതും വഴി തിരിച്ചു വിടുന്നതും. 1970 ൽ, വ്യത്യസ്ത പ്രതിനിധാനങ്ങളിൽ അണിനിരത്താൻ മാത്രം വൈവിദ്ധ്യമുണ്ടായിരുന്ന മുസ്ലിമിനെ (*ഓളവും തീരവും*) അസന്മാർഗ്ഗിയുടെ ഒറ്റ പ്രതിനിധാനത്തിലേക്ക് വെട്ടിച്ചുരുക്കുകയായിരുന്നു *നിർമ്മാല്യ*ത്തിലൂടെ എം ടി.

വഴിപാട് കുറഞ്ഞ വരുമാനം തീരെ ഇല്ലാതായ ശാന്തിപ്പണി വിട്ട്,

നമ്പൂരി അമ്പലം വിട്ടു പോകുന്ന രംഗമാണ്, *നിർമ്മാല്യത്തിൽ* രണ്ടാമത്തെ സീനായി ചിത്രീകരിച്ചിട്ടുള്ളത്. വല്ല കിളക്കാനോ തേവാനോ പോയാല് ഇതിലധികം ലഭ്യണ്ട് എന്നാണ് ശാന്തി രാജി വെച്ച് പോകുന്ന ബ്രാഹ്മണൻ വേവലാതിപ്പെടുന്നത്. അതായത്, വംശപരമായ ഉത്ക്കർഷത്തിനു പകരം വർഗ്ഗപരമായ ഉത്ക്കർഷത്തെത്തുടർന്ന് ഉല്പാദനക്ഷമമായ തൊഴിലുകളിൽ - ഇവിടെ സൂചിപ്പിക്കുന്നത് കൃഷി - ഏർപ്പെടുന്നവർക്ക് മര്യാദക്കൂലി ലഭിച്ചു തുടങ്ങുകയും ജാതി മഹിമ കൊണ്ട് സ്വായത്തമായ ശാന്തി പോലുള്ള 'മഹത്തായ' കുലത്തൊഴിലുകാർ പട്ടിണിയാവുകയും ചെയ്യുന്ന വൈപരീത്യത്തെയാണ്, രചയിതാവ്/നിർമ്മാതാവ്/സംവിധായകൻ വെളിപ്പെടുത്തുന്നത്. ഇത്തരത്തിൽ പുരോഗമനപരവും ഉല്പാദനോത്സുകവുമായ മാറ്റത്തിൽ വേദനിക്കുന്ന പരിപ്രേക്ഷ്യത്തെ കേവലമായോ ഉപരിപ്ലവമായോ മതേതരം, വർഗ്ഗീയതാ വിരുദ്ധം, പുരോഗമനപരം എന്നൊക്കെ വ്യാഖ്യാനിക്കുകയായിരുന്നുവോ മലയാളി? അക്കാലത്തു തന്നെ മലയാള സിനിമയിൽ രൂപപ്പെട്ടു കഴിഞ്ഞിരുന്ന നവസിനിമയുടെ ദൃശ്യസമീപനത്തിലെ പൊളിച്ചെഴുത്തുകളുമായി ബന്ധപ്പെടാതെ പുതിയ സിനിമയ്ക്ക് ജനകീയമായ ഒരു പുതിയ ദൃശ്യവ്യാകരണം രചിച്ചു നല്കി *നിർമ്മാല്യം* എന്നും, സ്വർണ്ണം പൂശിയ താഴികക്കുടങ്ങളുമായി അഹങ്കാരത്തോടെ തലയുയർത്തി നില്ക്കുന്ന ഈ വിശ്വാസമേടകളുടെ(ദേവാലയങ്ങൾ) പുതിയ പ്രതാപകാലത്ത് *നിർമ്മാല്യ*മുന്നയിച്ച കലാപത്തിന്റെ മാനുഷികയുക്തികൾ കൂടുതൽ പ്രസക്തമാവുകയാണ് എന്നും നിരീക്ഷിക്കപ്പെട്ടിരിക്കെ (*നിർമ്മാല്യ*ത്തിലെ വിശ്വാസകലാപം- ആലങ്കോട് ലീലാകൃഷ്ണൻ- കാണി നേരം, കാണി ഫിലിം സൊസൈറ്റി വാർഷികപ്പതിപ്പ് 2010), മനുഷ്യനു വേണ്ടിയെന്നതിനു പകരം സവർണ്ണ ഹിന്ദുവിനു വേണ്ടി എന്നും വീടിനു വേണ്ടിയെന്നതിനു പകരം ദേവാലയത്തിനു വേണ്ടി എന്നും *നിർമ്മാല്യ*ത്തെ മാറ്റി വായിക്കുന്നത് ഉചിതമാണോ എന്നറിയില്ല.

ഊരാളനും നാട്ടാർക്കും അമ്പലം വേണ്ടാച്ചാൽ പിന്നെ നമുക്കാ? എന്നാണ് ശാന്തി വിട്ടു പോകുന്ന ബ്രാഹ്മണൻ ചോദിക്കുന്നത്. ഈ ചോദ്യത്തിനുള്ള കാലത്തിന്റെയും കേരളസമൂഹത്തിന്റെയും മറുപടിയും പരിഹാരക്രിയയുമായിട്ടായിരിക്കണം; പിന്നീടുള്ള പതിറ്റാണ്ടുകളിൽ ക്ഷേത്രം, ശാന്തി, ദേവസ്വം, തീർത്ഥയാത്രകൾ എന്നിവ വൻ വ്യവസായങ്ങളായി പരിണമിച്ചത്. ഗുരുവായൂരും ശബരിമലയിലും തന്ത്രിമാരായും ശാന്തിക്കാരായും ഒരു വർഷത്തേക്ക് നിയമനം ലഭിക്കുന്നവർക്ക് അവരുടെ മാത്രമല്ല, വരും തലമുറകളുടെ വരെ മുഴുവൻ ആവശ്യങ്ങളും ധൂർത്തുകളും നിറവേറ്റാൻ മാത്രം 'വരായ'* ലഭ്യമാവുമെന്നാണ് അനുഭവസ്ഥർ പറയുന്നത്.

രണ്ടു പറ നെല്ലും വെളിച്ചെണ്ണേം കൊണ്ട് മാസം കഴിയുമോ എന്നാണ് വെളിച്ചപ്പാടി (ഈ കഥാപാത്രത്തെ ഹൃദയസ്പൃക്കായി അവ

* വരുമാനം എന്ന അർത്ഥം വരുന്ന വള്ളുവനാടൻ പ്രയോഗം

തരിപ്പിച്ച പി ജെ ആന്റണിക്ക് ഭരത് അവാർഡ് ലഭിക്കുകയുണ്ടായി) ന്റെ ഭാര്യ ചോദിക്കുന്നത്. തമ്പുരാനെ കാണുമ്പോൾ ഒരു പറ നെല്ലു കൂടി ചോദിക്കരുതോ എന്ന അവരുടെ ആവലാതിക്കു പുറകെയാണ് ഈ ജീവിതസത്യം വെളിപ്പെടുന്നത്. ശാന്തിക്കാര്യം പറയുന്നതിനിടയിലാണോ നെല്ലിന്റെ കാര്യം എന്ന് വെളിച്ചപ്പാട് അവളെ പരിഹസിക്കുകയും ശകാരിക്കുകയും ചെയ്യുന്നു. ചെയ്യുന്ന ജോലിക്ക് മര്യാദയ്ക്ക് കൂലി ചോദിച്ചു വാങ്ങിത്തുടങ്ങിയ തൊഴിലാളിവർഗ്ഗത്തിന് പ്രായപൂർത്തിയെത്തിയ കാലമായിരുന്നു കേരളത്തിലെ എഴുപതുകൾ. വേണ്ടത്ര വരുമാനം ഇല്ലാത്ത വെളിച്ചപ്പെടൽ, കഴകം, ശാന്തി, അടിച്ചുതളി തുടങ്ങിയ അമ്പലപ്പണികൾ ഉപേക്ഷിച്ച് വിവിധ ഉന്നതകുലജാതർ കീഴാളരെപ്പോലെ മേലനങ്ങി അദ്ധ്വാനിക്കാൻ തുടങ്ങിയ പരിവർത്തനകാലങ്ങൾ കടന്നു പോയിരുന്നു. അപ്പോഴാണ് ഇടിഞ്ഞുപൊളിഞ്ഞ ഒരു പഴയ കാലത്തെ എടുപ്പുകാലുകളാൽ നിവർത്തി നിർത്താൻ എം ടി പരിശ്രമിക്കുന്നത്. ആ പ്രവർത്തനം പില്ക്കാലത്ത് സാക്ഷാൽകൃതമായി. കേരളത്തിലെ നഗര-ഗ്രാമങ്ങളെമ്പാടും ക്ഷേത്രവിസ്തൃതികൾ നിറഞ്ഞു.

വിശുദ്ധമായ ശാന്തി അഭംഗുരം തുടരണമെന്ന് തമ്പുരാനോട് ആവശ്യപ്പെടാൻ വഴിയിലിറങ്ങിയ വെളിച്ചപ്പാടിനെ പണി കിട്ടാനായി തൃശൂർക്ക് പോകാൻ രണ്ടു രൂപ ചോദിക്കുന്ന മകൻ അപ്പു മാത്രമല്ല അലോസരപ്പെടുത്തുന്നത്. കന്നുമായി വരുന്ന മൈമുണ്ണി എന്ന മുസ്ലിം(അന്യൻ) പലചരക്കു കച്ചവടക്കാരൻ പുറകിൽ നിന്ന് വിളിക്കുന്നു. തന്റെ കടയിൽ നിന്ന് വാങ്ങിയ സാധനങ്ങളുടെ പറ്റ് തീർത്തില്ലെങ്കിലും ബാദ്ധ്യതയിലേക്ക് എന്തെങ്കിലും വക വെക്കണമെന്ന് ചോദിക്കാനാണ് അയാൾ വെളിച്ചപ്പാടിനെ പിടിച്ചു നിർത്തുന്നത്. ദിവ്യവും ദൈവികവുമായ കാര്യങ്ങൾ തിരിച്ചറിയാത്ത, കച്ചവടത്തിലും കടം തിരിച്ചുപിടിക്കലിലും മാത്രം ശ്രദ്ധയുള്ള ഒരു കഴുത്തറുപ്പുകാരൻ എന്ന നിലയ്ക്കാണ് ഇയാളുടെ പ്രതിനിധാനം. വെളിച്ചപ്പാടിനോട് ബീഡിയോ ബീഡിക്കുറ്റിയോ യാചിക്കുന്ന ഭ്രാന്തൻ ഗോപാലന്റെ ദയനീയാവസ്ഥ കണ്ട് ഒരു നിമിഷത്തേക്ക് മാത്രം മനസ്സലിയുന്ന മൈമുണ്ണി അയാൾ വലിച്ചുകൊണ്ടിരുന്ന ബീഡിക്കുറ്റി അവനു നേരെ എറിഞ്ഞുകൊടുത്ത് നടന്നകലുന്നു. ഫ! അശുദ്ധാക്കാൻ വരും ഓരോ അശ്രീകരങ്ങള്, എന്നാണ് ആ ദയാപ്രവൃത്തിയെ ഭ്രാന്തൻ (അഥവാ ഭ്രാന്തിലും മറയാതെ പോകുന്ന ജാതി ചിന്ത നിറഞ്ഞ സവർണ്ണൻ) അറപ്പോടെയും വെറുപ്പോടെയും ഭർത്സിക്കുന്നത്. പിന്നീട് ശാന്തിക്കായി എത്തുന്ന ബ്രഹ്മദത്തൻ നമ്പൂതിരി (രവിമേനോൻ) എന്ന ഉണ്ണ്യമ്പൂരി തന്റെയും കാമുകിയായ വെളിച്ചപ്പാടിന്റെ മകൾ അമ്മിണിയു(സുമിത്ര)ടെയും ദാരിദ്ര്യത്തിനിടയിലും ഞാനവനൊരു അണ കൊടുത്തു എന്ന് സംതൃപ്തിയോടെയും ചാരിതാർത്ഥ്യത്തോടെയും പറയുന്നത് ശ്രദ്ധിക്കുക. ദാനധർമ്മശീലങ്ങളൊക്കെ ശുദ്ധിയും പവിത്രതയും ജാതക്കുലീനതയും ഉള്ളവർക്ക് അവകാശപ്പെട്ടതാണെന്ന ധാരണ തന്നെയാണ് ഇവിടെ പുനപ്രക്ഷേപിക്കപ്പെടുന്നത്.

കഴകക്കാരനായ വാര്യർ അയാളെ തോല്പിക്കുന്ന കുടിയാനെക്കുറിച്ച് - കുടിയാന്മാരുടെ കൈയിലായില്ലേ ഭൂമ്യൊക്കെ, അനുഭവിക്ക്യന്നെ - വിലപിക്കുന്ന ദൃശ്യവും, തുടർന്നുള്ള പറകൾ നിറച്ച് മുറ്റത്ത് ധാന്യങ്ങൾ നിരത്തിയിരുന്ന പണിക്കാർ നിറഞ്ഞ കാലത്തെക്കുറിച്ചുള്ള പകൽസ്വപ്നക്കാഴ്ചയും ഭൂപരിഷ്കരണം പോലുള്ള മാറ്റങ്ങളിൽ പരിതപിക്കുന്ന രചയിതാവിനെ തുറന്നു കാട്ടുന്നുണ്ട്. തമ്പുരാനെ കാണാനെത്തുന്ന വെളിച്ചപ്പാടിന് തമ്പുരാൻ കായകല്പം സേവിച്ചിരിക്കുന്ന അവസ്ഥയിലായതിനാൽ കാഴ്ച തരപ്പെടുന്നില്ല. കാലുളുക്കിയ കഥകളിക്കാര(ശങ്കരാടി)നോട് ലോഹ്യം പറയാനേ അയാൾക്കാവുന്നുള്ളൂ. കഥകളിയും കൂത്തും കൃഷ്ണാട്ടവും ഗുരുതിയുമില്ലാതായ കെട്ട കാലത്തെക്കുറിച്ചവർ രണ്ടു പേരും പരിതപിക്കുന്നു. ബസ് സർവ്വീസ്, റബ്ബർ, ടയറിന്റെ വില എന്നിവയിലാണ് ഇല്ലത്തുള്ളവർക്ക് ഇപ്പോൾ ശ്രദ്ധ എന്നാണ് കഥകളിക്കാരൻ പരിതപിക്കുന്നത്. തമ്പുരാന്മാർക്ക് പല്ലക്കും കാള/കുതിര/പോത്ത് വണ്ടിയും കാറും ഉണ്ടായിരിക്കെ സാധാരണക്കാർക്ക് യാത്ര ചെയ്യാനുതകുന്ന ബസ് സർവ്വീസ് തുടങ്ങുന്നതിനെ കുറ്റകൃത്യമായി കാണുന്ന കാഴ്ചപ്പാട് പില്ക്കാലത്ത് മാറ്റുരയ്ക്കുന്നത് അരവിന്ദന്റെ *ഒരിടത്തി*ലാണ്. ഗ്രാമത്തിൽ വൈദ്യുതി എത്തിച്ച് ഗ്രാമവിശുദ്ധിയെ നശിപ്പിക്കുന്നവരാണല്ലോ *ഒരിടത്തി*ലെ കുറ്റവാളികൾ.

ദേവിയുടെ പ്രതിപുരുഷനായ വെളിച്ചപ്പാട് ജീവിത പരാജയത്തെ തുടർന്ന് താനിത്രയും കാലം ഉപാസിച്ചിരുന്ന ദേവീവിഗ്രഹത്തിനു മുകളിലേക്ക് തല വെട്ടിപ്പൊളിച്ചെത്തിയ ചോര കൂടി കലർത്തി ശക്തമായി തുപ്പുന്ന *നിർമ്മാല്യ*ത്തിന്റെ അന്ത്യരംഗമാണ് യുക്തിവാദപ്രത്യക്ഷമനസ്സുള്ളവരെ കോരിത്തരിപ്പിച്ചത്. വർഗ്ഗീയതയ്ക്കും മതബോധത്തിനും അന്ധവിശ്വാസത്തിനുമെതിരായ ശക്തമായ ആഖ്യാനമായി *നിർമ്മാല്യം* കൊണ്ടാടപ്പെട്ടു. അന്ത്യത്തിന് തൊട്ടു മുമ്പായി, വെളിച്ചപ്പാടിനെ ഇത്ര കടുപ്പത്തിൽ വേദനിപ്പിച്ച സംഭവം എന്തായിരുന്നു? പലചരക്കു കടയിലെ കടം പല തവണ ആവശ്യപ്പെട്ടിട്ടും വീട്ടാത്തതിനെത്തുടർന്ന് അതു മുതലാക്കാൻ ആണുങ്ങളില്ലാത്ത തക്കം നോക്കി വെളിച്ചപ്പാടിന്റെ വീട്ടിലെത്തി അയാളുടെ ഭാര്യയെ ലൈംഗികമായി പ്രാപിക്കുന്ന കടയുടമ വാതിൽ തുറന്നിറങ്ങിവരുന്നതും അയാൾക്കു പിന്നിലായി തന്റെ ഭാര്യ(കവിയൂർ പൊന്നമ്മ) സംഭോഗത്തിനു ശേഷം തലമുടി കെട്ടി വെച്ച് പുറത്തേക്കു വരുന്നതും കണ്ടതിന്റെ ഷോക്കിലാണ് വെളിച്ചപ്പാട് മരണത്തിലേക്കു കുതിക്കുന്നത്.

"എന്റെ നാലു കുട്ട്യോളെ പെറ്റ നീയോ നാരായണീ" എന്നാണ് ദയനീയമായി വെളിച്ചപ്പാട് വിലപിക്കുന്നത്. തന്റെ കന്യകയായ മകൾ അമ്മിണിയോട് ഇത്തരത്തിലൊരു വിലാപം വെളിച്ചപ്പാട് നടത്തുന്നില്ല. അഥവാ അപ്രകാരമൊരു വിലാപത്തിനുള്ള ശബ്ദം/സ്ഥലം രചയിതാവ് രൂപീകരിക്കുന്നില്ല. അവളെ ശാന്തിക്കാരനായ ബ്രഹ്മദത്തൻ നമ്പൂതിരി എന്ന ഉണ്ണ്യമ്പൂരി കാമപൂർത്തീകരണത്തിനുവേണ്ടി ഉപയോഗിക്കുന്നത് അമ്പ

ലത്തിനകത്തെ സ്വകാര്യതയിലാണ്. *നീലക്കുയിലി*ലെ നീലിയെപ്പോലെ അവൾ ഗർഭിണിയാകുന്നില്ല; അതിനാൽ കുട്ടിയെ വഴിയിൽ പെറ്റിട്ട് മരിക്കേണ്ട ഗതികേടിലവൾ എത്തുന്നില്ല. എന്നാലും അച്ഛൻ നിശ്ചയിച്ച വേളി കഴിക്കാനായി ഭാരതപ്പുഴ കടന്നു പോകുന്ന അയാളെ നോക്കി നെടുവീർപ്പിട്ട് സ്വയം വെറുക്കാനേ അവൾക്കാവുന്നുള്ളൂ. അവൾക്കു വേണ്ടി ഭഗവതിയോട് പ്രതികാരം ചെയ്യാൻ ഒരാളുമില്ല. അല്ലെങ്കിലെന്തിന് പ്രതികാരം ചെയ്യണം. വെളിച്ചപ്പാടും വാര്യരും ഷാരോടിയും മാരാരും നമ്പീശനുമടക്കമുള്ള അമ്പലവാസി ജാതികളിൽ പെട്ട കന്യകകളെ സംബന്ധം ചെയ്തും അല്ലാതെയും ഭോഗിക്കാൻ ജാത്യാലുള്ള അവകാശം നമ്പൂരിയിൽ നിക്ഷിപ്തമാണല്ലോ. ദാരിദ്ര്യത്തിനിടയിലും ഭ്രാന്തൻ ഗോപാലന് ഒരണ ദാനം കൊടുക്കാനും അമ്പലവാസി പെണ്ണിനെ ഭോഗിച്ച് കടന്നുകളയാനും അവകാശം നമ്പൂതിരിക്കുണ്ടെന്നും ഭ്രാന്തന് ബീഡിക്കുറ്റി കൊടുക്കുന്നവനും കടം പിരിക്കാൻ ചെന്ന് വീട്ടമ്മയെ ഭോഗിക്കുകയും ചെയ്യുന്ന മാപ്പിളയാണ് കേരള സമൂഹത്തിന്റെ ശാപം എന്നുമുള്ള ജാതി-മത വിവേചന ബോധമാണ് *നിർമ്മാല്യം* മുന്നോട്ടുവെക്കുന്നത്.

ഒരു വിശ്വാസകലാപം എന്ന നിലയിൽ നമ്മുടെ സാമൂഹികചരിത്രത്തിലെ ഒരു സുപ്രധാന ഇടപെടലുമാണ് *നിർമ്മാല്യം.* മനുഷ്യനും അവന്റെ ജീവിതത്തിനും പ്രയോജനപ്പെടുന്നില്ലെങ്കിൽ ദൈവമെന്തിന് എന്ന ധീരവും മൗലികവുമായ ഒരു വിശ്വാസലംഘനത്തിന്റെ ചോദ്യം ഈ സിനിമയിൽ നിന്ന് മുഴങ്ങുന്നുണ്ട് (*നിർമ്മാല്യ*ത്തിലെ വിശ്വാസ കലാപം- ആലങ്കോട് ലീലാകൃഷ്ണൻ-*കാണി നേരം,* കാണി ഫിലിം സൊസൈറ്റി വാർഷികപ്പതിപ്പ് 2010) എന്ന് പൊതുബോധത്തിൽ വിലയിപ്പിച്ചു ചേർത്ത *നിർമ്മാല്യ*ത്തിന്റെ പുരോഗമനസ്വഭാവം എന്ന പ്രതീതി അപനിർമ്മിച്ചാൽ, കേരളത്തിലെ പ്രത്യക്ഷ പുരോഗമനം എന്നത് യൂറോപ്യൻ ആധുനികതയും മുസ്ലിം വിരുദ്ധതയെയും സവർണ്ണതയെയും പൊതിഞ്ഞു വെച്ച യുക്തിവാദ/മതനിരപേക്ഷ നാട്യം മാത്രമാണെന്ന് വ്യക്തമാവും.

ഒരു വെളിച്ചപ്പെടലിന്റെ മുപ്പത് വർഷങ്ങൾ

സി എസ് വെങ്കിടേശ്വരൻ

"The disintegration of myths and rituals and indeed of religious though in general leads not to genuine demythologizing but to the outbreak of new sacrificial crisis."

Rene Girard, Violence and the Sacred.

1

ലോകത്തിലെ വിവിധ മതങ്ങളെക്കുറിച്ച് ഗവേഷണം നടത്തിയിട്ടുള്ള മിർസ്യാ എല്യാഡിന്റെ അഭിപ്രായത്തിൽ[1] മതാധിഷ്ഠിതമായ സാമൂഹ ജീവിതക്രമത്തിന്റെ അടിസ്ഥാനപ്രമാണങ്ങളിലൊന്ന് പവിത്രം/അപവിത്രം (scared/profane) എന്ന വിഭജനമാണ്. അപവിത്രമായ മണ്ഡലം നിത്യജീവിതത്തിന്റെ സാധാരണതകളുമായി ബന്ധപ്പെട്ടതാണ്. ഇതിൽനിന്നും തികച്ചും വ്യത്യസ്തമാണ് പവിത്രവും വിശുദ്ധവുമായതിന്റെ മണ്ഡലം. അത് അസാധാരണവും സ്മരണീയവും ഗംഭീരവും ആണ്.[2] നശ്വരതയെയും കാലത്തെയും അതിജീവിക്കുന്ന മായികമായ എന്തോ ഒന്ന് അതിലുണ്ട്. ഈ ലോകവിഭജനത്തിന്റെ നിയമങ്ങൾക്കകത്താണ് മനുഷ്യർ ജീവിക്കുന്നതും ലോകത്തെ അറിയുന്നതും അനുഭവിക്കുന്നതും ഭാവന ചെയ്യുന്നതും സ്വന്തം പെരുമാറ്റങ്ങൾ ചിട്ടപ്പെടുത്തുന്നതുമെല്ലാം. എന്നാൽ ഏതൊരു സമൂഹത്തിന്റെയും സമ്പദ് വ്യവസ്ഥയിൽ വരുന്ന മാറ്റങ്ങൾ പവിത്രത്തിനും അപവിത്രത്തിനും ഇടയിലുള്ള അതിർത്തികളെ നിരന്തരം മാറ്റിവരച്ചുകൊണ്ടിരിക്കുന്നു. അതു വഴിവയ്ക്കുന്ന അതിർത്തി ലംഘനങ്ങളും ഇടകലരലുകളും സമൂഹത്തിൽ ഗാഢമായ കുഴമറിച്ചിലുകൾ സൃഷ്ടിക്കുന്നു. ദിവ്യമായതും മാനുഷികസാധാരണമായതും തമ്മിൽ കൂടിക്കുഴയുന്നതോടെ മനുഷ്യരുടെ ലോകാനുഭവം തന്നെ കീഴ്മേൽ മറി

യുന്നു. ഈ രീതിയിൽ, അതീതമായതിനും സാധാരണമായതിനുമിടയിലുള്ള അതിർത്തി ലംഘനങ്ങളുടെ രംഗവേദിയായി എം ടി വാസുദേവൻ നായരുടെ *നിർമ്മാല്യ*ത്തിന്റെ ആഖ്യാനത്തെ കാണാവുന്നതാണ്.

നിർമ്മാല്യം എന്ന പേരുതന്നെ ഒരു സമയസന്ധിയെ കുറിക്കുന്നുണ്ട്. സി മാധവൻ പിള്ളയുടെ *അഭിനവമലയാള നിഘണ്ടു* നല്കുന്ന അർത്ഥം ക്ഷേത്രങ്ങളിൽ തലേദിവസം അർപ്പിച്ച പൂജാ ദ്രവ്യങ്ങളും മറ്റും അർപ്പിച്ചതിന്റെ അവശിഷ്ടം എന്നൊക്കെയാണ്. ചിത്രത്തിന്റെ ടൈറ്റിലുകൾ പ്രത്യക്ഷപ്പെടുന്നത് നിർമ്മാല്യകർമ്മങ്ങളുടെ പശ്ചാത്തലത്തിലും ചിത്രാന്ത്യം പൂജിച്ചു കഴിഞ്ഞ അവശിഷ്ടമായിത്തീർന്ന ഒരു മനുഷ്യശരീരത്തിലുമാണ്.

ഈ ചിത്രത്തിലുടനീളം പ്രത്യക്ഷപ്പെടുന്നത് പലതിനും ഇടയിൽ സ്ഥിതി ചെയ്യുന്ന ലിമിനൽ[3] എന്നു വിശേഷിപ്പിക്കാവുന്ന ഇടനിലകളും അന്തരാള അവസ്ഥകളുമാണ്. വെളിച്ചപ്പാട് എന്ന കേന്ദ്രകഥാപാത്രത്തിൽത്തന്നെ അത്തരമൊരു കൂടിക്കുഴച്ചിലുണ്ട്. ഒരേസമയം ദേവിയും മനുഷ്യനും പുരുഷനും സ്ത്രീയും ആണയാൾ. ഒപ്പം ഭക്തനും ദൈവത്തിനുമിടയിലുള്ള ഒരു ഇടനിലക്കാരനോ മാധ്യമമോ കൂടിയുമാണയാൾ.

*നിർമ്മാല്യ*ത്തിന്റെ ആഖ്യാനഭൂമിക ശ്രദ്ധിച്ചാൽ അതു പലതരത്തിലുള്ള ഇടനിലകളിലാണ് വിന്യസിക്കപ്പെട്ടിരിക്കുന്നത് എന്നു കാണാം. ചിത്രത്തിലുടനീളം ആഖ്യാനസ്ഥലപരമായി (narrative space) ഇടനിലങ്ങളും കഥാപാത്രാനുഭവപരമായി (emotional space) ഇടനിലകളുമാണ് വിസ്തരിക്കപ്പെടുന്നത്. ഉദാഹരണത്തിന് *നിർമ്മാല്യ*ത്തിലെ സംഭാഷണങ്ങളും സംഭവങ്ങളും മിക്കവാറുമെല്ലാംതന്നെ അരങ്ങേറുന്നത് 'ഇടയ്ക്ക്' സ്ഥിതിചെയ്യുന്നതായി (liminal spaces എന്നു വിശേഷിപ്പിക്കാവുന്ന) പലതരം ഇടങ്ങളിലാണ്. സംഭവങ്ങളും സംഭാഷണങ്ങളും നടക്കുന്നത് അകമോ പുറമോ ഇല്ലാത്ത ഇടങ്ങളിലാണ്. ക്രിയാരംഗങ്ങൾ നടക്കുന്നത് വീടിനകത്തോ എന്നാൽ പുറത്തുള്ള ഒരു പൊതു ഇടത്തോ അല്ല മറിച്ച് സ്വകാര്യമെന്നോ പൊതുവെന്നോ അകമെന്നോ പുറമെന്നോ വ്യക്തിപരമെന്നോ സാമൂഹികമെന്നോ നിർവ്വചിക്കാനാവാത്ത ഇടങ്ങളാണ് അതിന് തെരഞ്ഞെടുക്കപ്പെട്ടിട്ടുള്ളത്. അവയെല്ലാംതന്നെ മനുഷ്യർ താമസിക്കാത്ത എന്നാൽ നിരന്തരം കടന്നുപോകുന്ന ഇടങ്ങളാണുതാനും. അമ്പലനട പ്രദക്ഷിണ വഴി, ആൽത്തറ, വീടുകളുടെ മുറ്റം, തിണ്ണ, വയൽ, വരമ്പ്, ഇടവഴികൾ, കുന്നുംപുറം, പുഴക്കടവ്, പടിപ്പുരകൾ, പറമ്പുകൾ തുടങ്ങിയവയാണവ. ഇവയ്ക്കുപുറമേ ചിത്രത്തിൽ പ്രത്യക്ഷപ്പെടുന്ന മറ്റു രണ്ടു പൊതു ഇടങ്ങൾ പോസ്റ്റ് ഓഫീസും ചായക്കടയും മാത്രമാണ്. അവയും ആൾക്കാർ വരികയും പോകുകയും ചെയ്യുന്ന ആൾക്കാരുടെ പാതകൾ ഇടകലരുന്ന neutral ഇടങ്ങളാണ് എന്നതും യാദൃച്ഛികമല്ല. സ്ഥലപരമായ ഈ സന്ദിഗ്ദ്ധത (liminality) *നിർമ്മാല്യ*ത്തിന്റെ മുഖ്യപ്രമേയം തന്നെയാണ്. പലതരത്തിൽ ഇടയിൽപ്പെട്ടുപോയ അവസ്ഥകളെക്കുറിച്ചാണത്. 'അക'ത്തിനും 'പുറ'ത്തിനുമിടയിൽ പവിത്രമായതിന്റെയും സാധാരണമായതിന്റെയുമിടയിൽ കഴിഞ്ഞുപോയ ഭൂതകാലത്തിനും ഇനിയുമെ

ത്തിച്ചേരാത്ത ഭാവിക്കുമിടയിൽ ഫ്യൂഡലിസത്തിനും മുതലാളിത്ത ആധുനികതയ്ക്കുമിടയിൽ ഗ്രാമീണതയ്ക്കും നഗര സംസ്കാരത്തിനുമിടയിൽ സ്വകാര്യതയ്ക്കും പൊതുവായതിനുമിടയിൽ അങ്ങനെ പലതിന്റെയും ഇടയിലാണ് ആ സ്ഥലവും കാലവും അവിടുത്തെ മാനസികാവസ്ഥകളും നിലകൊള്ളുന്നത്.

അമ്പലമാണ് ആഖ്യാന കേന്ദ്രം. ചിത്രത്തിലെ എല്ലാ പ്രധാന സംഭവങ്ങളും അമ്പലപരിസരത്തുവെച്ചാണ് നടക്കുന്നത്. വെളിച്ചപ്പാടിന്റെ ഉറഞ്ഞുതുള്ളലും തലവെട്ടിപ്പൊളിക്കലും വെളിച്ചപ്പെടലും ഗുരുതി ഉത്സവവും ഒടുവിലെ മരണവും (?) മാത്രമല്ല അമ്മിണിയും വരത്തനായ ശാന്തിക്കാരനും തമ്മിലുള്ള പ്രണയവും അവിടെത്തന്നെയാണ് അരങ്ങേറുന്നത്. കഥാപാത്രങ്ങൾ തമ്മിലുള്ള മുഖാമുഖവും സംഭാഷണങ്ങളും അധികവും ഇടവഴികളിൽവെച്ചാണ്. വെളിച്ചപ്പാടും മകനും തമ്മിലുള്ള സംഭാഷണങ്ങളെല്ലാം തന്നെ വീടിന്റെ ഉമ്മറത്തോ ഇടവഴിയിലോ വെച്ചാണ്. മൈമുണ്ണിയുമായുള്ള കണ്ടുമുട്ടലുകൾ (അവസാന രംഗമൊഴിച്ച്) നടക്കുന്നതും വഴിവക്കത്തും വയൽവക്കത്തും ആൽത്തറയിലും വെച്ചാണ്. അപ്പുവും മൈമുണ്ണിയും തമ്മിലും, അപ്പുവും പുതിയ ശാന്തിക്കാരനും തമ്മിലുമുള്ള സംഭാഷണങ്ങളും ഇടവഴികളിലാണ്. അപ്പുവിന്റെ വിഹാരരംഗംതന്നെ മരച്ചുവട്ടിലെ ചങ്ങാതിമാരുമായുള്ള പകിടകളിക്കളങ്ങളാണ്. അയാൾ വീട്ടിലെത്തുന്നത് ഉറങ്ങാൻ മാത്രമാണ്. അതും വരാന്തയിൽ തന്നെയാണു താനും. പുതിയ ശാന്തിക്കാരനായ നമ്പൂതിരിയെ നമ്മൾ കാണുന്നതും അധികവും ക്ഷേത്രത്തിന്റെ പ്രദക്ഷിണ വഴിയിലും അമ്പലത്തിന്റെ ചുറ്റുവട്ടത്തും പോസ്റ്റാഫീസിലും പിന്നെ കുന്നിൻപുറത്തും മറ്റുമാണ്. ഭ്രാന്തൻ ഗോപാലൻ എന്ന കഥാപാത്രം ആൽത്തറയിൽ തന്നെയാണ് താമസം.

വീടുകളുടെ അകങ്ങൾ വളരെ അപൂർവ്വമായേ ചിത്രത്തിൽ പ്രത്യക്ഷപ്പെടുന്നുള്ളൂ. വെളിച്ചപ്പാടിന്റെ വീട്ടിൽ മിക്കപ്പോഴും നമ്മൾ കാണുന്നത് തളർന്നുകിടക്കുന്ന വൃദ്ധനായ മുത്തച്ഛന്റെ പുറത്തേക്കു തുറക്കുന്ന മുറി മാത്രമാണ്. ഒരൊറ്റ രംഗത്തിൽ മാത്രമാണ് അടുക്കള പ്രത്യക്ഷപ്പെടുന്നത്. അപ്പോഴും അമ്മിണി മനോരാജ്യം കണ്ടുകൊണ്ട് വേറെ ഏതോ ലോകത്തിലാണുതാനും. വെളിച്ചപ്പാടിന്റെ വീട്ടിലെ സന്ദർഭങ്ങളെല്ലാം തന്നെ തിണ്ണയിലും മുറ്റത്തും വരാന്തയിലുമാണ് ചിത്രീകരിച്ചിരിക്കുന്നത്.

വാര്യരുടെ വീട്ടിലും മുറ്റം തന്നെയാണ് രംഗഭൂമിക. ഒരൊറ്റ രംഗത്തിൽ മാത്രമാണ് ആ വീടിന്റെ അകം നമ്മൾ കാണുന്നത്. പുതുതായി വന്ന ചെറുപ്പക്കാരനായ ശാന്തിക്കാരൻ രാത്രി ഇവിടെ ഉറങ്ങാൻ വരുമ്പോൾ വാര്യരും പിന്നീട് വാരസ്യാരും അയാളെ സൽക്കരിക്കുമ്പോഴാണത്. ഈ അകത്തിൽനിന്ന് അടുത്തദിവസംതന്നെ അയാൾ അമ്പലത്തിലേക്കു താമസം മാറുകയും ചെയ്യുന്നുണ്ട്. അകം അമർത്തിവെക്കപ്പെട്ട അഭിലാഷങ്ങൾ നിറഞ്ഞ ഒന്നാണ്. അമ്പലത്തിലെ ശ്രീകോവിലിന്റെ അകത്ത് ദേവി എന്നപോലെ വീട്ടകങ്ങൾ സ്ത്രീകളുടെ സാമ്രാജ്യമാണ്. ഇതിനു വിരുദ്ധമായി അകത്തും പുറത്തുമല്ലാത്ത അവസ്ഥയിലാണ് പുരുഷന്മാർ എപ്പോഴും.

ലൈംഗികതയുടെ അമർത്തിവെക്കപ്പെട്ട ഒരു ധാര ചിത്രത്തിലുടനീളമുണ്ട്. അസംതൃപ്തങ്ങളായ സ്ത്രീകളും ഷണ്ഡന്മാരാക്കപ്പെട്ട പുരുഷന്മാരുമാണിവിടെയുള്ളത്. നമ്മൾ വീടിനു പുറത്തു ഒരിക്കലും കാണാത്ത വെളിച്ചപ്പാടിന്റെ ഭാര്യ നാരായണിയും എപ്പോഴും അമ്പലപരിസരത്തും കുന്നിൻപുറത്തും പുഴക്കടവിലും ഇടവഴികളിലുമായി പുറത്തലയുന്ന അമ്മിണിയും ലൈംഗികമായ അതിക്രമ ലംഘനങ്ങൾ നടത്തുന്നുണ്ട്. പ്രകാശനമാഗ്രഹിക്കുന്ന ലൈംഗികതയുടെ ആദ്യസൂചന പുതിയ ശാന്തിക്കാരനോടുള്ള വാരസ്യാരുടെ ലൈംഗികക്ഷണം വ്യക്തമാക്കുന്ന നീക്കങ്ങളിലാണ്. ആ നീക്കത്തിൽ ആ യുവാവ് തീർത്തും പരിഭ്രാന്തനാവുന്നുമുണ്ട്. കിടപ്പറയിൽനിന്ന് മൈമുണ്ണി പുറത്തുകടന്നതിനുശേഷം പിന്നിൽനിന്ന് വെളിച്ചപ്പാടിനു മുന്നിൽ മടിച്ചുമടിച്ച് പ്രത്യക്ഷപ്പെടുന്ന നാരായണിയിൽ പാപബോധത്തേക്കാളധികം ജീവിതാസക്തിയുണ്ട്. അകത്തു കിടക്കുന്ന ജാമാതാവിന്റെ പരിഭ്രാന്തമായി അടഞ്ഞുതുറക്കുന്ന കണ്ണുകളിലും നാരായണിയുടെ മാതൃത്വത്തെ (അങ്ങനെ പാപബോധത്തെയും) അഭിസംബോധന ചെയ്യാൻ ശ്രമിക്കുമ്പോൾ (എന്റെ നാലുമക്കളെ പെറ്റ നീയോ നാരായണീ?) അവളുടെ രൂക്ഷമായ മറുപടിക്കു മുന്നിൽ മെല്ലെത്താഴുന്ന വെളിച്ചപ്പാടിന്റെ പള്ളിവാളും പുരുഷത്വം നേരിടുന്ന ഗാഢസംഘർഷത്തെത്തന്നെയാണ് ദൃശ്യവല്ക്കരിക്കുന്നത്. അതിർത്തികൾ ലംഘിക്കുന്ന ചെറുപ്പക്കാരനായ ശാന്തിക്കാരനും മൈമുണ്ണിയും മാത്രമാണ് ലൈംഗികതയുള്ള/അനുഭവിക്കുന്ന പുരുഷ പ്രതിനിധികൾ. മറ്റുള്ളവരെല്ലാം വെളിച്ചപ്പാടും അച്ഛനും, അപ്പുവും, വാര്യരും എല്ലാം കർതൃത്വവും പൗരുഷവും നഷ്ടപ്പെട്ടവരാണ്. അവരെല്ലാം ലിംഗഛേദം സംഭവിച്ചവരാണ്. അവിടെയുള്ള മറ്റു പുരുഷന്മാരെല്ലാം വല്യനമ്പൂതിരി, അപ്ഫന്മാർ, കഥകളിക്കാരൻ, കാര്യസ്ഥൻ സ്ത്രീ സാന്നിദ്ധ്യമില്ലാത്തവരാണ് എന്നതും വിവാഹം ഉറപ്പിക്കപ്പെടുന്നതോടെ ശാന്തിക്കാരൻ നമ്പൂതിരി ആ ഗ്രാമം വിടുന്നതും അതുകൊണ്ടുതന്നെ യാദൃച്ഛികമാവാനിടയില്ല.

ഇവിടെ മനുഷ്യരും വസ്തുക്കളും ഇടങ്ങളും അവയുടെ പവിത്രത നഷ്ടപ്പെട്ട് സാധാരണമായി തീർന്നിരിക്കുന്നു. അകം/പുറം, പവിത്രം/അപവിത്രം തുടങ്ങിയ വിഭജനങ്ങൾക്കു സംഭവിക്കുന്ന ഇടർച്ചകളും അതിർത്തി ലംഘനങ്ങളുമാണ് *നിർമ്മാല്യ*ത്തിന്റെ ആഖ്യാന ശരീരത്തിലുടനീളം. ദൈവീകസ്പർശമുള്ള വെളിച്ചപ്പാട് വിശപ്പുകൊണ്ട് പൊറുതിമുട്ടി ഇരക്കാൻ ഇറങ്ങുന്ന മനുഷ്യനും പള്ളിവാളും കാൽച്ചിലമ്പും പണത്തിനായി തൂക്കിവില്ക്കാവുന്ന ലോഹവസ്തുവും, വിശുദ്ധമായ അമ്പലം ശാന്തിക്കാരനും ചെറുപ്പക്കാരിയായ ഭക്തയും പ്രണയസംഗമ സ്ഥലവും ആയിത്തീർന്നിരിക്കുന്നു.

മനുഷ്യരുടെ അവസ്ഥയും വ്യത്യസ്തമല്ല. ചിത്രത്തിന്റെ തുടക്കത്തിൽ നമ്മൾ കാണുന്ന ശാന്തിക്കാരൻ ആ പവിത്രമായ ജോലി ഉപേക്ഷിച്ച് നാട്ടിൽ ഒരു ചായക്കട തുടങ്ങുന്നു. മാരാർ അമ്പലക്കഴകമുപേ

ക്ഷിച്ച് കാശിനായി കൊട്ടാൻ പോകുന്നു. പുതിയ ശാന്തിക്കാരൻ അമ്പലത്തിനകത്തുവെച്ച് വെളിച്ചപ്പാടിന്റെ മകളെ പ്രണയിക്കുന്നു. പിന്നെ അവളെ ഉപേക്ഷിച്ച് സ്വന്തം കാര്യം നോക്കി നാടുവിടുകയും ചെയ്യുന്നു. ജന്മിയായ വലിയ നമ്പൂതിരി കൃഷിയും തന്റെ ബ്രാഹ്മണധർമ്മങ്ങളും ഉപേക്ഷിച്ച് ബിസിനസിലേക്ക് മാറ്റം ചുവടുമാറ്റിയിരിക്കുന്നു. വെളിച്ചപ്പാടിന്റെ മകൻ പള്ളിവാളും കാൽച്ചിലമ്പും തൂക്കിവില്ക്കാൻ ശ്രമിക്കുന്നു. അതിനെത്തുടർന്ന് അയാൾക്ക് തന്റെ വീടും പാരമ്പര്യവും ഉപേക്ഷിക്കേണ്ടിവരുന്നു. വീട്ടിൽനിന്ന് അയാൾ പുറത്താക്കപ്പെടുന്നു. നാട്ടിൽനിന്ന് അയാൾ സ്വയം ബഹിഷ്കൃതനാകുന്നു. അമ്മിണി ശരീരത്തിന്റെ പ്രലോഭനങ്ങൾക്ക് വഴങ്ങുന്നു. വാരസ്യാർ വീട്ടിൽ അന്തിയുറങ്ങാനെത്തിയ യുവ നമ്പൂതിരിയെ പ്രലോഭിപ്പിക്കാൻ ശ്രമിക്കുന്നു. മൈമുണ്ണി ഇടലോകത്തിന്റെ അതിർത്തികൾ ലംഘിച്ച് വെളിച്ചപ്പാടിന്റെ കിടപ്പറയിലെത്തുന്നു

2

മൂന്നു പതിറ്റാണ്ടുകൾക്കുശേഷം *നിർമ്മാല്യം* എന്ന ചിത്രം കാണുമ്പോൾ ഒരുപക്ഷേ, ഇന്ന് ഒരു കാണിയുടെ കണ്ണിൽ തറയ്ക്കുക ഇതിലെ പ്രകടമായ ജാതീയതയായിരിക്കും[4]. അതുപോലെതന്നെയാണ് അതിലെ തുറന്ന (പ്രത്യേകിച്ചും അന്ത്യരംഗത്തിലെ) ദൈവനിഷേധവും[5]. എല്ലാവരോടും ബീഡിയോ കാശോ തെണ്ടുന്ന നിസ്സഹായനായ ഒരു ഭ്രാന്തൻ പോലും ഇവിടെ തനിക്കുനേരെ ബീഡിക്കുറ്റി എറിഞ്ഞുകൊടുക്കുന്ന മുസ്ലീമിനോട് ഇങ്ങനെ കയർക്കുന്നുണ്ട്. “പ്ഫ് അശുദ്ധമാക്കാൻ വേണ്ടി വരും ഓരോ അശ്രീകരങ്ങള്”. അതുപോലെ ഗതികെട്ട് ചായക്കട നടത്തുമ്പോഴും പഴയ ശാന്തിക്കാരൻ നമ്പൂതിരി അവിടെ ഭക്ഷണം കഴിക്കാൻ വരുന്ന അന്യജാതിക്കാരോട് വളരെ കൃത്യമായിത്തന്നെ തൊട്ടുകൂടായ്മ പാലിക്കുന്നു. അതിനെ ആരും അസ്വാഭാവികമായിക്കാണുന്നുമില്ല. ‘പള്ളിവാളും കാൽച്ചിലമ്പും എന്ന കഥയിൽനിന്ന് സിനിമയിലേക്ക് എത്തുമ്പോൾ ദൈവനിഷേധത്തിനും കടുപ്പം കൂടുന്നതു കാണാം. പ്രതീക്ഷയറ്റ വെളിച്ചപ്പാട് പള്ളിവാളും മറ്റും തൂക്കിവില്ക്കുന്നതാണ് കഥയുടെ അന്ത്യം. എങ്കിൽ ചിത്രത്തിൽ മകനാണ് അതിനു ശ്രമിക്കുന്നത്. പക്ഷേ, ചിത്രത്തിലെത്തുമ്പോഴേക്കും അതിന്റെ അന്ത്യം വിഗ്രഹത്തിനുനേരെയുള്ള കാർക്കിച്ചുതുപ്പലിലും വെളിച്ചപ്പാടിന്റെ ദാരുണമായ വീഴ്ചയിലും (മരണത്തിലും) ചെന്നെത്തുന്നുണ്ട്. കഥയിൽ ഒരുപക്ഷേ, അയാൾ ജീവിതം തുടർന്നേക്കാം. എങ്കിൽ ചിത്രത്തിൽ അയാൾക്കിനി തിരിച്ചുവരവുകൾ സാദ്ധ്യമല്ല. കഥയിലെ ഊന്നൽ വെളിച്ചപ്പാടെന്ന കഥാപാത്രത്തിന്റെ ദാരിദ്ര്യവും അതിനോട് ഇടഞ്ഞുനില്ക്കുന്ന ധാർമ്മികതയും ആണ്. എങ്കിൽ ചിത്രത്തിൽ അയാളുടെ ദുരന്തത്തിന് സാമൂഹികവും സാമുദായികവും സാംസ്കാരികവും ആയ അധികമാനങ്ങളുണ്ട്.

അതുകൊണ്ടുതന്നെ ഈ ചിത്രത്തിൽ നിറഞ്ഞു നില്ക്കുന്നത് കഥാ

പശ്ചാത്തലമായ ഗ്രാമ ജീവിതത്തിന്റെയും അവിടുത്തെ വിവിധ ജീവിതങ്ങളുടെയും ഇന്നത്തെ ഏകാന്ത നിശ്ചലതയാണ്. അതിനു വിരുദ്ധമായി നില്ക്കുന്നത് അതിൽ ചിലരുടെ ഗൃഹാതുരത്വമാർന്ന ഓർമ്മകൾ മാത്രമാണ്. മാറ്റത്തിന്റെ ഇടയിൽപ്പെട്ട വെളിച്ചപ്പാടും വാര്യരും കഥകളിക്കാരനുമെല്ലാം അതിന്റെ ഇരകളായിരിക്കുമ്പോൾ വല്യ നമ്പൂതിരി ആ നല്ല കാലത്തെ ഇന്നിലേക്കുകൂടി വലിച്ചുനീട്ടാൻ കഴിഞ്ഞ ഒരാളാണ്. ഓർക്കാൻ ഒരു സുവർണ്ണ ഭൂതകാലമില്ലാത്തവരെല്ലാം ഈ ആഖ്യാനത്തിനകത്ത് അപ്രസക്തരോ കാലത്തിന്റെ കുത്തൊഴുക്കിന് അടിമപ്പെട്ടവരോ ആണ്.

അടഞ്ഞുപോയതും നിശ്ചലവുമായ ഒരു ഗ്രാമീണ സമ്പദ്വ്യവസ്ഥയും അതിൽ പലരീതിയിൽ കുടുങ്ങിക്കിടക്കുന്ന മനുഷ്യരുമാണ് ഇതിലെ കഥാപാത്രങ്ങൾ. പരമ്പരാഗതമായ തൊഴിലുകളും ആചാരവിശ്വാസങ്ങളും ഇവിടെ കാലഹരണപ്പെട്ടിരിക്കുന്നു. എന്നാൽ പുതിയവ ജീവനമാർഗ്ഗങ്ങൾ അവിടേക്ക് കടന്നുവന്നിട്ടുമില്ല. പാരമ്പര്യത്തിന്റെ ഇഴയടുപ്പമോ, അതിന്റെ ശ്രേണീബദ്ധമായ സുരക്ഷാബോധമോ, ആധുനികതയുടെ സ്വാതന്ത്ര്യമോ, തിടുക്കങ്ങളോ രണ്ടും ഇവിടെയില്ല. കാലത്തിന്റെ ചലനത്തിനു പുറത്തുകിടക്കുന്ന ഒരു ചതുപ്പാണ് ഈ ഗ്രാമം. ഈ ചതുപ്പിൽ എല്ലാം മെല്ലെമെല്ലെ ആണ്ടുപോകുന്നു പരിഗണനാർഹമല്ലാത്ത പട്ടിണിയിലേക്ക്. ആഘോഷങ്ങളില്ലാത്ത വറുതിയുടെ ദൈനംദി(ദീ)നതയിലേക്ക് പ്രകാശക്ഷമതയില്ലാത്ത വിസ്തൃതിയിലേക്ക് അതിനകത്തുപെട്ടിരിക്കുന്ന എല്ലാവരുടെയും ജീവിത ഗതിവിഗതികളും ആശയാനുഭവലോകവും ഉപജീവനബേജാറുകളുമെല്ലാം പലതലത്തിൽ പെട്ടതായിരിക്കാമെങ്കിലും സമാനവും ഏകതാനവുമാണ്. അതിനാൽതന്നെ അവിടെ ആർക്കും സ്വന്തമായ ആഖ്യാനങ്ങളില്ല. ആർക്കും ഒന്നും പരസ്പരം വ്യക്തിപരമായി ആവിഷ്കരിക്കാനോ പങ്കിടാനോ ഇല്ല. പുറത്തു കടക്കുന്നവർക്കു മാത്രമാണ് ഒരു കഥ പറയാനുള്ളത്. അതുമാത്രമാണ് സ്വന്തമായൊരു ജീവിതം നേടാനും (എന്നിട്ട് പല എം ടി കഥാപാത്രങ്ങളെയും പോലെ പിന്നീട് ഇവിടേക്കുതന്നെ തിരിച്ചുവരാനും. എല്ലാം വാശിയോടെ തിരിച്ചുപിടിക്കുവാനും) ഈ ഇടുക്കിൽനിന്നും രക്ഷപ്പെടാനുമുള്ള ഏകവഴി. ഇവിടെ ഉള്ളത് നിശ്ശബ്ദമായ സഹനവും കീഴടങ്ങലും നിലനില്പ് വ്യക്തികളിൽ അടിച്ചേല്പിക്കുന്ന ആർത്തിയും ആത്മനിമഗ്നതയുമാണ്.

ഈ അവസ്ഥയുടെ ഒരു പ്രത്യക്ഷമെന്നവണ്ണം ഒരുതരം അമ്പരപ്പ് സ്തബ്ധത പല കഥാപാത്രങ്ങളിലും കാണാം. ഒട്ടേറെ രംഗങ്ങളിൽ വെളിച്ചപ്പാട് തളർന്നും ക്ഷീണിച്ചും ഇരിക്കുന്ന ഷോട്ടുകൾ ആവർത്തിക്കപ്പെടുന്നതു കാണാം. വീട്ടിന്റെ വരാന്തയിലും അമ്പലത്തിന്റെ കരിങ്കൽത്തൂണിലും ആൽത്തറയിലും പടിപ്പുരയ്ക്കു പുറത്തും മറ്റുമുള്ള അയാളുടെ ഇരിപ്പുകൾ ഈ ചിത്രത്തിന്റെ ആഖ്യാനതാളത്തെത്തന്നെ ചിട്ടപ്പെടുത്തുന്നു. തന്റെ പട്ടിണിക്കും കഷ്ടപ്പാടിനുമിടയിലും ദൈവത്തിലും ധർമ്മത്തിലും വിശ്വസിക്കാൻ ശ്രമിക്കുന്ന ആ മനുഷ്യന്റെ തളർന്നതെങ്കിലും ഇച്ഛാശക്തി സ്ഫുരിക്കുന്ന ആ മുഖം ആത്മീയത നഷ്ടപ്പെട്ടുകൊണ്ടിരി

ക്കുന്ന ഒരു ജനതയുടെയോ കാലഘട്ടത്തിന്റെയോ തന്നെയാണ്. ഈ നിശ്ചലവും ഹതാശവുമായ ഇരിപ്പിന്റെ വിരുദ്ധബിന്ദുവാണ് വെളിച്ചപ്പാടിന്റെ പള്ളിവാളും കാൽച്ചിലമ്പുമണിയുമ്പോഴുള്ള അവസ്ഥ. ചിത്രത്തിന്റെ തുടക്കത്തിലും ഒടുവിലുമുള്ള വെളിച്ചപ്പെടലുകൾക്കും ഉറഞ്ഞുതുള്ളലുകൾക്കും മദ്ധ്യേയാണ് ആഖ്യാനം നിബന്ധിക്കപ്പെട്ടിരിക്കുന്നത്. ആ ദുരന്തകഥയുടെ ക്യാൻവാസിനകത്തു സംഭവിക്കുന്ന വികാസം ഒരു സാധാരണ വഴിപാടിൽനിന്ന് ഗുരുതി ഉത്സവത്തിലേക്കും അമ്പലത്തിനകത്തു നിന്ന് പുറത്തേക്കും വ്യക്തിയിൽനിന്ന് സമൂഹത്തിലേക്കും സംരക്ഷണത്തിൽനിന്ന് സംഹാരത്തിലേക്കും ഉള്ളതാണ്.

3

*നിർമ്മാല്യ*ത്തിന്റെ സമ്പദ്ഘടന നിശ്ചലമായ ഒന്നാണ്[6]. ഇവിടെയുള്ള ഒരൊറ്റ ഉല്പാദനപ്രക്രിയ കൃഷി മാത്രമാണ്. അതും ഭാഗം വെച്ചും കുടിയാന്മാർ കൈയടക്കിയും ചിതറിപ്പോയ ഒന്നാണ്. അതിൽനിന്നുള്ള വരുമാനത്തിന് അമ്പലവും അതിനെ ചുറ്റിപ്പറ്റിയുള്ള സമ്പദ് വ്യവസ്ഥയെയും ആചാരാഘോഷങ്ങളെയും നിലനിർത്താനുള്ള ശേഷിയില്ല. സാമ്പത്തിക ചംക്രമണം നിലച്ച ഈ അവസ്ഥയിൽ കാര്യങ്ങൾ മുൻകൂട്ടിക്കണ്ട ചില വലിയ നമ്പൂതിരി ഇല്ലങ്ങളും മറ്റുമാണ് ആകെ രക്ഷപ്പെട്ടത് ഗ്രാമീണ ഫ്യൂഡൽ സമ്പദ്വ്യവസ്ഥയുടെ തകർച്ചയിൽനിന്നു കരകയറാനാവാതെ അമ്പരന്നുനില്ക്കുന്ന ഒട്ടേറെ മനുഷ്യരെ ഈ ചിത്രത്തിൽ കാണാം. അമ്പലത്തിലെ ശാന്തിപ്പണികൊണ്ട് ജീവിക്കാനാവാതെ ചായക്കട തുടങ്ങുന്ന നമ്പൂതിരി പഴയ പ്രതാപത്തിന്റെ ഓർമ്മയിൽ മാത്രം ജീവിക്കുന്ന വാര്യർ, തറവാട്ടിലേക്ക് തിരിഞ്ഞുനോക്കാത്ത അയാളുടെ മരുമക്കൾ, ഇല്ലത്തെ കഥകളിക്കോപ്പുകൾ തുന്നിയും തിളക്കിയും ജീവിക്കുന്ന കാലിനുവയ്യാത്ത, അവസാനം ആ ജോലിയും നഷ്ടപ്പെട്ട് പുറത്താക്കപ്പെടുന്ന പഴയ വേഷക്കാരൻ രാവുണ്ണിനായർ, അമ്പലത്തിലെ വഴിപാട് ചെണ്ടകൊട്ടിക്കിട്ടുന്ന തുച്ഛമായ കാശുപേക്ഷിച്ച് പുറത്തുപോകുന്ന മാരാർ, ഇല്ലത്തെ നമ്പൂതിരി യജമാനന്മാരുടെ ആട്ടും തുപ്പും കേട്ട് ജീവിതം പുലർത്തേണ്ടിവരുന്ന കാര്യസ്ഥൻ, കടന്നു പോകുന്നവരോട് ബീഡി ഇരന്ന് അരയാൽത്തറയിൽ ജീവിതം കഴിച്ചുകൂട്ടുന്ന ഭ്രാന്തൻ ഗോപാലൻ, മരത്തണലിൽ പകിട കളിച്ച് സമയം പോക്കുന്ന ചെറുപ്പക്കാർ. അങ്ങനെ നിശ്ചലതയുടെ അനവധി മുഖങ്ങൾ ഇവിടെക്കാണാം. ചായക്കട നടത്തി അഷ്ടി കഴിക്കുന്ന നമ്പൂതിരിയും അലുമിനിയം പാത്രങ്ങൾ വിറ്റുനടക്കുന്ന കച്ചവടക്കാരനും പണം കടം കൊടുക്കുന്ന മൈമുണ്ണിയും മാത്രമാണ് അവിടെ ധനം സമ്പാദിക്കുന്ന ചുരുക്കം ചില മനുഷ്യർ. സമ്പാദിക്കുന്നവരെല്ലാംതന്നെ പുറത്തേക്കു പോയിരിക്കുന്നു. വന്നുചേർന്ന മാറ്റത്തെക്കുറിച്ച് നിരവധി പരാമർശങ്ങൾ ചിത്രത്തിലുണ്ട്. ഇല്ലത്ത് ഉപജീവനം കഴിക്കുന്ന കഥകളിക്കാരൻ രാവുണ്ണിനായരുടെ വാക്കുകളിൽ "ഇവിടെപ്പോ

അമ്പലം കഥകളീന്നൊക്കെപ്പറഞ്ഞാ ചെവിട്ടിപ്പൊവില്യാ. ബസ് സർവ്വീസ്, റെബ്ബറ്, ടയറിന്റെ വെല, പിന്നെ കല അസാരം ബാക്കീണ്ടിട്ടോ. അത് സായിപ്പന്മാര് വരുമ്പള്ക്കുള്ളതാ," ശാന്തി ഉപേക്ഷിച്ച് ചയക്കട തുടങ്ങിയ നമ്പൂതിരി മകനെക്കാണാത്തതിൽ വിഷമിക്കുന്ന വെളിച്ചപ്പാടിനെ സമാധാനിപ്പിക്കുന്നത് ഇങ്ങനെയാണ്. "വെളിച്ചപ്പാടാവാതെ രക്ഷപ്പെട്ടൂലോ പോട്ടേന്ന്. വല്ല മലയലോ സിംഗപ്പൂരിലോ എത്തി പണം വാരിവരാ? പ്രാർത്ഥിച്ചോളൂ." മറുവശത്ത് വല്യനമ്പൂതിരി കാലം മാറുന്നതിനുസരിച്ചു പ്രവർത്തിച്ച തന്റെ മിടുക്കിനെക്കുറിച്ചും വാചാലനാകുന്നുണ്ട്. അഫ്ഫൻ കൂടി എതിരായിരുന്നു. "റബ്ബര് വയ്ക്കാ ബസ്സോടിക്ക, ഇതൊക്കെ നമ്പൂരാർക്ക് പറ്റോന്നായിരുന്നു ശങ്ക. പറ്റും അതിശായിട്ട് പറ്റും. ഞാനത് നേരത്തെ കണ്ടു. മറ്റുള്ളോര് കാണുമ്പളേയ്ക്കും ഭൂമിയൊക്കെ കുടിയാന്റെ കൈയിലായി."

മുമ്പ് അമ്പലകേന്ദ്രിതമായ ഒരു സംസ്കാരവും കാർഷികാടിത്തറയുള്ള ഒരു സാമൂഹ്യസമ്പദ്വ്യവസ്ഥയും എത്തിപ്പെട്ട ആ നിശ്ചലാവസ്ഥയുടെ കേന്ദ്രവും മനസ്സാക്ഷിയുമാണ് വെളിച്ചപ്പാട്. അതുകൊണ്ടുതന്നെ അയാൾ ജീവിച്ചിരിക്കുന്ന വീട് ഈ സംഘർഷത്തിന്റെ ഒത്തനടുക്ക് നില കൊള്ളുന്നു. തളർന്നു ജീവച്ഛവമായ മുത്തച്ഛന്, ഗ്രാമത്തിന്റെ ഇന്നത്തെ അവസ്ഥയുടെ ഒരുസൂക്ഷ്മരൂപം തന്നെയാണ് ആ വീട്. മദ്ധ്യവയസ്സ് പിന്നിടുന്ന വെളിച്ചപ്പാടിന്റെ കുടുംബം നാലുമക്കളും ഭാര്യയും അച്ഛനുമടങ്ങുന്ന ഒന്നാണ്. ആ വീട്ടിൽ മൂന്നുതലമുറകൾ കഴിഞ്ഞുകൂടുന്നുണ്ട്. തളർന്നു ജീവച്ഛവമായ മുത്തച്ഛൻ എങ്കിലോ വിശ്വസിക്കാൻ ശ്രമിച്ചുകൊണ്ട് അതിനായി സ്വന്തം ജീവിതമർപ്പിച്ചിരിക്കുന്ന വെളിച്ചപ്പാടെന്ന ഗൃഹനാഥൻ, പ്രയോജനകരമായി ഒന്നും ചെയ്യാനില്ലാത്ത, പുറത്തുകടക്കാൻ വഴിനോക്കിനില്ക്കുന്ന ചെറുപ്പക്കാരനായ മകൻ. അയാളെ ചൂഴ്ന്നുനില്ക്കുന്നത് നശിച്ചുകൊണ്ടിരിക്കുന്ന ഒരു ഗാർഹികഗ്രാമീണ പരിസരവും ജീവിക്കാനും സ്വതന്ത്രനാക്കാനും അനുവദിക്കാത്ത അതിന്റെ സമ്പദ് വ്യവസ്ഥയുമാണ്. അടിച്ചു പുറത്താക്കപ്പെടുന്നതുവരെ സ്വയം പുറത്തുകടക്കാൻപോലുമുള്ള പഴുതുകൾ അയാൾക്ക് കണ്ടെത്താനാവുന്നില്ല. പിന്നെ അവിടെയുള്ളത് മദ്ധ്യവയസ്കയായ അമ്മയും യുവതിയായ മകളും അവളുടെ രണ്ടു കൊച്ചുസഹോദരങ്ങളുമാണ്.

രണ്ടുതലമുറകൾക്ക് ഇടയിൽ പെട്ടുപോയ ഒന്നാണ് വെളിച്ചപ്പാടിന്റേത്. ഒരറ്റത്ത് വിശ്വാസത്തിനുള്ള പൂർണ്ണമായ സ്വയാർപ്പണത്തിന് പവിത്രതയുള്ള ഒരുകാലത്തിന്റെ പ്രതിനിധി മറ്റേയറ്റത്ത്, ഒന്നിലും വിശ്വാസമില്ലാത്ത അഥവാ വിശ്വസിക്കാൻ ഒന്നുമില്ലാത്ത പവിത്രബോധമേയില്ലാത്ത (അതുകൊണ്ടുതന്നെ അത്തരം ബാദ്ധ്യതയും ഇല്ലാത്ത) ഒരു ജീവിതാവസ്ഥയും. ഭൂതകാലത്തിനുമാത്രമാണ് അയാളുടെ മുഖത്ത് പ്രകാശം പരത്തുവാൻ കഴിയുന്നത് എങ്കിലും തന്റെ ധർമ്മമെന്ത് എന്നതിനെക്കുറിച്ച് അയാൾക്ക് സംശയമില്ല. വീട്ടിലും പുറത്തും തനിക്കു ചുറ്റുമുള്ളവർക്കും പ്രത്യാശ നഷ്ടപ്പെടുമ്പോഴും എവിടുന്നോ ആരോ തൊടുത്തു

വിട്ട ഒരു അസ്ത്രം പോലെ അയാൾ പായുന്നു. അന്തിമവിശകലനത്തിൽ ദൈവം ഉണ്ട് എന്ന വിശ്വാസമായിരിക്കാം അയാളെ നിരന്തരമായ ദുരിതങ്ങൾക്കിടയിലും മുന്നോട്ടു പോകാൻ പ്രേരിപ്പിക്കുന്നത്. എന്നാൽ ആ വിശ്വാസത്തിന് തകരുന്ന ഒരു സാമൂഹ്യാവസ്ഥയെ താങ്ങിനിർത്താനാവില്ല. അന്ത്യത്തിൽ അയാൾ വീണ്ടെടുപ്പുകൾ അസാദ്ധ്യമായ ഒരു അവസാനത്തിൽ മുട്ടി പൊലിയുന്നു. ആ വിശ്വാസത്തകർച്ച സ്വാഭാവികമായും അയാളുടെ അസ്തിത്വത്തെതന്നെ അർത്ഥശൂന്യമാക്കുന്നു. കുടുംബം പുലർത്തുവാനായി അയാളുടെ ഭാര്യക്ക് പണം പലിശയ്ക്ക് കൊടുത്ത മൈമുണ്ണിയോടൊപ്പം കിടക്ക പങ്കിടേണ്ടിവരുന്നു. ക്ഷോഭത്താലും നിരാശയാലും ഉറഞ്ഞു തുള്ളാൻ തുടങ്ങുന്ന ഭർത്താവായ വെളിച്ചപ്പാടിനു മുന്നിൽ വികാരരഹിതയായി അവൾ പറയുന്നുണ്ട്. "അന്യന്റെ മുഖത്തു നോക്കാതെ വളർന്നോളാണ് ഞാൻ. ഈ നാല്പത്തിരണ്ടാം വയസ്സിൽ എന്നെ ഇങ്ങനെയാക്കിയത് നിങ്ങളാണ്. ഇവിടെങ്ങിന്യാ കഴിഞ്ഞിരുന്നത്? ഭഗവതിയെ രക്ഷിക്കാൻ നടക്കുമ്പോഴ് ഈ വീട്ടിൽ തീയെരിഞ്ഞിരുന്നില്ല. അതന്വേഷിക്കാനാർക്കും സമയോണ്ടായിരുന്നില്യ. എന്റെ കുട്ടികൾ വിശന്ന് കിടന്നപ്പോൾ ഭഗോതി അരിയും കാശും കൊണ്ടോന്ന് തന്നില്ല." ഇവിടെ പാരമ്പര്യമോ വിശ്വാസമോ ധർമ്മബോധമോ പ്രസക്തമല്ല. അതിജീവനത്തിന്റെ മാത്രം ചോദനകൾക്കാണ് ഇവിടെ മേൽക്കൈ.

ഈ സന്ദർഭത്തിൽ വഞ്ചന ആരുടേതാണ് എന്ന ചോദ്യത്തിനു നാരായണിയുടെ ചാരിത്രത്തിനോ വെളിച്ചപ്പാടിന്റെ ഭക്തിക്കോ മൈമുണ്ണിയുടെ അവസരചൂഷണത്തിനോ ഉത്തരമുണ്ടാകാനിടയില്ല. അതുകൊണ്ടുതന്നെയാണ് വെളിച്ചപ്പാട് നിശ്ശബ്ദനായിത്തീരുന്നതും. താൻ നില്ക്കുന്ന നിന്നിരുന്ന ഇടത്തിലെ വ്യർത്ഥ ശൂന്യതയുടെ വ്യാപ്തിയായിരിക്കണം അയാളെ സ്തബ്ധനാക്കുന്നത്. വെളിച്ചപ്പാടും ഭാര്യയും തമ്മിലുള്ള ഈ തീക്ഷ്ണമായ മുഖാമുഖം അടുത്ത രംഗത്തിലെ വീട്ടിൽനിന്ന് അമ്പലത്തിലേക്ക് ചുവടുമാറി മറ്റൊരു മുഖാമുഖത്തിലേക്ക് വളരുന്നു. വീട്ടിൽ തളർന്നു താഴുന്ന പള്ളിവാൾ അവിടെ ഉറഞ്ഞുയരുന്നു

ഭാര്യയുടെ ചോദ്യത്തിനുമുന്നിൽ ഉത്തരം മുട്ടിയ വെളിച്ചപ്പാട് അതിനുള്ള ഉത്തരം പറയുന്നത് ഭഗവതിയോടും തന്നോടുതന്നെയുമാണ്. തല വെട്ടിപ്പൊളിച്ച് ഭഗവതിയുടെ മുഖത്ത് കാർക്കിച്ചുതുപ്പി അയാൾ ആ നടയിൽ അകത്തും പുറത്തുമല്ലാതെ വീണടിയുന്നു. മനുഷ്യനും ദൈവവും തമ്മിലുള്ള ഈ ആത്യന്തികമായ മുഖാമുഖം അതിഭൗതികമോ ആത്മീയമോ ആയ ഒന്നല്ല, മറിച്ച് തികച്ചും ഭൗതികമായ ജൈവികമായ നിലനില്പുമായി ബന്ധപ്പെട്ടതു കൂടിയാണ്. പാരമ്പര്യത്തിന്റെ ഉറപ്പും ബലഹീനതയും ഒന്നിച്ചു വെളിവാക്കുന്ന ഒരു നിമിഷം. കൂടിയാണത്. അത് ആ സമൂഹം നേരിടുന്ന ഗാഢമായ സന്ദിഗ്ദ്ധതയുടെ അഥവാ ബലിപരമായ പ്രതിസന്ധിയുടെകൂടി പ്രകാശനമാണ്. ബലി എന്ന ചടങ്ങ് ഇവിടെ യാഥാർത്ഥ്യമായി തിരിച്ചെത്തുന്നു

4

റെനെഗിറാർദ് നിരീക്ഷിക്കുന്നതുപോലെ ഒരു സമൂഹത്തിൽ മിത്തുകളിലും ആചാരങ്ങളിലും മതചിന്തയിൽ പൊതുവെയും സംഭവിക്കുന്ന അപചയം ഇവയിൽ നിന്നൊക്കെ മനുഷ്യരെ യഥാർത്ഥത്തിൽ മുക്തരാക്കുന്നു എന്നതിനേക്കാൾ അത് ബലിസംബന്ധമായ ഒരു പുതിയ പ്രതിസന്ധിയിലേക്ക് ആ സമൂഹത്തെ വലിച്ചെറിയുകയാണ് ചെയ്യുന്നത്. ഈ പ്രതിസന്ധിയെയായിരിക്കണം വെളിച്ചപ്പാട് എന്ന ദൈവത്തിന്റെതന്നെ പ്രത്യക്ഷം സ്വന്തം ജീവൻ കൊണ്ട് ഇവിടെ നേരിടുന്നത്.

കുറിപ്പുകൾ

1. For primitives as for the man of all pre-modern societies the scared is equivalent to a power and in the last analysis, to reality., The scared is saturarted with being scared power means reality and at the same time enduringness and efficiency... Thus is is easy to understand that religious man deeply desires to participate in reality to be saturated withpower. (Mircea Eliade, The Sacred and the Profane: the Nature of Religion)
2. ഡാനിയേൽ പാൽസ് നിരീക്ഷിക്കുന്നതുപോലെ "While the profane is vanishing and fraile full of shadows, the scared is eternal, full of substance and reality. The profane is the arena of human affairs which are changeable and often chaotic the scared is the sphere of order and perfection the home of the ancestors, heroes and gods."
3. Liminality (from the Latin word limen menaing "a thereshold") the liminal state is characterized by ambiguity; opennes, and indetergimacy. One sense of identity dissolves to some extent bringing about disorientation Liminatlity if a period of transition where normal limits to though self understanding and behaviour are relaxed a situation which can lead to new perspectives. People place or things maynot complete a transition or a transition between two states may not be fully possible. Those who remain in a state between two other states may become permanently liminal (വിക്കി പീഡിയയിൽനിന്ന്)
4. എം ടിയുടെ കഥാലോകത്തിലെ ഹിന്ദു-മുസ്ലിം പ്രതിനിധാനങ്ങൾ അതീവ സങ്കീർണ്ണവും മലബാറിന്റെ സാമൂഹ്യ-സാമ്പത്തിക ചരിത്രവുമായി കെട്ടുപിണഞ്ഞു കിടക്കുന്നതുമായ ഒന്നാണ്. അവയെ ലളിതമായ അപര സങ്കല്പനങ്ങളിലൂടെ സമീപിക്കുന്നത് കലയോടും

ചരിത്രപരതയോടും ചെയ്യുന്ന അനീതിയായിരിക്കുമെന്ന് തോന്നുന്നു. ഇതിനെ സ്പർശിക്കുന്ന ചില നിരീക്ഷണങ്ങൾ ദിലീപ് മേനോൻ തന്റെ പ്രബന്ധത്തിൽ അവതരിപ്പിക്കുന്നുണ്ട്.

5. ഇത് ആദ്യത്തേത് പുതിയ പുറംതോടുകൾ കണ്ടെത്തിയിരിക്കുന്നു. എങ്കിൽ മറ്റേത് തീരെ ഫാഷണബിൾ അല്ലാതാവുകയും ചെയ്തിരിക്കുന്നു.
6. ദിലീപ് മേനോൻ എം ടിയെക്കുറിച്ചുള്ള തന്റെ പഠനത്തിൽ *നിർമ്മാല്യ*ത്തിന്റെ കാലത്തെ 1970 കളിലാണ് സ്ഥാനപ്പെടുത്തുന്നത്. കമ്യൂണിസ്റ്റ് ഭരണ പരീക്ഷണത്തിനും വെള്ളം ചേർത്ത ഭൂപരിഷ്കരണത്തിനുംശേഷം ഭരണകൂടത്തിലും ആസൂത്രിത വികസനത്തിലുമെല്ലാം വിശ്വാസം നഷ്ടപ്പെട്ട് ഇവിടത്തെ വിമോചന സ്വപ്നങ്ങൾ ഉപേക്ഷിച്ച് മലയാളികൾ പുറത്തേക്ക് ഗൾഫ് തുടങ്ങിയ രാജ്യങ്ങളിലേക്ക് തൊഴിൽതേടി പോവുകയും ചെയ്യുന്ന ഒരു സാമൂഹ്യ സന്ദർഭമാണത്. ഹിന്ദു ക്രിസ്ത്യൻ മുസ്ലിം സമുദായങ്ങളുടെ സാമ്പത്തികാവസ്ഥയിൽ ഘടനാപരമായിത്തന്നെ പല രീതിയിലുള്ള മാറ്റങ്ങൾ സംഭവിച്ച ഒരു കാലംകൂടിയാണത്. തറവാടുകൾ ഭാഗം വെക്കപ്പെട്ട് വിദ്യാഭ്യാസവും മറ്റും നേടിയവർക്കുമാത്രം ഉന്നതിയിലുള്ള ഒരു നായർ പശ്ചാത്തലവും ഗൾഫിലേക്ക് പോയി പണമുണ്ടാക്കിയ മുസ്ലീങ്ങളും റബ്ബർ തുടങ്ങിയ നാണ്യവിളകളിലേക്ക് ചുവടുമാറ്റിയ ക്രിസ്തീയ സമുദായവും തങ്ങളുടെ നില ഉറപ്പിക്കാൻ ശ്രമിക്കുന്ന ഒരു കാലഘട്ടമാണ് ഈ ആഖ്യാനത്തിന്റെ പശ്ചാത്തലമായി ദിലീപ് മേനോൻ കാണുന്നത്.

References

1. Daniel L Pals, Eight Theories of Religion, Oxford University press New york, 2006.
2. Dileep M Menon, Things fall apart: The Cinematic Rendtion of Agriarian landscapes in South India, The Journal of peasant Studies Vol. 32, April 2005, pp 304-334
3. Mircea Ellaide, The Scared and the profane: The Nature of Religion Harcourt, New York 1957
4. എം ടി വാസുദേവൻ നായർ, എം ടിയുടെ തിരക്കഥകൾ, ഡി സി ബുക്സ്, കോട്ടയം, 1978.

നിർമ്മാല്യം: ജീവിതമെന്ന പ്രഹേളിക

ഡോ. അരവിന്ദൻ വല്ലച്ചിറ

മലയാള സിനിമയിൽ നവ സിനിമാ പ്രസ്ഥാനങ്ങൾ ശക്തിയാർജ്ജിച്ചു തുടങ്ങിയത് എഴുപതുകളുടെ തുടക്കത്തിലാണ് അടൂർ ഗോപാലകൃഷ്ണന്റെ *സ്വയംവരം* മലയാളത്തിലെ നവതരംഗ (New wave) സിനിമയുടെ നാന്ദിയായി മാറി. 1972 ലെ ഇന്ത്യയിലെ ഏറ്റവും മികച്ച ചിത്രത്തിനുള്ള രാഷ്ട്രപതിയുടെ സ്വർണ്ണ മെഡലിന് (സുവർണ്ണ കമൽ) ഈ ചിത്രം അർഹമായി. തൊട്ടടുത്ത വർഷം എം ടി വാസുദേവൻ നായർ ഒരു സംവിധായകനായി രംഗത്തുവന്ന *നിർമ്മാല്യം*. 1973 ലെ മികച്ച ചിത്രമായി തെരഞ്ഞെടുക്കപ്പെട്ടു. ദേശീയതലത്തിൽ മലയാള സിനിമ അതിന്റെ വിജയഗാഥകൾ രചിക്കുകയായിരുന്നു.

എം ടിയുടെ സർഗ്ഗാത്മക പ്രഭാവത്തിന്റെ വിളംബരങ്ങളായി പുറത്തുവന്ന തിരക്കഥകൾ ജീവിതത്തിന്റെ തീക്ഷ്ണ യാഥാർത്ഥ്യങ്ങളുടെ യഥാതഥമായ ആവിഷ്കാരങ്ങളായിരുന്നു. സാധാരണ മനുഷ്യന്റെ ഹൃദയവികാരങ്ങളും ആശനിരാശകളും മോഹങ്ങളും സ്വപ്നവുമെല്ലാം ഈ തിരക്കഥകളുടെ അർത്ഥപൂർണ്ണമായ പ്രമേയങ്ങളായിരുന്നു. ജീവിതമെന്ന സമസ്യയുടെ തീവ്രമായ ഭാവാത്മകത പ്രകടമാക്കുന്ന ചിത്രങ്ങളാണ് *ഇരുട്ടിന്റെ ആത്മാവും ഓളവും തീരവും നിർമ്മാല്യ*വും

എം ടി വാസുദേവൻ നായർ നിർമ്മാണവും സംവിധാനവും തിരക്കഥയും നിർവ്വഹിച്ച *നിർമ്മാല്യം* മൂല്യത്തകർച്ചയുടെ കഥയാണ് അവതരിപ്പിക്കുന്നത്. ജീവിതമെന്ന മഹാസത്യത്തിനു മുന്നിൽ എല്ലാം നഷ്ടപ്പെട്ട് നിസ്സഹായരായി നില്ക്കുന്നവരാണ് *നിർമ്മാല്യ*ത്തിലെ കഥാപാത്രങ്ങളിലധികവും. തകർച്ചകൾ ഏറ്റുവാങ്ങി ശൂന്യമായ ജീവിതത്തെ നോക്കി നിരാലംബനായി, നിശ്ശബ്ദനായി വിലപിക്കുന്ന വെളിച്ചപ്പാട്, വീട്ടിലെ ദാരിദ്ര്യവും പട്ടിണിയും മടുത്തു ജീവിത മാർഗ്ഗം തേടി നാടുവിടുന്ന മൂത്ത

മകൻ അപ്പു, ഭർത്താവിന്റെ സാമ്പത്തിക ബാദ്ധ്യത തീർക്കാൻ അന്യജാതിക്കാരനു മുന്നിൽ ശരീരം കാഴ്ചവെക്കേണ്ടി വരുന്ന ഭാര്യ നാരായണി, അമ്പലത്തിലെ ശാന്തിക്കാരനായ ഉണ്ണി നമ്പൂതിരിയെ മനസ്സിൽ പ്രതിഷ്ഠിച്ചെങ്കിലും ഒരു നാൾ എല്ലാം ഉപേക്ഷിച്ച് അയാൾ അകന്നു പോകുമ്പോൾ തകർന്നു വീണ സ്വപ്നങ്ങളെയോർത്ത് വേദനിക്കുന്ന മകൾ അമ്മിണി, മനയ്ക്കലെ പഴയ കഥകളിക്കോപ്പുകൾ മിനുക്കി കാലം കഴിക്കുന്ന ഒറ്റയാനായ രാവുണ്ണിനായർ അങ്ങനെ ശിഥിലമായ ജീവിതാവസ്ഥകളുടെയും നിതാന്ത വേദനകളുടെയും നടുവിൽ അശരണരായി കഴിയുന്ന ഒട്ടേറെപ്പേർ *നിർമ്മാല്യ*ത്തിലുണ്ട്.

എം ടിയുടെ 'പള്ളിവാളും കാൽച്ചിലമ്പും' എന്ന ചെറുകഥയാണ് *നിർമ്മാല്യ*മെന്ന ചലച്ചിത്രമായി പരിണമിച്ചത്. എം ടിയുടെ ചലച്ചിത്രഭാഷ ചിഹ്നങ്ങൾക്ക് പ്രാമുഖ്യം നല്കുന്നതും അവയിലൂടെ വികസ്വരമാക്കുന്ന അർത്ഥവിവക്ഷകൾ കേരളീയ ദൃശ്യ സംസ്കാരത്തിന്റെ ചരിത്രത്തോട് സമരസപ്പെടുന്നതുമാണെന്ന് കാണാം.

നമ്പൂതിരിയെയും മുസ്ലിമിനെയും ഹാസ്യാത്മകമായി വിഡ്ഢിവേഷം കെട്ടിച്ച് അവതരിപ്പിച്ച മലയാള സിനിമയിൽ യഥാർത്ഥ നമ്പൂതിരിയെയും മുസ്ലിമിനെയും നാം തിരിച്ചറിഞ്ഞത് എം ടി സിനിമകളിലൂടെയാണ്. *മുറപ്പെണ്ണി*ലെ വീരാൻകുട്ടിയാണ് നമുക്കു ചൂണ്ടിക്കാണിക്കാവുന്ന ഏറ്റവും ഉദാത്തമായ മാതൃക. അതുപോലെ *അസുരവിത്തി*ലെ അബ്ദുള്ളയും *നിർമ്മാല്യ*ത്തിലെ മയ്മുണ്ണിയുമെല്ലാം പൗരുഷമാർന്ന മുസ്ലീം കഥാപാത്രങ്ങളാണ്.

മേലേക്കാവിലെ വെളിച്ചപ്പാടിന്റെ കഥയിലൂടെ എം ടി നമുക്കു മുന്നിൽ തുറന്നിട്ടത് ദാരിദ്ര്യവും പട്ടിണിയും തൊഴിലില്ലായ്മയും ഇടയ്ക്കിടയിൽ ദുരഭിമാനത്തിന്റെ മുഖപടമണിഞ്ഞ് സ്വയം ആത്മനിന്ദിതരാകുന്ന പച്ചയായ മനുഷ്യരുടെ ഒരു കാലഘട്ടമാണ്. വള്ളുവനാടൻ ഗ്രാമത്തിലെ സാമൂഹ്യാവസ്ഥയുടെയും മനുഷ്യബന്ധങ്ങളുടെയും മിത്തോളജിയല്ല *നിർമ്മാല്യ*ത്തിൽ വിവക്ഷിക്കപ്പെടുന്നത്. ജീവിത പ്രാരാബ്ധങ്ങളുടെ രഥമുരുളുമ്പോൾ അതിനിടയിൽപ്പെട്ട് തകരുന്ന നിസ്സഹായരായ മനുഷ്യരുടെ കണ്ണീരും മോഹങ്ങളും വ്യഥയും കലർന്ന ജീവിതം തന്നെയാണ് പരുക്കൻ ജീവിത യാഥാർത്ഥ്യങ്ങളെ ആലങ്കാരികമായി ആവിഷ്കരിക്കാനല്ല മറിച്ച് സാമൂഹ്യാവസ്ഥകളോട് ഏറ്റുമുട്ടി പരാജിതരാകുന്ന മനുഷ്യരുടെ പരിദേവനമാണ് ഈ ചിത്രം വരച്ചുകാട്ടുന്നത്.

താൻ നിത്യവും ആരാധിക്കുന്ന മേലേക്കാവിലെ ഭഗവതി തന്നെയും തന്റെ കുടുംബത്തെയും എന്നും കാത്തുസൂക്ഷിക്കുമെന്ന് തീവ്രമായി വിശ്വസിക്കുന്നയാളാണ് വെളിച്ചപ്പാട്. എന്നാൽ കുടുംബത്തിന്റെ തകർച്ചകളോരോന്നുംകണ്ട് തകർന്നുപോകുന്ന അയാൾക്ക് തന്റെ വിശ്വാസങ്ങൾക്ക് നീർക്കുമിളകളുടെ ആയുസ്സു മാത്രമേയുള്ളൂവെന്ന് മനസ്സിലാകുന്നു. ദുരന്തങ്ങളുടെ ആ ഊഷരഭൂമികയിൽ ചവിട്ടി നിന്നുകൊണ്ടാണ് അയാൾ പള്ളിവാളുകൊണ്ട് ശിരസ്സിൽ വെട്ടി വാർന്നൊഴുകിയ രക്തം

ദേവിയുടെ മുഖത്ത് ആഞ്ഞുതുപ്പുന്നത്. തന്റെ അഭിശപ്തമായ ജീവിതത്തോടും സമൂഹത്തോടുമുള്ള നിന്ദ കലർന്ന പ്രതിഷേധമാണ് അയാൾ ഇത്തരുണത്തിൽ പ്രകടിപ്പിക്കുന്നത്. പ്രതിഷേധത്തിന്റെ ആ ചുടുനിണം പതിക്കുന്നത് ദേവിയുടെ മുഖത്തും ബലിക്കല്ലിലും ദീപസ്തംഭത്തിലുമാണ്. ഒരർത്ഥത്തിൽ നിഷ്ഫലമായ ക്ഷേത്രാചാരങ്ങളെയും ഭഗവതിസേവയെയും പരിഹസിക്കുകയാണ് ഈ പ്രവൃത്തിയിലൂടെ അയാൾ. ഒരു പുരഷായുസ്സു മുഴുവൻ ദേവിയെ ഭക്തിപൂർവ്വം ആരാധിച്ചിട്ടും തനിക്ക് ദുരിതങ്ങളും പ്രതിസന്ധികളും മാത്രം നല്കിയ ദേവിയോടുള്ള പകയും വിദ്വേഷവുമാണ് ഇതിലൂടെ അയാൾ സാക്ഷാൽക്കരിക്കുന്നത്.

*നിർമ്മാല്യ*ത്തിലെ വെളിച്ചപ്പാടിന്റെ ജീവിതാവസ്ഥയെ അപഗ്രഥനം ചെയ്തുകൊണ്ട് ചിത്രത്തിന്റെ തിരക്കഥാകൃത്തും സംവിധായകനുമായ എം ടി ഇങ്ങനെ പ്രസ്താവിക്കുന്നു.

> ജീവിതകാലം മുഴുവനും താൻ ആരാധിച്ച ദേവി തന്നെ ചതിച്ചുവെന്ന് അയാൾക്കു തോന്നി. അയാളുടെ പ്രതിഷേധം അങ്ങനെയായിരുന്നു. മാറി വരുന്ന സാമൂഹ്യസാമ്പത്തിക സ്ഥിതികളുമായി പൊരുത്തപ്പെടാൻ കഴിയാത്ത ഒരു മനുഷ്യനെക്കുറിച്ചുള്ളതാണീ ചിത്രം. ഭൂതകാലത്തെ വെളിച്ചപ്പാട് അള്ളിപ്പിടിക്കുന്നു. അതാണയാളുടെ ദുരന്തം. മാറ്റങ്ങളെ കണ്ടറിഞ്ഞ് അവയുമായി പൊരുത്തപ്പെട്ടവർ ഗ്രാമത്തിൽ തന്നെയുണ്ടായിരുന്നു (എം ടി വാസുദേവൻ നായർ, ഫിലിം ഫാൻസ് അവാർഡ് സ്പെഷ്യൽ 1976, പേജ് 56).

മാറിയ കാലത്തിന്റെ സാമൂഹ്യ വ്യവസ്ഥിതിയുടെ സാംഗത്യത്തെ വിശകലനം ചെയ്യുന്നതോടൊപ്പം വെളിച്ചപ്പാടെന്ന ക്ഷയോന്മുഖമായ വിഭാഗത്തിന്റെ പൊരുത്തപ്പെടലിന്റെയും ആത്മസംഘർഷങ്ങളുടെയും നിസ്സഹായതയുടെയും സൂക്ഷ്മമായ അന്വേഷണവും എം ടി *നിർമ്മാല്യ*ത്തിലൂടെ സാർത്ഥകമാക്കുന്നുണ്ട്. ചിത്രത്തിലെ പല കഥാപാത്രങ്ങളും കാലഹരണപ്പെട്ട സാമൂഹ്യാവസ്ഥയെ മുറുകെ പിടിക്കുന്നവരാണ്. ഗതകാലത്തിന്റെ ഗൃഹാതുരത്വത്തിൽ ജീവിതം തളച്ചിടാൻ വ്യഗ്രത കൊള്ളുന്നവരാണവർ. വെളിച്ചപ്പാടും രാവുണ്ണിനായരും ഈ അവസ്ഥയുടെ പ്രതിനിധികളാണ്. എന്നാൽ മറ്റു ചിലരാകട്ടെ പുതിയ കാലത്തിന്റെ മാറ്റങ്ങളെപ്പറ്റി ബോധവാന്മാരാണ്. പുതിയ മാറ്റങ്ങളിലൂടെ അവർ തങ്ങളുടെ അസ്തിത്വം കണ്ടെത്താൻ ശ്രമിക്കുന്നു. ഇല്ലത്തെ തിരുമേനിയും കഴകക്കാരുമാണ് ഈ പ്രവണതയുടെ വക്താക്കൾ.

മതത്തിന്റെയും ദൈവത്തിന്റെയും പേരിലുള്ള ചൂഷണങ്ങളിലും കാപട്യങ്ങളിലും എം ടിക്ക് താല്പര്യമില്ല. അതിരു കടന്ന വിശ്വാസവും അമിതഭക്തിയും ആരെയും രക്ഷിക്കില്ലെന്ന് അദ്ദേഹം ദൃഢമായിതന്നെ വിശ്വസിച്ചിരുന്നു. ഈ യാഥാർത്ഥ്യങ്ങളുടെ പൊരുൾ തേടിയുള്ള അന്വേഷണം കൂടിയാണ് *നിർമ്മാല്യം.* ഒരു നിലയിൽ നോക്കിയാൽ വിശ്വാസത്തകർച്ച

യുടെയും അന്ധമായ ആരാധനയുടെയും അർത്ഥരാഹിത്യത്തിലേക്കും വെളിച്ചം പകരാൻ സംവിധായകൻ ശ്രമിക്കുന്നുണ്ട്. ഗ്രാമത്തിലെ ഭഗവതിയെ സേവിച്ച് കാലം കഴിച്ച വെളിച്ചപ്പാടിന്റെ പതനം ഇതാണ് വ്യക്തമാക്കുന്നത്. ജീവിതത്തിന്റെ പ്രതിസന്ധികളിൽനിന്ന് താനൊരിക്കലും മോചനം ലഭിക്കില്ലെന്ന് അനുഭവങ്ങളിലൂടെ അയാൾ മനസ്സിലാക്കുന്നു. അങ്ങനെ ഒരുതരം നീറുന്ന നിസ്സഹായവസ്ഥയുടെ ദൈന്യതയാർന്ന പ്രതിരൂപമായി അയാൾ മാറുകയും ചെയ്യുന്നു.

വെളിച്ചപ്പാടിന്റെ ജീവിതമാകെ താളംതെറ്റുന്ന, അയാളുടെ ദുരന്തമരണത്തിന് പടിയൊരുക്കുന്ന, അഭിശപ്തമെന്നോ പാപബോധമാർന്നതെന്നോ പറയാവുന്ന സംഭവം അരങ്ങേറുന്നത് ഒരു സന്ധ്യയിലാണ്. ഗ്രാമം മുഴുവൻ മൂന്ന് വർഷങ്ങൾക്കുശേഷം നടക്കുന്ന ഗുരുതിയാഘോഷത്തിന്റെ ആഹ്ലാദത്തിമിർപ്പിൽ അലിഞ്ഞു ചേർന്ന സന്ധ്യയിൽ തിരക്കഥയിൽ എം ടി 90, 91 നമ്പർ സീനുകളിലാണ് ഈ സംഭവം അവതരിപ്പിക്കുന്നത്. *നിർമ്മാല്യ*ത്തിലെ ഏറ്റവും ശ്രദ്ധേയമായ സീനുകളാണിത്. ഇവിടെ വെളിച്ചപ്പാട് നേരിട്ടനുഭവിക്കുന്ന തകർച്ച വരാനിരിക്കുന്ന ഒരു മഹാദുരന്തത്തിന്റെ നാന്ദിയായിത്തീരുന്നു.

സീൻ 90

ചുമലിൽ ചെണ്ടയും, കഴുത്തിൽ സ്വർണ്ണമാലയുമുള്ള മദ്ധ്യവയസ്കൻ പൊതുവാളുടെ കൂടെ മണൽപ്പരപ്പിലൂടെ വെളിച്ചപ്പാട്.

അയാൾ കടവിന്നടുത്ത്നിന്ന് കാലും മുഖവും കഴുകി ഒതുക്കുകൾ കയറുമ്പോഴാണ് മകളെ കാണുന്നത്. ദിവാസ്വപ്നങ്ങളിൽനിന്ന് ഞെട്ടി അവളെഴുന്നേല്ക്കുന്നു.

വെളിച്ചപ്പാട്: പൊതുവാള് നടന്നോളൂ. എനിക്കു കുളിക്കാറായി. (മകളോട്) നീയെന്താ ഇവിടെ?

അമ്മിണി മിണ്ടുന്നില്ല. വെളിച്ചപ്പാട്: കുട്ട്യോളെ കുളിപ്പിച്ച് അമ്പലത്തില് കൊണ്ട്വോവാൻ നോക്കാതെ നീയിവിടെ ഇരിക്യാ?

അമ്മിണി മിണ്ടുന്നില്ല

വെളിച്ചപ്പാട്: കൊറച്ചീസമായി ചോദിച്ചാൽ നീയൊന്നും പറേല്യാ. നിന്റമ്മയൊന്നും പറേല്യ എന്താ.

അമ്മിണിയുടെ കണ്ണ് അപ്പോഴാണ് നനയുന്നത്. അവൾ അതു കാണാതിരിക്കാൻ മുഖം താഴ്ത്തുന്നു.

വെളിച്ചപ്പാട്: വേഗം അമ്പലത്തിലേക്കു നടന്നോ

ലളിതമായ മേളം (പഞ്ചവാദ്യമാകാം) വെളിച്ചപ്പാട് പശ്ചാത്തലത്തിൽ ഉല്ലാസഭരിതനാണ്. തന്റെ ഏറ്റവും മഹത്തായ ദിവസം

വഴിവക്കിൽ കണ്ട പരിചയക്കാരോട്

ഹായ്! നിങ്ങളൊക്കെ ഇവിടങ്ങനെ നിന്നാലോ? കാളവേല കഴിഞ്ഞില്ലേ? അമ്പലത്തില് ചെന്ന് ഒന്നു ശ്രമിക്ക്.

അയാൾ വിജിഗീഷുമായി നടക്കുന്നു

അയാൾ വീട്ടിൽ ചെന്നു കയറുന്നു.

വെളിച്ചപ്പാട് അച്ഛന്റെ മുറിയിൽ, പട്ടെടുത്ത് ചുമലിലിട്ട് അച്ഛനോട്

കുഞ്ഞികൃഷ്ണൻ തന്നെ വന്നു. അച്യുതൻ വരാണ്ടൊന്നും മേളം നടക്കാണ്ടിരിക്കില്യാ.

അച്ഛന്റെ കണ്ണുകളിളകുന്നു

വെളിച്ചപ്പാട് അരമണിയും ചിലമ്പും വാളുമെടുത്ത്:

എവിടന്നൊക്ക്യാ ആള്ളോള് വരണ്? ഗുരുതി കേമാവും. എപ്പ തൊട ങ്ങീതാ അലച്ചില്.

നാരായണീ, ഒരു ഗ്ലാസ് വെള്ളം കൊണ്ടാ

വൃദ്ധന്റെ കണ്ണുകൾ ദ്രുതഗതിയിൽ ചലിക്കുന്നു.

വെളിച്ചപ്പാട്: നാരായണീല്യേ

വൃദ്ധന്റെ കണ്ണുകൾ മൗനഭാഷയിൽ പിന്നെയും എന്തൊക്കെയോ സംസാരിക്കുന്നു.

അയാൾ ഒരു നിമിഷം എന്തോ ചെവിടോർക്കുന്നു. കിഴവന്റെ മുഖത്ത് അവാച്യമായ അസ്വസ്ഥതയും വെപ്രാളവും.

വെളിച്ചപ്പാട് ഇടനാഴിയിൽ അരമണിയും ചിലമ്പും എല്ലാമായി. അട ഞ്ഞുകിടക്കുന്ന വാതിൽ

നാരായണീ... നാരായണീ... അമ്മിണീ..

വെളിച്ചപ്പാട് അടഞ്ഞുകിടക്കുന്ന വാതില്ക്കലടിച്ച്

ആരാ ഈത്രിസന്ധ്യക്ക്

വാതിലും കൊട്ടിയടച്ച് കെടക്ക്ണ്

അശ്രീകരം പിടിക്കാൻ

അമ്മിണീ.. വാതിൽ തൊറക്കാൻ

വാതിൽ തുറക്കുന്നു ഒരു പാളി

പുറത്തു കടക്കുന്ന ആളെ നാം കാണുന്നു, മയ്മുണ്ണി. അരപ്പട്ട കുടുക്കി ഒന്നും സംഭവിക്കാത്ത പോലെ. പക്ഷേ, എന്തിനും സന്നദ്ധനായി മയ്മുണ്ണി മുന്നിൽ അരപ്പട്ടയുടെ പേഴ്സിന്റെ ബട്ടണമർത്തി. അയാൾ വെളിച്ചപ്പാടിനെ നോക്കുന്നു

എന്നിട്ടും വാളും ചിലമ്പും അരമണിയുമായി നില്ക്കുന്ന വെളിച്ച പ്പാടിന്റെ മുന്നിലൂടെ പുറത്തേക്ക്. പുറത്ത് ചെരിപ്പ് ഉരയുന്ന ശബ്ദം. കാല ടികൾ അകന്നുപോകുന്നു

ശബ്ദം

സീൻ 91

വെളിച്ചപ്പാട് നില്ക്കുന്നു. ചാരിയ വാതിലിന്മേൽ ഒരു സ്ത്രീയുടെ കൈ പുറത്തുവരുന്നത് നടുക്കത്തോടെ അയാൾ കാണുന്നു. ഭാര്യ നാരാ യണി.

അവർ ധിക്കാരത്തോടെയല്ല, ദുഃഖം കലർന്ന ആത്മനിന്ദയോടെ മുഖം

കുനിച്ച് നില്ക്കുന്നു. നിമിഷങ്ങൾക്ക് കനം പെരുകിപ്പെരുകി വരുന്നു. ഇപ്പോൾ എന്തും സംഭവിക്കാം.

അയാൾ ഇളകിയപ്പോൾ അരമണിയും ചിലമ്പും ശബ്ദിക്കുന്നു

ആ ശബ്ദം നാരായണിയുടെ മുഖത്ത്.

അവർ സാവധാനം മുഖമുയർത്തുന്നു പതറാതെ,

മുമ്പിൽ രക്ഷിക്കാനും സംഹരിക്കാനും കെല്പുള്ള പള്ളിവാൾ പിടിച്ചു നില്ക്കുന്ന ഭർത്താവ്.

കനം തൂങ്ങുന്ന നിമിഷങ്ങൾ

ഉൽക്കണ്ഠയുടെ പാരമ്യതയിൽ കണ്ണുകൾ ദ്രുതഗതിയിൽ ചലിപ്പിച്ച് കിടക്കുന്ന വൃദ്ധൻ. അയാളുടെ നിസ്സഹായത

വെളിച്ചപ്പാട്(സ്വരമുയർത്താതെ) എന്റെ നാലുമക്കളെപ്പെറ്റ നീയോ നാരായണീ?

നാരായണി: ഞാൻ തന്നെ..

വെളിച്ചപ്പാട് കിതയ്ക്കുന്നു

നാരായണി; (സ്വരമുയർത്താതെ) അന്യന്റെ മുഖത്തു നോക്കാതെ വളർന്നോളാണ് ഞാൻ. ഈ നാല്പത്തിരണ്ടാം വയസ്സിൽ എന്നെ ഇങ്ങ ന്യാക്കിയത് നിങ്ങളാണ്.

വെളിച്ചപ്പാട് (കിതച്ചുകൊണ്ട്)

നാരായണീ...

നാരായണി: ഈ വീടെങ്ങന്യാ കഴിഞ്ഞിരുന്നത്?

ഭഗവതിയെ രക്ഷിക്കാൻ നടക്കുമ്പഴ് ഈ വീട്ടില് തീയെരിഞ്ഞിരു ന്നില്ല. അന്വേഷിക്കാനാർക്കും സമയൊണ്ടായിരുന്നില്ല.

വെളിച്ചപ്പാട് നില്ക്കുന്നു. വാളും ചിലമ്പും വിറയ്ക്കുന്നു

അയാൾ സ്വയം നിയന്ത്രിച്ച്- "ഹമ്മേ..."

നാരായണി: എന്റെ കുട്ടികൾ വിശന്നു കിടന്നപ്പോൾ ഭഗോതി അരിയും കാശും കൊണ്ടന്നു തന്നില്ല.

വെളിച്ചപ്പാട് അസ്തവീര്യനായി പകച്ചു നില്ക്കുന്നു. അതുവരെ ഒതുക്കി നിർത്തിയിരുന്ന ധൈര്യം കത്തിയടങ്ങി. ഭാര്യ തളർന്ന് താഴെയി രിക്കുന്നു. മുഖം പൊത്തി തേങ്ങുന്നു.

അയാൾ നിസ്സഹായനായി പുറത്തുകടക്കുന്നു.

(*നിർമ്മാല്യം* എം ടിയുടെ തിരക്കഥകൾ, 1984 പേജ് 76-78)

*നിർമ്മാല്യ*ത്തിൽ അവസാനരംഗത്തിലെ വെളിച്ചപ്പാടിന്റെ മരണം അനിവാര്യമായ ഒന്നായി വേണം കരുതാൻ. അയാളെപ്പോലെ ദുരന്തങ്ങൾ നിരന്തരം വേട്ടയാടപ്പെടുന്നു ഒരു മനുഷ്യന് ഇത്തരമൊരു മാർഗ്ഗം തേടു കയല്ലാതെ മറ്റൊന്നും ചെയ്യാനാവില്ല. ഇതാകട്ടെ ഒരു വ്യക്തിയുടെ മര ണമല്ല. വെളിച്ചപ്പാടിന്റെ മരണം നിരർത്ഥകമായ ഒരു സാമൂഹ്യാവസ്ഥ യുടെ മരണം തന്നെയാണ്. തീക്ഷ്ണമായ ജീവിത പ്രതിസന്ധികളെ നേരി ടാൻ കെല്പില്ലാത്ത അല്ലെങ്കിൽ അതിന് ശ്രമിച്ച് പരാജിതരാകുന്ന സാധാ രണക്കാരന്റെ അനിവാര്യമായ അന്ത്യം

37 വർഷം മുമ്പ് നിർമ്മിച്ച *നിർമ്മാല്യം* പോലുള്ള ഒരു ചിത്രം വർത്തമാനകാല സാമൂഹ്യാവസ്ഥയിൽ നമുക്കു ചിന്തിക്കാനാവില്ല. മത വർഗ്ഗീയ കോമരങ്ങൾ മനുഷ്യമനസ്സുകളിൽ മതിൽക്കെട്ടുകൾ തീർക്കുന്ന ഇന്നത്തെ വ്യവസ്ഥിതിക്ക് ഇത്തരമൊരു സിനിമയെ ഉൾക്കൊള്ളാനാവില്ലതന്നെ. കലയുടെയും ജീവിതയാഥാർത്ഥ്യങ്ങളുടെയും സമുജ്ജ്വലമായ പ്രഭവമുണ്ടായാലും അവയെല്ലാം വർഗ്ഗീയതയുടെ കാചത്തിലൂടെ വിശകലനം ചെയ്യാനാണ് നമ്മുടെ സമൂഹത്തിന് താല്പര്യം. ഇന്നാണെങ്കിൽ *നിർമ്മാല്യ*ത്തിലെ ദൈവനിന്ദയെ ആധുനിക സമൂഹം മറ്റൊരു രീതിയിലായിരിക്കും അവലോകനം ചെയ്യുന്നത്. സൃഷ്ടിയും സ്രഷ്ടാവും നിരന്തര ഭീഷണികൾക്കും നിയമ നടപടികൾക്കുംവരെ വിധേയരാകേണ്ടിവരുമായിരുന്നു. ഒരു കലാസൃഷ്ടിയുടെ ശ്രേഷ്ഠമായ ഉദ്ദേശശുദ്ധിക്ക് വലിയ മാന്യതയൊന്നും കല്പിച്ചു കിട്ടാനിടയില്ല. ഈ അവസ്ഥ വിശകലനം ചെയ്ത് ഒരിക്കൽ എം ടി തന്നെ ഇത് വ്യക്തമാക്കുകയും ചെയ്തിട്ടുണ്ട്.

> ഇന്നാണെങ്കിൽ *നിർമ്മാല്യ*മെന്ന സിനിമയെടുക്കാൻ ഒരു പ്രൊഡ്യൂസറും മുന്നോട്ടു വരില്ല. എല്ലാവരും ഒന്നു പിന്നോട്ടടിക്കും. ഹിന്ദുത്വത്തെ രക്ഷിക്കാൻ രൂപീകരിച്ച ഒരു മഹിളാ സംഘടന ഏഴ് വർഷംമുമ്പ് ഡൽഹി ദൂരദർശൻ അധികൃതർക്ക് കത്തയച്ചു. *നിർമ്മാല്യ*വും പിന്നെ ഭാരതിരാജയുടെ *വേദം പുതുതും* ടെലികാസ്റ്റ് ചെയ്യാൻ പാടില്ലെന്നായിരുന്നു അവരുടെ ആവശ്യം. അതിന്റെ കോപ്പി ഡൽഹിയിൽനിന്നും എനിക്ക് ലഭിച്ചു. ഇതേ സംഘടന തന്നെയാണ് *ബൈബിൾ* കാണിക്കാൻ പാടില്ലെന്ന് ആവശ്യപ്പെട്ടതും (എം ടി വാസുദേവൻ നായർ, *കലാകൗമുദി* വാരിക, 1998 ഡിസംബർ 27, ലക്കം 2116 പേജ് 16)

ഒരുകാര്യം തീർച്ചയാണ് *നിർമ്മാല്യം* പോലുള്ള ചിത്രങ്ങൾ എക്കാലവും നിലനില്ക്കും. കാരണം, നല്ല സിനിമകൾ ഒരിക്കലും മരിക്കുന്നില്ല. മനുഷ്യകഥാനുഗായിയായ ഇത്തരം സിനിമകൾ എന്നും ഉണ്ടായിരിക്കും, കാലത്തിന്റെ തിരുശേഷിപ്പുകളായി.

നിർമ്മാല്യത്തിലെ വിശ്വാസ കലാപം

ആലങ്കോട് ലീലാകൃഷ്ണൻ

എം ടിയുടെ *നിർമ്മാല്യം* എന്ന സിനിമ മലയാള ചലച്ചിത്ര ചരിത്രത്തിലെയും സാമൂഹിക വികാസ ചരിത്രത്തിലെയും ഒരു സുപ്രധാന ദശാസന്ധിയുടെ അടയാളമാണ്. ചലച്ചിത്ര പരിചരണത്തിൽ യാതൊരുവിധ ആഖ്യാനതന്ത്രങ്ങളും പരീക്ഷിക്കാതെ നേർക്കുനേരെ കാണിച്ചുപോയ ഒരു ജീവിതകഥയാണ് *നിർമ്മാല്യം.* അക്കാലത്തുതന്നെ മലയാളസിനിമയിൽ രൂപപ്പെട്ടു കഴിഞ്ഞിരുന്ന നവസിനിമയുടെ ദൃശ്യസമീപത്തിലെ പൊളിച്ചെഴുത്തുകളുമായി ബന്ധപ്പെടാതെ പുതിയ സിനിമയ്ക്ക് ജനകീയമായ ഒരു പുതിയ ദൃശ്യവ്യാകരണം രചിച്ചു നല്കി ആ സിനിമ ഒരർത്ഥത്തിൽ *ഓളവും തീരവും* എന്ന സിനിമയിൽ തുടങ്ങുന്നതാണ് ചലച്ചിത്ര കലയുടെ ജീവിതഗന്ധിയായ ഈ ആധുനികീകരണം. എം ടിയുടെ അത്യസാധാരണമായ കൈയൊതുക്കവും ജീവിതസ്പർശവുമുള്ള തിരക്കഥയെ പൂർണ്ണമായും സ്റ്റുഡിയോ ഫ്ളോറുകളിൽനിന്ന് വിട്ട് ജീവിതത്തിന്റെ നടുവിലേക്കു കൊണ്ടുവന്നു. ചിത്രീകരിക്കുകയാണ് പി എൻ മേനോൻ ചെയ്തത്. ആ സമീപനം കുറേക്കൂടി ആർജ്ജവത്തോടെ വികാസപൂർണ്ണമാവുന്നതാണ്. *നിർമ്മാല്യ*ത്തിന്റെ ദൃശ്യപരിചരണങ്ങളിൽ നാം കണ്ടത്.

ഒരു വിശ്വാസകലാപം എന്ന നിലയിൽ നമ്മുടെ സാമൂഹിക ചരിത്രത്തിലെ ഒരു സുപ്രധാന ഇടപെടലുമാണ് *നിർമ്മാല്യം.* മനുഷ്യനും അവന്റെ ജീവിതത്തിനും പ്രയോജനപ്പെടുന്നില്ലെങ്കിൽ ദൈവമെന്തിന്? എന്ന ധീരവും മൗലികവുമായ ഒരു വിശ്വാസലംഘനത്തിന്റെ ചോദ്യം ആ സിനിമയിൽനിന്നു മുഴങ്ങുന്നുണ്ട്. താൻ അങ്ങേയറ്റം വിശ്വസിച്ച ഭഗവതി ജീവിതത്തിലുടനീളം തന്നെ രക്ഷിച്ചില്ല എന്നു തിരിച്ചറിയുമ്പോഴത്തെ ഉപാസകന്റെ തകർച്ചയിലാണ് *നിർമ്മാല്യ*ത്തിന്റെ ഫലശ്രുതി. സത്യമെന്നത് മനുഷ്യനാകുന്നു എന്ന വിശ്വാസ പ്രമാണമാണ് ഇവിടെ എം ടി

തന്റെ നഷ്ടാത്മകതയുടെ അടിത്തറയാക്കുന്നത്. ആ സത്തയിൽ നിലയുറപ്പിച്ചുകൊണ്ട് *നിർമ്മാല്യം* വിശ്വാസജീവിതത്തെ വിചാരണ ചെയ്യുന്നു. ആലംബഹീനരായിത്തീരുന്ന മനുഷ്യർക്കുവേണ്ടി എന്തുചെയ്യുന്നു ദൈവം എന്ന സ്ഥാപനം? എന്ന ധീരമായ ചോദ്യം. അതുകൊണ്ടുതന്നെ *നിർമ്മാല്യം* എന്ന ചലച്ചിത്രത്തിന്റെ ആഴമേറിയ ഒരാത്മീയ ബോദ്ധ്യത്തിൽനിന്നു പിറവികൊണ്ടതാണ്.

മനുഷ്യാവസ്ഥകളുടെ വൈവിദ്ധ്യപൂർണ്ണവും സങ്കീർണ്ണവുമായ ഒട്ടനവധി സമസ്യകളിലൂടെ എം ടി എന്ന ചലച്ചിത്രകാരൻ നിരന്തരം സഞ്ചരിച്ചിട്ടുണ്ട്. അതിൽ ഏറ്റവും അടിസ്ഥാനതലത്തിലുള്ള ഒരു ഗ്രാമീണ പ്രതിനിധിയാണ് വെളിച്ചപ്പാട്. വെളിച്ചപ്പാടിന്റെ ലോകം ചെറുതാണ്. ഇടങ്ങഴിയരിയും കാലുറുപ്പികയും മാത്രം പ്രതിഫലം വാങ്ങി ഭഗവതിക്കുവേണ്ടി വെളിച്ചപ്പെടുമ്പോഴും സ്വന്തം നെറുക വെട്ടിപ്പിളർക്കുന്ന ബലിയായിരുന്നു അയാൾക്ക് സാധന. ആ നടയ്ക്കൽ നിന്നാൽ പിന്നെ ഒന്നും ഓർമ്മയുണ്ടാവില്ല. എന്ന ആത്മീയസാത്മ്യമായിരുന്നു അയാൾക്ക് ഭഗവതിയോടുള്ള വിശ്വാസം. പരമ്പരകളായി പകർന്നു കിട്ടിയ സേവാ ബലമായിരുന്നു ആ വിശ്വാസത്തിന്റെ അടിത്തറ. ലോകത്തിന്റെ ദുഃഖത്തോടും വിദ്വേഷത്തോടും സംഘർഷങ്ങളോടും പ്രതികരിക്കാൻ സ്വന്തം ശിരസ്സു വെട്ടിപ്പിളർക്കുന്നവന്റെ പ്രതിബദ്ധതയായി, സമഷ്ടിയുടെ വിമോചനത്തിനുള്ള ഈ വിശ്വാസം വെളിച്ചപ്പാടിനു വെളിപ്പെട്ടു.

പക്ഷേ, കൊടുംദാരിദ്ര്യത്തിലും അനാഥത്വത്തിലും രോഗത്തിലും മക്കളുടെ ജീവിതത്തിലും താൻ വിശ്വസിച്ച ദേവി തുണയ്ക്കുകയുണ്ടായില്ല.

അങ്ങനെ വിശ്വാസവും പീഡാസഹനവും വേദനയും ആത്മബലിയുമായൊടുങ്ങിയ വെളിച്ചപ്പാടിന്റെ കഥ ഒരു സംക്രമണ കാലഘട്ടത്തിന്റെ സ്വയം വിചാരണയുടെയും നവീകരണത്തിന്റെയും ഇതിഹാസമാവുന്നത് *നിർമ്മാല്യ*ത്തിൽ നാം കാണുന്നു.

വിശ്വാസം സാമൂഹിക ജീവിതത്തിൽ മിക്കപ്പോഴും യുക്തിയുടെയോ സത്യത്തിന്റെയോ വെളിച്ചമായിട്ടല്ല പ്രവർത്തിക്കുന്നത്. സമൂഹം അതിന്റെ നിലനില്പിനുവേണ്ടി കാലാകാലങ്ങളിൽ ഒരുപാട് പെരുമാറ്റച്ചട്ടങ്ങൾ വ്യക്തികൾക്കുമേൽ അടിച്ചേല്പിച്ചിട്ടുണ്ട്. അത് വ്യക്തിയുടെ സ്വാതന്ത്ര്യത്തിലും വികാസത്തിലും ചില വലിയ വിലക്കുകൾ സൃഷ്ടിക്കുന്നു. അത് പലപ്പോഴും അബോധമായിത്തന്നെ അനുസരിച്ചുപോരുന്ന വിലക്കുകളായി, ഒരിക്കലും അനുഭവപ്പെട്ടിട്ടില്ലാത്ത നിയന്ത്രണങ്ങളും അതിർത്തികളുമായിരിക്കും. വിശ്വാസം ആ വിധത്തിൽ വ്യക്തിയുടെയും സമൂഹത്തിന്റെയും അബോധത്തിൽ കുറേ അതിരുകൾ സൃഷ്ടിച്ചുവെച്ചിട്ടുണ്ട്. അതുകൊണ്ടാണ് ദൈവവും മതവുമായി ബന്ധപ്പെട്ട ഒട്ടുമിക്ക വിശ്വാസങ്ങളും അന്ധമായിത്തീരുന്നത്. തലമുറകളായി യുക്തിബോധത്തിന്റെ ഏതെങ്കിലും മാനദണ്ഡം വെച്ച് ചോദ്യം ചെയ്യാൻ പോലും മെനക്കെടാതെ

ബോധപൂർവ്വമല്ലാതെ മനുഷ്യർ വിശ്വാസത്തിന്റെ വിലക്കുകളെയും നിയന്ത്രണങ്ങളെയും അനുസരിച്ചുപോരുന്നു

വിശ്വാസത്തിന്റെ അബോധത്തിലെ ഈ പുരാണമായ അതിർത്തികളെയാണ് *നിർമ്മാല്യ*ത്തിൽ എം ടി ലംഘിക്കുന്നത്. അടിസ്ഥാനപരമായി മനുഷ്യന്റെയും അവൻ സൃഷ്ടിക്കുന്ന സമൂഹത്തിന്റെയും ധർമ്മത്തോടു ബന്ധപ്പെടുത്തിയാണ് ദൈവം എന്ന സങ്കല്പത്തിന്റെയും സ്ഥാപനത്തിന്റെയും നിലനില്പ്. ഒരുസമൂഹത്തിലെ ഓരോ ഘടകത്തിനും അതെത്ര നിസ്സാരമായാൽപ്പോലും അതിന്റേതായ ധർമ്മമുണ്ട് എന്ന് എല്ലാ സാമൂഹിക ശാസ്ത്രങ്ങളും അംഗീകരിക്കുന്ന സത്യമാണ്. ഏതു ഘടകത്തിലുമുണ്ടാകുന്ന ധർമ്മവ്യതിയാനങ്ങൾ സമൂഹത്തിന്റെ ഘടനയെയും സ്വഭാവത്തെയും ആകെ മാറ്റുന്നു.

ആ അർത്ഥത്തിൽ ദൈവം ദേവാലയം തുടങ്ങിയ സ്ഥാപനങ്ങൾ മനുഷ്യസമൂഹത്തിൽ പാലിച്ചുപോന്നിരുന്ന ധർമ്മങ്ങൾ എല്ലാ അർത്ഥത്തിലും അപചയപ്പെട്ടു കിടന്ന ഒരു കാലഘട്ടത്തിലാണ് വെളിച്ചപ്പാടിനെ മുൻനിർത്തി എം ടി ഒരു വിശ്വാസ കലാപത്തിനു മുതിരുന്നത്. അടിസ്ഥാനപരമായി ആ കലാപം ദൈവത്തിനോ സത്യവിശ്വാസത്തിനോ എതിരല്ല. വിശ്വാസം ജീർണ്ണിക്കുകയും അത്യാചാരങ്ങളിലും അനാചാരങ്ങളിലും മുങ്ങി ദൈവം മനുഷ്യവിരുദ്ധനായിത്തീരുകയും ചെയ്യുന്ന ഘട്ടങ്ങളിൽ ആ ജീർണ്ണതയെ അതിലംഘിക്കാതെ മനുഷ്യ സമൂഹത്തിനു മുന്നോട്ടു പോകാനാവില്ല എന്ന തിരിച്ചറിവാണ് *നിർമ്മാല്യ*ത്തിലെ വിശ്വാസകലാപത്തിന്റെ ആധാരം. അത് വിശ്വാസത്തിന്റെ ധർമ്മങ്ങളെ പുനർനിർവ്വചിക്കാനും മാനുഷികമായി ധർമ്മത്തെ നിലനിർത്തുവാനും മനുഷ്യനെ പ്രേരിപ്പിക്കുന്നു. ധർമ്മമില്ലാത്ത, അല്ലെങ്കിൽ ധർമ്മം നഷ്ടപ്പെട്ടുപോയ ഒരുഘടകത്തിനും സമൂഹത്തിൽ നിലനില്പില്ല. അത് പുറംതള്ളപ്പെടുകതന്നെ ചെയ്യും എന്ന് ഓർമ്മപ്പെടുത്തുന്നു.

ആ അർത്ഥത്തിൽ ദൈവവിശ്വാസം കാലാകാലങ്ങളിൽ മാനവികമായി പുനർനിർവ്വചിക്കപ്പെടുന്നില്ലെങ്കിൽ വിശ്വാസത്തിന്റെ സ്ഥാപനങ്ങൾക്ക് നിലനില്പില്ലാതാവും എന്ന് ഭംഗ്യന്തരേണ ധ്വനിപ്പിക്കുകയാണ് എം ടി ചെയ്തത്.

ഇത് നവോത്ഥാന ചിന്തയുടെ തുടർച്ചയാണ്. എം ടി പ്രതിനിധാനം ചെയ്യുന്ന പൊന്നാനിക്കളരിയിൽ സാഹിത്യവും കലയും നവോത്ഥാനത്തിനുള്ള ഇന്ധനമായിരുന്നു. കേരളീയ നവോത്ഥാനത്തിന് നേരിട്ടു നേതൃത്വം നല്കിയ വി ടി ഭട്ടതിരിപ്പാട് പഴയ പൊന്നാനിക്കളരിയുടെ നായകന്മാരിലൊരാളായിരുന്നു. തന്റെ കലാപങ്ങളുടെ ഒരു ഘട്ടത്തിൽ ഇനി അമ്പലങ്ങൾക്ക് തീകൊളുത്തുക എന്ന അത്യന്തം പ്രകോപനപരമായ പ്രഖ്യാപനം നടത്തിയ ആളാണ് വി ടി. ആ പ്രഖ്യാപനത്തിന്റെ നിഷേധാത്മകമായ ഒരുവശം മാത്രമേ നാം വിലയിരുത്താൻ ശ്രമിച്ചുള്ളൂ. വി ടി തന്റെ നിലപാടും വിശ്വാസവും അർത്ഥശങ്കയ്ക്കിടയിലില്ലാത്ത ഇങ്ങനെ വ്യക്തമാക്കിയിട്ടുണ്ട്.

> നമുക്ക് കരിങ്കല്ലിനെ കരിങ്കല്ലായിത്തന്നെ കരുതുക. മനുഷ്യനെ മനുഷ്യനായും. ഞാനൊരു ശാന്തിക്കാരനായിരുന്നെങ്കിൽ വെച്ചു കഴിഞ്ഞ നിവേദ്യം വിശന്നു വലയുന്ന കേരളത്തിലെ പാവങ്ങൾക്കു വിളമ്പിക്കൊടുക്കും. ദേവന്റെ മേൽ ചാർത്തിക്കുന്ന പട്ടു തിരുവുടയാട അർദ്ധനഗ്നരായ പാവങ്ങളുടെ അര മറയ്ക്കാൻ ചീന്തിക്കൊടുക്കും.

ഇത് ആത്യന്തികമായി മനുഷ്യനുവേണ്ടിയുള്ള നിലപാടാണ്.

ഈയിടെ വി ടി പുരസ്കാരം സ്വീകരിച്ചുകൊണ്ട് മേഴത്തൂരിൽ സംസാരിക്കുമ്പോൾ എം ടി യാദൃച്ഛികമാണെങ്കിലും ഈയൊരു പ്രകരണത്തെ ഇങ്ങനെ ഓർമ്മിക്കുകയുണ്ടായി.

> അമ്പലങ്ങൾക്ക് തീ കൊളുത്തുക എന്നത് ഒരു യുക്തിവാദിയുടെ വിഭ്രാന്തമായ പ്രസ്താവനയൊന്നുമല്ല. അവശരായ, ആലംബഹീനരായ ആളുകൾ അപ്പുറത്തുണ്ട്. ഈ അധഃസ്ഥിതരായ ആളുകളുടെ ജീവിതത്തിനുവേണ്ടി എന്തു ചെയ്യുന്നു ഈ സ്ഥാപനം. അതാണ് അദ്ദേഹം ചോദ്യം ചെയ്തത്. അവരുടെ ജീവിതത്തിൽ എന്തെങ്കിലും ചെയ്യാൻ കഴിയുമോ എന്ന് ആലോചിക്കേണ്ടിയിരിക്കുന്നു

ഇതാണ് *നിർമ്മാല്യം* ഉന്നയിച്ച വിശ്വാസ കലാപത്തിന്റെ കേന്ദ്രം. *നിർമ്മാല്യ*ത്തിലെ വെളിച്ചപ്പാട് വിശ്വാസത്തിന്റെ ഇരയായി ബലിയാക്കപ്പെട്ടുവെങ്കിലും മുപ്പത്തിയേഴു വർഷങ്ങൾക്കുശേഷം ഇന്ന് അത്തരം വെളിച്ചപ്പാടുമാരുടെ പിൻമുറക്കാർ വിശ്വാസത്തെ വാണിജ്യവല്ക്കരിക്കാൻ പഠിച്ചുകഴിഞ്ഞിരിക്കുന്നു. വിശ്വാസം മുമ്പത്തേക്കാൾ വേഗത്തിലും ശക്തിയിലും കൂടുതൽ കൂടുതൽ അന്ധമായിക്കൊണ്ടിരിക്കുന്നു. ഭക്തിയിൽ എല്ലാ മാനുഷിക യുക്തികളും ചോർന്നുപോയിരിക്കുന്നു. വിശ്വാസം ഭക്തിയോ യുക്തിയോ അല്ലാതാവുകയും വിശ്വാസസ്ഥാപനങ്ങൾ സാമൂഹ്യ വിരുദ്ധമാവുകയും ചെയ്തിരിക്കുന്നു. യഥാർത്ഥ ദൈവങ്ങളുടെ സ്ഥാനം പലയിടത്തും ആൾദൈവങ്ങൾ ഏറ്റെടുത്തിരിക്കുന്നു.

സ്വർണ്ണം പൂശിയ താഴികക്കുടങ്ങളുമായി അഹങ്കാരത്തോടെ തലയുയർത്തി നില്ക്കുന്ന ഈ വിശ്വാസമേടകളുടെ പുതിയ പ്രതാപകാലത്ത് *നിർമ്മാല്യ*മുന്നയിച്ച കലാപത്തിന്റെ മാനുഷിക യുക്തികൾ കൂടുതൽ പ്രസക്തമാവുകയാണ്.

ദൈവത്തിന്റെ മൗനം

ഡോ. മധു ഇറവങ്കര

മലയാളസാഹിത്യത്തിനും സിനിമയ്ക്കും എം ടി വാസുദേവൻ നായരുടെ സംഭാവനകൾ നിസ്തുലമാണ്. സർഗ്ഗാത്മക സാഹിത്യകൃതികൾകൊണ്ട് ഭാഷയെയും സാഹിത്യത്തെയും സമ്പന്നമാക്കിയ എം ടി തിരക്കഥകൾക്കൊണ്ടും ചലച്ചിത്രങ്ങൾക്കൊണ്ടും മലയാള സിനിമയ്ക്കും അനുഗ്രഹവർഷമായി. *മുറപ്പെണ്ണ്* (1965) എന്ന ചിത്രത്തിനു തിരക്കഥ എഴുതിക്കൊണ്ടായിരുന്നു അദ്ദേഹത്തിന്റെ ചലച്ചിത്രപ്രവേശം. *മുറപ്പെണ്ണു* മുതൽ *പഴശ്ശിരാജ* (2009) വരെയുള്ള എത്രയെത്ര സിനിമകൾ തന്റെ തൂലികകൊണ്ട് അദ്ദേഹം ധന്യമാക്കി! എന്നാൽ ഒരു ചലച്ചിത്രകാരൻ എന്ന നിലയിൽ മലയാള സിനിമയിൽ എക്കാലത്തും തലയുയർത്തി നില്ക്കുവാൻ അദ്ദേഹത്തെ പ്രാപ്തനാക്കിയത് *നിർമ്മാല്യം* (1973) എന്ന സിനിമയാണ്.

ചെറുതെങ്കിലും ഭാവസാന്ദ്രമായ 'പള്ളിവാളും കാൽച്ചിലമ്പും' എന്ന സ്വന്തം കഥയെ ആധാരമാക്കിയാണ് എം ടി *നിർമ്മാല്യ*ത്തിന്റെ തിരക്കഥയൊരുക്കിയത്. മലയാളത്തിൽ കഥകളിൽനിന്നുള്ള അനുവർത്തനങ്ങൾ (Adaptation) പ്രായേണ കുറവാണ്. നോവലാണ് തിരക്കഥാകൃത്തുക്കൾക്കും സംവിധായകർക്കും പഥ്യം. പക്ഷേ, ചലച്ചിത്രകാരന് എല്ലായ്പ്പോഴും കൂടുതൽ സ്വാതന്ത്ര്യം നല്കുന്നത് കഥ തന്നെയായിരിക്കുമെന്നതിൽ തർക്കമില്ല. കഥാതന്തുവിനെ ആവശ്യാനുസരണം വികസിപ്പിക്കുവാനും കഥാപാത്രങ്ങൾക്കു പുതിയ മാനം നല്കുവാനും കഥയുടെ അനുവർത്തനത്തിൽ കൂടുതൽ സാദ്ധ്യതയുണ്ട്. തിരക്കഥയെഴുതി *നിർമ്മാല്യം* സംവിധാനം ചെയ്തപ്പോൾ ഈ സാദ്ധ്യതകളെല്ലാം പരമാവധി ഉപയോഗപ്പെടുത്തുവാൻ എം ടി ശ്രമിച്ചിരുന്നു.

അനുവർത്തന സമ്പ്രദായങ്ങളിൽ സാദൃശ്യം എന്ന തലമാണ് എം ടി സ്വീകരിച്ചിരിക്കുന്നത്. സാഹിത്യകൃതിയുടെ ആത്മാവു നിലനിർത്തുകയും എന്നാൽ മൂലകൃതിയിൽനിന്നും വ്യതിചലിച്ച് തന്റേതായ പുനർവ്യാഖ്യാനം നല്കുകയുമാണ് 'സാദൃശ്യ'ത്തിൽ ചലച്ചിത്രകാരൻ. ഇങ്ങനെ ചെയ്യുന്നതിലൂടെ പ്രേക്ഷകന് സാഹിത്യകൃതിയിൽനിന്നു വേറിട്ട ഒരു ചലച്ചിത്രാനുഭവം നല്കാൻ സംവിധായകനു കഴിയുന്നു. *നിർമ്മാല്യ*ത്തിന്റെ സവിശേഷതയും മറ്റൊന്നല്ല.

1972 ലാണ് എം ടി ഈ ചലച്ചിത്രം സംവിധാനം ചെയ്തത്. മതമൗലികവാദവും ജാതിചിന്തയും സമുദായ സ്പർദ്ധയും മനുഷ്യമനസ്സുകളിൽ അന്ന് ഇത്രയധികം വേരൂന്നിയിരുന്നില്ല. ഇക്കാലത്തായിരുന്നുവെങ്കിൽ ഇത്തരം ഒരു ചലച്ചിത്രനിർമ്മിതിയെപ്പറ്റി എം ടി ആലോചിക്കുപോലും ചെയ്യുമായിരുന്നില്ല. ഇന്ന് പി ജെ ആന്റണിയെപ്പോലെ ഒരഹിന്ദു ക്ഷേത്ര ശ്രീകോവിലിനുമുന്നിലെത്തി ഭഗവതിക്കു നേരെ ആഞ്ഞുതുപ്പുന്ന ഒരു ഷോട്ടിനെക്കുറിച്ച് ചിന്തിക്കാനാവുമോ? അതുകൊണ്ടുതന്നെ സിനിമാചരിത്രത്തിന്റെ ഏടുകളിലൊന്നാകുവാനും, ഒരു കാലഘട്ടത്തിന്റെ പാരമ്പര്യത്തെയും സംസ്കാരത്തെയും സാമൂഹ്യപരതയെയും വീണ്ടെടുക്കുവാനും *നിർമ്മാല്യ*ത്തിനു കഴിയുന്നു.

പാരമ്പര്യം:

പാരമ്പര്യത്തിന്റെ ചിഹ്നമാണ് വെളിച്ചപ്പാട്. ദേവി വെളിച്ചപ്പാടിലൂടെ സംസാരിക്കുന്നുവെന്നാണ് വിശ്വാസം. അമ്പലത്തിലെ പൂജാരിയോടൊപ്പം വെളിച്ചപ്പാടിനും ദിവ്യത്വം കല്പിച്ചു നല്കിയിട്ടുണ്ട്. പരമ്പരാഗതമായി കൈമാറിവരുന്ന ഭഗവതിയുടെ പള്ളിവാളും കാൽച്ചിലമ്പും ക്ഷേത്രത്തിന്റെ പ്രൗഢിയുടെയും പാരമ്പര്യത്തിന്റെയും പ്രതീകമാണ്. ഗ്രാമത്തിൽ വസൂരിയുടെ വിത്തെറിയുന്നതും ദേവികോപമാണെന്നാണ് ഗ്രാമവാസികളുടെ വിശ്വാസം.

*നിർമ്മാല്യ*ത്തിലെ പ്രധാന കഥാപാത്രമാണ് വെളിച്ചപ്പാട്. ഭഗവതിയിൽ പൂർണ്ണമായി തന്നെത്തന്നെ അർപ്പിച്ചപ്പോഴും അയാൾക്കുണ്ടാകുന്ന തിരിച്ചടിയാണ് ചിത്രത്തിന്റെ പ്രധാന പ്രമേയം. ഭഗവതിയുടെ ശക്തി മുഴുവനും ആവാഹിച്ച് ഉറഞ്ഞുതുള്ളുന്ന വെളിച്ചപ്പാട് ഒരു മനുഷ്യനെന്ന നിലയിൽ ശക്തിഹീനനാകുകയാണ്. അതിന്റെ പ്രകടമായ ദൃഷ്ടാന്തമാണ് ഭഗവതിയുടെ പേരിൽ വീടുതോറും കയറിയിറങ്ങി ഇരക്കേണ്ടി വരുന്ന അയാളുടെ നിസ്സഹായത. ഒരിക്കൽ ബഹുമാനപൂർവ്വം സ്വീകരിച്ചിരുന്ന വീട്ടുകാർ ഇന്ന് അയാളെ നിന്ദിക്കുന്നു. അമ്പലത്തിന്റെ യഥാർത്ഥ ഉടമ വലിയ മനയ്ക്കലെ തിരുമേനിയോട് 'കുരുതി' നടത്തുന്ന കാര്യം സൂചിപ്പിച്ചപ്പോൾ വെളിച്ചപ്പാടിനെ പുച്ഛിച്ചു തള്ളുകയാണുണ്ടായത്. തന്റെ സ്വന്തം മകൻ ഭഗവതിയുടെ പള്ളിവാളും കാൽച്ചിലമ്പും പഴയ ഓട്ടുസാമാനങ്ങൾ

വാങ്ങുന്ന കച്ചവടക്കാരനു വില്ക്കാൻ ശ്രമിക്കുന്ന കാഴ്ച കാണുമ്പോഴാണ് ആത്മനിന്ദകൊണ്ട് അയാൾ എരിഞ്ഞുതീരുന്നത്. പഴയ ഓടിന്റെ വിലപോലും പള്ളിവാളിനും കാൽച്ചിലമ്പിനും ലഭിക്കുകയില്ല എന്ന് മകൻ പരിഹസിക്കുമ്പോൾ തന്റെ കാൽക്കീഴിലെ മണ്ണ് ഊർന്നുമാറുന്നത് വെളിച്ചപ്പാടറിയുന്നു.

"ദൈവത്തിന്റെ മൗനം" മനുഷ്യനെ എല്ലാക്കാലത്തും അലട്ടിയിരുന്ന ഗൗരവതരമായ വിഷയമാണ്. മനുഷ്യന്റെ പ്രതിസന്ധി ഘട്ടങ്ങളിൽ, വേദനകളിൽ, യാതനകളിൽ എല്ലായ്പ്പോഴും ദൈവം മൗനം പാലിക്കുന്നു. അർദ്ധപ്രാണനായി കുരിശിൽക്കിടന്നുകൊണ്ട് യേശുക്രിസ്തു ദൈവത്തോടു ചോദിച്ചു. 'എലീ ഏലീ ലമ്മാ ശബ്ദക്താനീ? (ദൈവമേ ദൈവമേ നീ എന്നെ കൈവിട്ടതെന്തേ? സെന്റ് മാത്യു 27.46) *ബൈബിളിൽ* പറയുന്നു. 'പിതാവേ നീ അകന്നു നില്ക്കുന്നതെന്തേ? "വിഷമഘട്ടങ്ങളിൽ നീ ഞങ്ങളിൽ നിന്നും ഒളിക്കുന്നതെന്തേ? (സങ്കീർത്തനം 10:1) പ്രശസ്ത സാഹിത്യകാരനായ എച്ച് ജി വെൽസ് എഴുതുന്നു. വിഷമസമയങ്ങളിൽ ഒരിക്കലും ലഭിക്കാത്ത സഹായമാണ് ദൈവം.' സ്വീഡിഷ് സംവിധായകനായ ഇംഗ്മാൻ ബർഗ്മാനെ എല്ലാകാലത്തും വേട്ടയാടിക്കൊണ്ടിരുന്നതും ദൈവത്തിന്റെ മൗനത്തെക്കുറിച്ചുള്ള വ്യാകുലതകളായിരുന്നു. *ത്രൂ എ ഗ്ലാസ് ഡാർക്ക്ലി, വിന്റർലൈറ്റ്, ദ ലൈസൻസ്* എന്നീ ചിത്ര ത്രയങ്ങളിലൂടെ ക്രൂരമായ ഈ ദൈവമൗനത്തിന്റെ പൊരുൾ തേടുകയായിരുന്നു ബർഗ്മാൻ. ഈ ചിത്രങ്ങളിലെല്ലാം തങ്ങളെ ദുഃഖസാഗരത്തിൽ നിന്നും കരകയറ്റാൻ മൗനം ഭഞ്ജിക്കാത്ത ഒരു ദൈവത്തെപ്പറ്റി പ്രത്യക്ഷമായോ പരോക്ഷമായോ പരിദേവനം നടത്തുന്ന കഥാപാത്രങ്ങളെ കാണാം.

*നിർമ്മാല്യ*ത്തിലും ദൈവത്തിന്റെ മൗനം ഒരു പ്രധാന സമസ്യയാണ്. വെളിച്ചപ്പാടിന് ഭഗവതി സർവ്വസ്വവുമാണ്. തന്റെ പ്രധാന പരിശ്രമത്തിൽ ക്ഷേത്രത്തിൽ 'കുരുതി' നടത്തപ്പെടുന്ന ദിവസം തന്നെയാണ് ഭാര്യ നാരായണി കടക്കാരൻ മൈമുണ്ണിയുമായി അവിഹിത വേഴ്ചയിലേർപ്പെടുന്നത് വെളിച്ചപ്പാടു കണ്ടുപിടിക്കുന്നത്. എന്തിനിതു ചെയ്തു എന്ന് ഹൃദയം തകർന്ന് നാരായണിയോടു ചോദിക്കുമ്പോൾ അവരുടെ മറുപടി ഇതാണ്. "എന്റെ കുഞ്ഞുങ്ങൾ പട്ടിണി കിടന്നപ്പോൾ ഒരു ഭഗവതിയും അരി കൊണ്ടുവന്നു തന്നില്ല", ദാരിദ്ര്യത്തിന്റെ മടിത്തട്ടിൽ കിടക്കുന്നവർക്കു നേരെയുള്ള ദൈവത്തിന്റെ മൗനം ഒരു നീറുന്ന ചോദ്യമായി വെളിച്ചപ്പാടിലേക്കു പടരുകയാണ്.

തന്നെ സ്തബ്ധനാക്കിയ നാരായണിയുടെ മറുചോദ്യത്തിനുശേഷം വെളിച്ചപ്പാട് അബോധാവസ്ഥയിലെന്നോണം ക്ഷേത്രത്തിലേക്കു നടക്കുകയാണ്. അയാൾ കുരുതിക്കുവേണ്ടിയുള്ള ക്ഷേത്രയാത്രയിൽ താനേ ചേരുന്നു. അമ്പലത്തിനുള്ളിൽ കടന്ന് ഉറഞ്ഞുതുള്ളി ഭഗവതിക്കു മുന്നിൽ

നിന്ന് സ്വന്തം ശിരസ്സിൽ ആഞ്ഞു വെട്ടുന്നു. രക്തത്തിൽ കുളിച്ച വെളിച്ചപ്പാട് വായിൽ നിറഞ്ഞ രക്തം കൊണ്ട് ഭഗവതിക്കു നേരം ആഞ്ഞു തുപ്പുന്നു. തന്നെ കഷ്ടപ്പാടിൽ രക്ഷിക്കാത്ത ദേവിയുടെ മൗനത്തിനെതിരെയുള്ള വെളിച്ചപ്പാടിന്റെ പ്രതിഷേധമായിരുന്നു ഈ പ്രകടനം.

ദേവി വിഗ്രഹത്തിൽ ചാർത്തുന്ന മാല പിറ്റേ ദിവസം രാവിലെ പൂജാരി എടുത്തു കളയുന്നു. അപ്പോൾ അതു നിർമ്മാല്യമാണ്. വെളിച്ചപ്പാട് ഒരിക്കൽ ദേവിയുടെ പ്രിയപ്പെട്ട മകനായിരുന്നു. അന്ന് അയാൾക്ക് ദൈവീകത ഏറിയിരുന്നു. ഇന്നോ അയാൾ വെറും നിർമ്മാല്യം മാത്രം. ചലച്ചിത്രത്തിന്റെ പേരുപോലും ക്ഷേത്രാചാരങ്ങളുമായി ബന്ധപ്പെട്ട പാരമ്പര്യത്തിന്റെ പ്രതീകമാണെന്നത് കൗതുകകരമാണ്.

വലിയ തിരുമേനിയെപ്പോലെതന്നെ പാരമ്പര്യത്തെ തള്ളിപ്പറയുവാൻ ചിത്രത്തിലുള്ളത് അമ്പലത്തിലെ പഴയതും പുതിയതുമായ പൂജാരിമാരാണ്. ക്ഷേത്രത്തിൽനിന്നുള്ള വരുമാനം കുറഞ്ഞപ്പോൾ പാരമ്പര്യത്തെ മുറുകെ പിടിച്ചുകൊണ്ട് താൻ തുടർന്നുവന്ന ക്ഷേത്രാചാരം നിവർത്തിക്കുവാൻ അയാൾ കൂട്ടാക്കുന്നില്ല. ഗ്രാമാതിർത്തിയിൽ ഒരു ഹോട്ടൽ തുടങ്ങി പുതിയ ജീവിതവൃത്തി നേടുവാനായിരുന്നു അയാളുടെ ശ്രമം. ഇപ്പോഴത്തെ പൂജാരിയും പാരമ്പര്യത്തെ രക്ഷിക്കാനല്ല ക്ഷേത്രത്തിലെ ശാന്തിക്കാരനായത്. തനിക്ക് ഒരു ജോലി തരപ്പെടുംവരെയുള്ള ഇടക്കാലവരുമാനത്തിനാണ് അയാൾ ഈ തൊഴിൽ ഏറ്റെടുത്തതു തന്നെ.

പാരമ്പര്യസ്രോതസ്സുകളെ ഉയിർത്തിക്കാണിക്കുകയും അവരുടെ സംരക്ഷണത്തിനായി ജീവിതംപോലും ഉഴിഞ്ഞുവെച്ച വെളിച്ചപ്പാടിനെപ്പോലെയുള്ളവരെ മുൻനിർത്തി നമ്മുടെ ഗതകാല പാരമ്പര്യത്തെ തോറ്റിയുണർത്തുകയുമാണ് *നിർമ്മാല്യം.*

സാംസ്കാരികം:

നമ്മുടെ ക്ഷേത്രങ്ങൾ ഒരിക്കൽ സാംസ്കാരിക പരിപാടികളുടെ ആസ്ഥാനമായിരുന്നു. കഥകളിയും തുള്ളലും മറ്റുദൃശ്യകലകളും വാദ്യഘോഷങ്ങളും വായ്ത്താരിയുമായി ക്ഷേത്രമതിൽക്കെട്ടും പരിസരവും നിറഞ്ഞുനിന്ന ഒരു കാലമുണ്ടായിരുന്നു. അത്തരമൊരു കാലത്തിൽനിന്നുമുള്ള മാറ്റത്തിന്റെ നിഴലിലാണ് *നിർമ്മാല്യ*ത്തിന്റെ കഥാവസ്തു. ക്ലാസിക്കൽ കലയായ കഥകളിയെ പ്രോത്സാഹിപ്പിച്ചിരുന്ന വലിയ തിരുമേനി വിദേശ വിനോദ സഞ്ചാരികളുടെ ഇംഗിതമറിഞ്ഞ് അവർക്കുവേണ്ടി മനയ്ക്കൽ തന്നെ 'കാപ്സ്യൂൾ' കഥകളിയും മോഹിനിയാട്ടവുമൊക്കെ സംഘടിപ്പിക്കുന്ന തിരക്കിലാണ്. വലിയ തിരുമേനിയെ സംബന്ധിച്ചിടത്തോളം പാരമ്പര്യ ദൃശ്യകലകൾ ഇന്ന് വിപണനം നടത്താവുന്ന ഒരു ചരക്കുമാത്രമായിരിക്കുന്നു. കഥകളി യോഗത്തിന്റെ നടത്തിപ്പുകാരനും കഥകളിക്കോപ്പു സൂക്ഷിപ്പുകാരനുമായ രാവുണ്ണി നായരെ പിരിച്ചുവിടുന്നതും ഈ വിപണന തന്ത്രത്തിന്റെ ഭാഗമായാണ്.

കലാരൂപങ്ങളെപ്പോലെ ക്ഷേത്രാനുഷ്ഠാനങ്ങളും പാരമ്പര്യമെന്നതു പോലെതന്നെ സാംസ്കാരികവുമാണ്. കുരുതിയും വെളിച്ചപ്പാടുതുള്ളലും ഉത്സവവും എതിരേല്പുമൊക്കെ സാംസ്കാരിക പൈതൃകത്തിന്റെ ഭാഗമാണ്. ഇത്തരം അനുഷ്ഠാനങ്ങളൊക്കെത്തന്നെ ഇല്ലാതാക്കാനുള്ള ശ്രമത്തിലാണ് വലിയ തിരുമേനി. ഇതു പുനരുജ്ജീവിപ്പിക്കാൻ മുന്നിട്ടിറങ്ങുന്ന നാട്ടുകാരെ പരിഹാസത്തോടെയാണയാൾ വീക്ഷിക്കുന്നത്. വിശദാംശങ്ങളിലേക്കു കടക്കുന്നില്ലെങ്കിലും ദൃശ്യപരതയാൽ സമ്പന്നമായ ഷോട്ടുകളിലൂടെയും സംഭാഷണശകലങ്ങളിലൂടെയും നാടിന്റെ സാംസ്കാരികാപചയത്തിലേക്ക് ശ്രദ്ധ തിരിക്കുക കൂടിചെയ്യുന്നു *നിർമ്മാല്യം.*

സാമൂഹികം:

കേരളത്തിന്റെ സാമൂഹ്യ സാമ്പത്തിക സംക്രമണ ദശയുടെ ഒരു ഏടാണ് *നിർമ്മാല്യം* അനാവരണം ചെയ്യുന്നത്. *നിർമ്മാല്യ*ത്തിലെ പ്രധാന സംഭവങ്ങളും കഥാപാത്രങ്ങളും കാർഷികവൃത്തിയിലൂന്നിയ ഒരു സാമൂഹ്യ സമ്പദ്ക്രമത്തിൽനിന്നും മുതലാളിത്ത വ്യവസ്ഥയിലേക്കുള്ള ഒരു മാറ്റത്തെയാണ് പ്രതിനിധാനം ചെയ്യുന്നത്. ഭൂപരിഷ്കരണ നിയമമാണ് അതിൽ പ്രധാനം. ഭൂപ്രഭുക്കന്മാരുടെ ഉടമസ്ഥതയിൽ ഒട്ടേറെ മാറ്റങ്ങളുണ്ടാക്കിയ നിയമമായിരുന്നു അത്. നിയമം പ്രാബല്യത്തിൽവന്നപ്പോൾ മിക്ക ഇടത്തരം ഭൂവുടമകളും ഭൂമിയില്ലാത്തവരായി. കുടികിടപ്പുകാർ പൊടുന്നനെ ഭൂമിയുടെ അവകാശികളുമായി. ക്ലാസ്സിക്കൽ കലയായ കഥകളിയെ പ്രോത്സാഹിപ്പിച്ചിരുന്ന വലിയ തിരുമേനി വിദേശവിനോദ സഞ്ചാരികളുടെ ഇംഗിതമറിഞ്ഞ് അവർക്കുവേണ്ടി മനയ്ക്കൽ തന്നെ 'ക്യാപ്സൂൾ' കഥകളിയും മോഹിനിയാട്ടവുമൊക്കെ സംഘടിപ്പിക്കുന്ന തിരക്കിലാണ്. വലിയ തിരുമേനിയെ സംബന്ധിച്ചേടത്തോളം പാരമ്പര്യ ദൃശ്യകലകൾ ഇനി വിപണനം നടത്താവുന്ന ഒരു ചരക്കു മാത്രമായിരിക്കുന്നു. കഥകളി യോഗത്തിന്റെ നടത്തിപ്പുകാരനും കഥകളിക്കോപ്പ് സൂക്ഷിപ്പുകാരനുമായ രാവുണ്ണി നായരെ പിരിച്ചുവിടുന്നതും ഈ വിപണന തന്ത്രത്തിന്റെ ഭാഗമാണ്.

*നിർമ്മാല്യ*ത്തിലെ വലിയ തിരുമേനി ഈ നിയമം മുൻകൂട്ടിക്കണ്ടുകൊണ്ട് തന്റെ ഭൂമി കുടികിടപ്പുകാരിലെത്തിച്ചേരാതിരിക്കാനുള്ള കരുതലുകൾ കൈക്കൊണ്ടു. തന്റെ കൃഷിഭൂമികൾ റബ്ബർ തോട്ടങ്ങളാക്കി മാറ്റി ഭൂപരിഷ്കരണ നിയമത്തിൽനിന്നും രക്ഷപ്പെടുവാനുള്ള പഴുതുകൾ വലിയ തിരുമേനി മുൻകൂട്ടി ആസൂത്രണം ചെയ്തിരുന്നു. കാലത്തിന്റെ സ്പന്ദനം മുൻകൂട്ടികണ്ടറിയുവാനുള്ള ക്രാന്തദർശിത്വം വലിയ തിരുമേനി പുലർത്തിയിരുന്നതിനാൽ കുടികിടപ്പുകാരെയും സർക്കാരിനെയും വിഡ്ഢികളാക്കി മാറ്റുവാൻ അയാൾക്കു കഴിഞ്ഞു. ഇത്തരം മിടുക്കന്മാരും സ്വാർത്ഥമതികളുമാണ് സമൂഹഗാത്രത്തിൽ ഇന്നു കൊഴുത്തുരുണ്ടു ജീവിക്കുന്നത്. എല്ലാ

സൗഭാഗ്യങ്ങളും അധികാരങ്ങളും അവരുടേതാണ്. തൊഴിലില്ലായ്മ അന്നും ഇന്നും രൂക്ഷമായ സാമൂഹ്യ പ്രശ്നമാണ്. *നിർമ്മാല്യം* അനഭിലഷണീയമായ ഈ അവസ്ഥയെയും അഭിസംബോധന ചെയ്യുന്നു. വെളിച്ചപ്പാടിന്റെ മകൻ അപ്പു, പുതിയ ശാന്തിക്കാരൻ ഉണ്ണിനമ്പൂതിരി എന്നിവർ തൊഴിലില്ലാത്തവരുടെ പ്രതിനിധികളാണ്. ജോലി ചെയ്യാൻ താല്പര്യമില്ലാത്ത, പാവം വെളിച്ചപ്പാടിന്റെ വരുമാനത്തിൽ കണ്ണും നട്ടിരിക്കുന്ന ഒരാളാണ് അപ്പു. അറുപതുകളിലെ അസ്തിത്വവ്യഥയനുഭവിച്ചിരുന്ന നിസ്സംഗരായ യുവത്വത്തിന്റെ നേർരൂപമാണയാൾ.

എന്നാൽ ഉണ്ണിനമ്പൂതിരി ഉത്സാഹശാലിയും ഭാവിയെപ്പറ്റി ശുഭപ്രതീക്ഷ പുലർത്തുന്നയാളുമാണ്. മദ്ധ്യവർഗ്ഗ കുടുംബത്തിലെ ഉല്പതിഷ്ണുവായ യുവത്വത്തിന്റെ പ്രതീകമായി അയാൾ നിലകൊള്ളുന്നു. സമൂഹത്തിൽ വർഗ്ഗപരമായി ഉയർന്ന സ്ഥാനമുണ്ടെങ്കിലും ദരിദ്രരുടെ പ്രതിനിധിയാണയാൾ. ഭൂപരിഷ്കരണത്തിന്റെ ഇരയായ മദ്ധ്യവർഗ്ഗജീവി. ഒരു ബിരുദധാരിയാണെങ്കിലും കുടുംബത്തിന്റെ പട്ടിണി മാറ്റുവാൻവേണ്ടിയാണ് ശാന്തിക്കാരന്റെ വേഷം അയാൾ കെട്ടുന്നത്. ശാന്തികർമ്മങ്ങളില്ലാത്ത സമയത്ത് പബ്ലിക് സർവ്വീസ് കമീഷന്റെ പരീക്ഷയെഴുതുവാൻ അയാൾ തയ്യാറെടുക്കുകയാണ്. ഭൗതികലോകത്തിന്റെ മുന്നോട്ടുള്ള പ്രയാണത്തിനനുസൃതമായ ഒരുജീവിതമാണയാൾ നയിക്കുന്നത്. വെളിച്ചപ്പാടിന്റെ മകളുമായുള്ള ഹ്രസ്വകാലപ്രണയവും മാറ്റക്കല്യാണത്തിനുള്ള സമ്മതവുമൊക്കെ അയാളുടെ ഭൗതിക ജീവിതാസക്തിയുടെ കണ്ണാടിയാണ്.

വെളിച്ചപ്പാടിന്റെ ധർമ്മപത്നി നാരായണി കൊടുംപട്ടിണിയുടെ ഇരയാണ്. അമ്പലക്കാര്യങ്ങളിൽ സദാ വ്യാപൃതനായിരിക്കുന്ന വെളിച്ചപ്പാട് വീട്ടിലെ ഗതിയൊന്നും അന്വേഷിച്ചില്ല. കച്ചവടക്കാരൻ മൈമുണ്ണിയുടെ കടയിലെ കടം വർദ്ധിക്കുന്നതറിയാമായിരുന്ന ഒരാൾ നാരായണി മാത്രമായിരുന്നു. കടം വീട്ടുവാനുള്ള ഒരുപാധിമാത്രമായിരുന്നു നാരായണിക്ക് മൈമുണ്ണിയുമായുള്ള വേഴ്ച. മാറുന്ന സാമൂഹ്യ പരിതോവസ്ഥയിൽ നമുക്കവരിൽ കുറ്റം ആരോപിക്കാനേ ആവില്ല.

യാഥാസ്ഥിതികത്വവും ആധുനികതയും തമ്മിലുള്ള സംഘർഷം *നിർമ്മാല്യ*ത്തിലുടനീളം ദർശിക്കാം. വെളിച്ചപ്പാട്, അയാളുടെ വൃദ്ധനായ അച്ഛൻ, വാര്യർ, രാവുണ്ണിനായർ, മുതിർന്ന ഗ്രാമീണർ ഇവരൊക്കെ യാഥാസ്ഥിതിക വിഭാഗത്തിൽപ്പെടുന്നു. അവർ പരമ്പരാഗത ആചാരങ്ങളെയും അനുഷ്ഠാനങ്ങളെയും മുറുകെപ്പിടിക്കുന്നു. അവ കാത്തു സൂക്ഷിക്കുവാനുള്ള പരിശ്രമങ്ങളിൽ ഏർപ്പെടുന്നു. 'കുരുതി' നടത്തുന്നതിലൂടെ ഗ്രാമത്തിനുമേലുള്ള ഭഗവതീകോപം ഇല്ലാതായിത്തീരുമെന്ന് അവർ ദൃഢമായി വിശ്വസിക്കുന്നു. എന്നാൽ വലിയ നമ്പൂതിരി, അപ്പു നാരായണി, ഉണ്ണി നമ്പൂതിരി, പഴയ ശാന്തിക്കാരൻ ഇവരൊക്കെ ആധുനികതയുടെ പ്രതീകങ്ങളാണ്. മാറുന്ന ലോകത്തിനനുസരിച്ച് വേഷമണിയുന്നവരാണവർ.

ഭൗതിക നേട്ടങ്ങളാണവരുടെ ലക്ഷ്യം. അക്കാര്യത്തിൽ വിജയം അവർക്കുണ്ടാകുകയും ചെയ്യുന്നു.

വെളിച്ചപ്പാടിന്റെ മക്കൾ ഒരു രാത്രിയിൽ മണ്ണെണ്ണ വിളക്കിന്റെ അരണ്ട വെളിച്ചത്തിലിരുന്ന് പാഠഭാഗം വായിക്കുന്ന ഒരു രംഗമുണ്ട് ചിത്രത്തിൽ. "അമ്മ എനിക്കു കാച്ചിയ പാൽ തരും. അതു ഞാൻ കുടിക്കാഞ്ഞാൽ അമ്മ കരയും." ഈ വരികളിലൂന്നിയിരിക്കുന്ന ശ്യാമഹാസ്യം *നിർമ്മാല്യ*ത്തിന്റെ കഥാകാലത്തെക്കുറിച്ചുള്ള തീവ്രമായ സാമൂഹ്യഭാഷ്യമാണ്.

ആസ്വാദനത്തിന്റെ നിരവധി തലങ്ങൾ ആവശ്യപ്പെടുന്ന ചിത്രമാണ് *നിർമ്മാല്യം* ദൃശ്യഖണ്ഡങ്ങളിലൂടെ സംവദിക്കുന്ന സിനിമ ശക്തമായ കഥാപാത്രങ്ങളെ അവതരിപ്പിച്ചുകൊണ്ടാണ് സാമൂഹ്യവിമർശനം സാധിക്കുന്നത്. പാരമ്പര്യത്തിലും സംസ്കാരത്തിലും സാമൂഹ്യപരതയിലും അധിഷ്ഠിതമായ ധ്വനിസാന്ദ്രത നിറഞ്ഞ *നിർമ്മാല്യം* കാലത്തെ അതിജീവിക്കുന്ന മലയാള സിനിമകളുടെ പട്ടികയിൽ അനായാസേന ഇടം നേടുന്നു.

വെളിച്ചപ്പെട്ടവരുടെ ദേശം

ഡോ. വി മോഹനകൃഷ്ണൻ

അമ്പലത്തിലേക്ക് പ്രവേശനം കിട്ടും മുമ്പ് സിനിമയിലേക്ക് പ്രവേശനം കിട്ടിയവരാണ് കേരളീയർ.[1] 1936 ലെ ക്ഷേത്രപ്രവേശന വിളംബരത്തോടെ തിരുവിതാംകൂറിൽ ക്ഷേത്രപ്രവേശനമെന്ന ആശയം പ്രാവർത്തികമാവാൻ തുടങ്ങിയെങ്കിലും മലബാറിൽ സ്വാതന്ത്ര്യാനന്തരമാണ് അത്തരമൊരു നിയമമുണ്ടാകുന്നത്. യഥാർത്ഥ ക്ഷേത്രപ്രവേശനാനുഭവത്തിന് പിന്നെയും കാലമെടുത്തു. എന്നാൽ അതിനൊക്കെ മുമ്പ് ടിക്കറ്റ് എടുത്താൽ ആർക്കും കയറാവുന്ന പൊതുഇടമായി നമ്മുടെ സിനിമാകൊട്ടകകൾ രൂപപ്പെട്ടിരുന്നു. പുറത്തുള്ള വൈരുദ്ധ്യങ്ങളിൽ പലതും അതിനകത്ത് പരിഹരിക്കപ്പെട്ടു. ബാക്കിയുള്ളവ തിരശ്ശീലയിലും പരിഹാരംകണ്ടു. എന്നാൽ, ഇത് സിനിമ ഏകപക്ഷീയമായി കാണികൾക്ക് മേൽ പ്രവർത്തിച്ചതല്ല. കാണികളുടെ ആശയമണ്ഡലവും മൂല്യങ്ങളും തമ്മിലുള്ള പ്രതിപ്രവർത്തനങ്ങളിൽനിന്നായിരുന്നു കൊട്ടകകളുടെ അകവും പുറവും രൂപീകരിക്കപ്പെട്ടത്.

നിർമ്മാല്യം (എം ടി വാസുദേവൻനായർ) എന്ന ചലച്ചിത്രത്തിനിപ്പോൾ 40 വയസ്സ്കഴിഞ്ഞു. ക്ഷേത്ര/ദൈവ നിഷേധത്തിന്റെ ആഖ്യാനമായാണ് നമ്മുടെ നവോത്ഥാനബോധം ആ സിനിമയെ ഇതുവരെ കണ്ടുപോന്നിട്ടുള്ളത്. *നിർമ്മാല്യ*ത്തെക്കുറിച്ചുള്ള വിലയിരുത്തലുകളിലേറെയും അതിന്റെ അന്ത്യരംഗത്തിൽ നിന്നാണാരംഭിച്ചിട്ടുള്ളത്. ദേവീവിഗ്രഹത്തിലേക്കു വെളിച്ചപ്പാട് തുപ്പുന്നരംഗം അത്യന്തം പ്രകോപനപരമെങ്കിലും സമൂഹം അപ്പോഴും ഉള്ളിൽ വഹിച്ചിരുന്ന നവോത്ഥാനാശയങ്ങളാലാണ് അക്കാലത്ത് ന്യായീകരിക്കപ്പെട്ടത്. വെളിച്ചപ്പാടിന്റെ കുടുംബജീവിതത്തിലും ദേശജീവിതത്തിലുമുണ്ടാകുന്ന പരിണതി ഇത്തരമൊരവസ്ഥയ്ക്ക് സ്വാഭാവികത നല്കുന്നുമുണ്ട്. നവോത്ഥാനാശയങ്ങൾ വ്യക്തിയിലും

സമൂഹത്തിലും പ്രായോഗികാനുഭവമായി പ്രവർത്തിച്ചതാണ് വെളിച്ച പ്പാടിന്റെ പരിണാമത്തിലെ സ്വാഭാവികതയായി, ദൈവത്തോടുള്ള മനോഭാ വമായി അക്കാലത്ത് അനുഭവപ്പെട്ടത്. ദൈവികതയോടുള്ള പ്രത്യക്ഷ പ്രതികരണവുമായിരുന്നു അത്.

ഗുരുവായൂർ സത്യഗ്രഹം 1932 ൽ തീരുമാനങ്ങളൊന്നുമില്ലാതെ അവ സാനിച്ചശേഷം സാമൂതിരി രാജാവിന്റെ നിർദ്ദേശാനുസരണം പൊന്നാനി താലൂക്കിൽ നടത്തിയ റഫറണ്ടത്തിൽ 77 ശതമാനം ആളുകളും ക്ഷേത്രപ്രവേശനത്തെ അനുകൂലിച്ചുവെങ്കിലും മലബാറിലെ ക്ഷേത്രങ്ങൾ എല്ലാവിഭാഗം ജനങ്ങൾക്കുമായി തുറന്നുകൊടുക്കപ്പെടുന്നതിന് 1936 ലെ തിരുവിതാംകൂർക്ഷേത്രപ്രവേശനവിളംബരവും കഴിഞ്ഞ് പിന്നെയും കാലമേറെ വേണ്ടിവന്നു. 1945 ൽ മദ്രാസ് ഹിന്ദുമതബോർഡ് ഈ ക്ഷേത്ര ങ്ങൾ ഏറ്റെടുത്തതോടെ നിയമപരമായി പ്രവേശനം അനുവദിക്കപ്പെട്ടിരു ന്നുവെങ്കിലും അവർണ്ണ ജനവിഭാഗങ്ങളൊന്നും അങ്ങോട്ട് തിരിഞ്ഞു നോക്കിയില്ല. സമരങ്ങളുടെ അനന്തരഫലവും ക്ഷേത്രപ്രവേശനമെന്ന ആശയവും ക്ഷേത്രവിശ്വാസികളായ സാമാന്യജനങ്ങളിലേക്ക് എത്തി ച്ചേരാൻ നവോത്ഥാനവും പിന്നിട്ട് ദേശീയസ്വാതന്ത്ര്യത്തിലേക്ക് പിറന്നു വീണ ഒരു തലമുറയുടെ കാലംവരെയും കാത്തിരിക്കേണ്ടിവന്നു. *നിർമ്മാ ല്യ*ത്തിന്റെ ഷൂട്ടിങ് നടന്ന മൂക്കുതലയിലെ കണ്ണേങ്കാവ്, മേലെക്കാവ് ക്ഷേത്രങ്ങളിൽ ജാതിഭേദമില്ലാതെ പ്രവേശനം പ്രായോഗികമായി നടപ്പി ലായത് 1975 ന് ശേഷമുള്ള കാലത്താണ്. അതിനുള്ള കാരണങ്ങളിൽ വെളിച്ചപ്പാടിന്റെ നിസ്സഹായതയിൽ രൂപംകൊണ്ട ധിക്കാരവും ആത്മബലി യുമുണ്ട്. വെളിച്ചപ്പാട് കഥനിർത്തി മടങ്ങിയതിന്റെ തുടർച്ചയായി നാനാജന ങ്ങളും അമ്പലത്തിൽ പ്രവേശിച്ചു.

നിർമ്മാല്യം പുറത്തുവന്ന (1973) എഴുപതുകളുടെ തുടക്കം രാജ്യമെങ്ങും പുതിയ വിശ്വാസങ്ങളുടെയും പ്രക്ഷോഭങ്ങളുടെയും ഒപ്പം വിശ്വാസന ഷ്ടങ്ങളുടെയും കാലമായിരുന്നു. കേരളത്തിലും അതിതീവ്രമായി അതിന്റെ അനുരണനങ്ങളുണ്ടായി. മരുമക്കത്തായ പരിഷ്കരണം, ഭൂപരിഷ്കരണം എന്നിവയെല്ലാം ഏറക്കുറെ പൂർത്തീകരിക്കപ്പെടുന്നതും അക്കാലത്താണ്. ഭൗതികമായ ഈ യാഥാർത്ഥ്യത്തോട് നേർക്കുനേർ നില്ക്കേണ്ടി വന്ന പ്പോഴാണ് *നിർമ്മാല്യ*ത്തിലെ കഥാപാത്രങ്ങളിലേറെപ്പേരും ഭഗവതിയെ തള്ളിപ്പറയുന്നവരായത്. കുട്ടികൾ പട്ടിണി കിടന്നപ്പോൾ ദൈവം അരിയും കൊണ്ടെത്തിയില്ല എന്ന് സ്വയം ന്യായീകരിക്കാൻ വെളിച്ചപ്പാടിന്റെ ഭാര്യയ്ക്ക് സാധിക്കുന്നത് അതുകൊണ്ടാണ്. അന്നദാതാവിന്റെ സ്ഥാനം ഭഗവതി കൈയൊഴിഞ്ഞുവെന്നു മനസ്സിലാക്കിയ മുതിർന്നതലമുറയും അന്നവുംകൊണ്ട് മറ്റാരും വരാനില്ലെന്ന ബോദ്ധ്യത്തിൽ യുവതലമുറയും ഒരേചോദ്യത്തിന് പല ഉത്തരങ്ങൾ തേടിക്കൊണ്ടിരുന്നു. ആദ്യകൂട്ടർ, ദൈവാശ്രിതവ്യവസ്ഥയെ അല്പം പരിഷ്കരിച്ചുകൊണ്ട് പഴയ ജീവിതം ഇനിയും തുടർന്നുപോകാമെന്നു കരുതി. എന്നാൽ അവരിൽതന്നെ എല്ലാവരുടേയും പിന്തുണ ഇതിനു ലഭിച്ചില്ല. പലരും പുതിയ തൊഴിലു

കളിലേക്കും വ്യവസായങ്ങളിലേക്കും പരിവർത്തിക്കപ്പെട്ടു. പുതിയ തലമുറയിലും സന്ദിഗ്ദ്ധതകളുണ്ടായിരുന്നെങ്കിലും അവരിലേറെയും പുതിയവഴികളും തൊഴിലുമാണ് തെരഞ്ഞെടുക്കാനാഗ്രഹിച്ചത്. ദേശത്തിന്റെ അടഞ്ഞ വ്യവസ്ഥിതിക്കുള്ളിൽ ലഭ്യമാവുന്ന ജോലികൾക്ക് പരിമിതികളുണ്ടായിരുന്നു. ഒരുവിഭാഗത്തിന്റെ ജോലികൾ മറ്റൊരു വിഭാഗത്തിന് ചെയ്യാനാവില്ല. എന്നാൽ മറ്റൊരുനാട്ടിൽ ഇത്തരം വിലക്കുകളെല്ലാം അപ്രസക്തമാകുന്നു. ഇവയുടെയെല്ലാം അനന്തരഫലമാണ് അന്നത്തെ യുവാക്കളുടെ തൊഴിൽ തേടിയുള്ള ഗൾഫ് യാത്രകൾ. സിനിമയിലെ ഉണ്ണിനമ്പൂതിരി, അപ്പു എന്നിവർക്ക് പുറംലോകത്തേക്കുള്ള വഴികളെപ്പറ്റി ധാരണകളുണ്ട്. അതവർ പ്രയോജനപ്പെടുത്തുകയുംചെയ്തു. അവസാനംവരെയും പാരമ്പര്യവഴിയിലുറച്ചുനിന്ന വെളിച്ചപ്പാട് തന്റെ വിശ്വാസത്തിന്റെ വെളിച്ചംകൊണ്ട് കുടുംബത്തെ മാത്രമല്ല ഒരുനാടിനെ ആകെ തെളിക്കാൻ കഴിയുമെന്നുതന്നെ കരുതി. മറുഭാഗത്ത് തന്റെ കുടുംബം നേരിട്ടുകൊണ്ടിരുന്ന തകർച്ചയുടെ ഭൗതിക കാരണങ്ങൾ വെളിച്ചപ്പാട് മനസ്സിലാക്കിയിരുന്നതായി നമുക്കറിഞ്ഞുകൂടാ. ദേശത്തിനും ഭഗവതിക്കും സംഭവിക്കുന്ന പരിണാമത്തിൽ അതീവ ഖിന്നനാണെങ്കിലും, അതിന്റെ കാര്യകാരണങ്ങൾ തനിക്കറിയാവുന്ന ലളിതയുക്തികളാൽ പരിഹരിക്കാനാണ് അദ്ദേഹത്തിന്റെ പരിശ്രമം. ഗുരുതിനടത്തിയാൽ ഭഗവതി ശക്തയാവുകയും അങ്ങനെ തന്റെ ദേശവും കുടുംബവും രക്ഷപ്പെടുകയും ചെയ്യുമെന്നാണ് ഒരു ജനതയ്ക്കൊപ്പം അദ്ദേഹത്തിന്റെയും വിശ്വാസം. എന്നാൽ, ആ വിശ്വാസം അദ്ദേഹത്തെ തെല്ലും രക്ഷിച്ചില്ല. അടിസ്ഥാനമാത്രയായ കുടുംബംപോലും തന്നോടൊപ്പമില്ല എന്ന തിരിച്ചറിവിൽ വെളിച്ചപ്പാടിനു കൈവരുന്ന വെളിച്ചമാണ് നിസ്സഹായവും ദുർബ്ബലവുമായ ഒരു പ്രതിഷേധമായി പുറത്തുവന്നത്. ഈ പ്രതിഷേധം സ്വയമറിയാതെ അദ്ദേഹത്തിൽ കുടിയേറിയ ഇത്തിരി നവോത്ഥാനത്തിന്റെ ബഹിർസ്ഫുരണവുമാണ്.

വിശ്വാസം വെളിച്ചമെന്നപോലെ ഇരുട്ടുമാണ് (വിശ്വാസം വെളിച്ചമാണിരുട്ടുമതുതന്നെ/കുഞ്ഞുണ്ണി). ഒരു ദേശത്തിന്റെ ആകെ വിശ്വാസമാണ് വെളിച്ചപ്പാട്. വെളിച്ചപ്പാടിന്റെ വെളിച്ചമാകട്ടെ ഭഗവതിയും ഭഗവതിയുടെ തട്ടകദേശവുമാണ്. ഈ പരസ്പരപൂരകത്വത്തിലാണ് മൂവരുടേയും നിലനില്പ്. നാട്ടുകാർക്ക് വെളിച്ചപ്പാടിലുള്ള വിശ്വാസവും, ബഹുമാനവും നിരന്തരം ക്ഷയിക്കുന്നതായാണ് സിനിമയിലും അതിനാധാരമായ കഥയിലും (പള്ളിവാളും കാൽച്ചിലമ്പും) ആവിഷ്കരിക്കപ്പെടുന്നതെങ്കിലും വെളിച്ചപ്പാട് നാടിനോടും ദേവിയോടുമുള്ള വിശ്വാസം കൈവിടുന്നില്ല. വെളിച്ചപ്പാട് സ്വശരീരം കൊണ്ടാണ് ഭഗവതിക്കും ദേശക്കാർക്കുമിടയിലെ കണ്ണിയാവുന്നത്. അയാളുടെ നൃത്തവും ശരീരപീഡനവുമെല്ലാം ദേശശരീരത്തിന്റെയും ഭഗവതിയുടെ ശരീരത്തിന്റെയും ആരോഗ്യത്തെ ആഗ്രഹിച്ചുകൊണ്ടാണ്. എന്നാൽ, ആദ്യംമുതലേ ക്ഷീണിതമാണ് വെളിച്ചപ്പാടിന്റെ ശരീരം. സിനിമയുടെ ആദ്യരംഗത്ത് വെളിച്ചപ്പെട്ട് മുറിവേറ്റ

അയാളുടെ ശരീരത്തിൽ മകൾ അമ്മിണി മരുന്നുപുരട്ടുന്നത് കാണുന്നു. വെളിച്ചപ്പാടിന്റെ ഇതേ ക്ഷീണിതമായ ശരീരമാണ് പിന്നീടങ്ങോട്ടുള്ള രംഗങ്ങളിലെല്ലാം നാം കാണുന്നത്. തോളിൽ ചാക്കുമേറ്റി നെല്ല് യാചിക്കാൻ പോകുമ്പോഴും, പണപ്പിരിവുകഴിഞ്ഞ് നട്ടുച്ചനേരത്ത് പച്ചവെള്ളം കുടിച്ച് വിശപ്പകറ്റുമ്പോഴുമൊക്കെ അത് തീവ്രതയോടെ അനുഭവപ്പെടുന്നു. ഈ ക്ഷീണശരീരവും കൊണ്ടാണ് വെളിച്ചപ്പാട് ഒരു ദേശശരീരത്തെ വസൂരിബാധയിൽ നിന്നുരക്ഷിക്കാൻ നെട്ടോട്ടമോടുന്നത്.

2

നാല്പതുവർഷങ്ങൾക്കുമുമ്പുള്ള മൂക്കുതലഗ്രാമത്തിന്റെ സിനിമാഖ്യാനമാണ് *നിർമ്മാല്യം*. അതു വരെയും വള്ളുവനാടിന്റെ ഭൂപ്രകൃതിയും കാലവുമായി കഴിഞ്ഞ എം ടി. ഈ സിനിമയിലൂടെ സ്ഥലപരമായി വള്ളുവനാടിന്റെ പ്രാന്തപ്രദേശങ്ങളിലേക്ക് നീങ്ങുകയാണ്.[2] സിനിമയിൽ കാലം പലപ്പോഴും കൂടുതൽ പുറകോട്ട് സഞ്ചരിക്കുന്നുമുണ്ട്. 1954ൽ എഴുതിയ കഥയെ ആസ്പദമാക്കിയാണ് സിനിമ നിർമ്മിക്കപ്പെട്ടതെങ്കിലും കഥാപരിസരമെന്നപോലെ കഥയുടെ കാലവും 1970 കളിലേക്ക് പറിച്ച് നട്ടിരുന്നു. പള്ളിവാളും കാൽചിലമ്പും എന്ന കഥയിൽ പല കൂട്ടിച്ചേർക്കലുകളും ഒഴിവാക്കലുകളും നടത്തിയതിനു പുറമെ എം ടി യുടെ മറ്റുനോവലുകളിലെ കഥാസന്ദർഭങ്ങളും സിനിമയിലുണ്ട്. മൂലകഥയിൽ വെളിച്ചപ്പാടുതന്നെ പള്ളിവാൾ വില്ക്കുമ്പോൾ സിനിമയിൽ അതിനു ശ്രമിക്കുന്നത് മകനാണ്. കേരളത്തിൽ അത് ഗൾഫ് കുടിയേറ്റങ്ങളുടെ തുടക്കകാലമാണ്. ഭൗതികമായ ദാരിദ്ര്യത്തിൽ നിന്ന് രക്ഷനേടാൻ തുറന്നുകിട്ടിയ പുതിയ സഞ്ചാരവഴികളായിരുന്നു അത്. ആസാം, ബർമ്മ, സിംഗപ്പൂർ, സിലോൺ എന്നിവിടങ്ങളിലൊക്കെ ഭാഗ്യാന്വേഷണം നടത്തിയ മലയാളിക്ക് ഗൾഫ് രാജ്യങ്ങൾ ഒരു പുതിയ അനുഭവമായിരുന്നില്ല. കഥയെഴുതുന്ന കാലത്ത് സിലോണിനായിരുന്നു പ്രാധാന്യം. അതുകൊണ്ടാണ് സിലോണിൽ നിന്നുവന്ന ഒരാളുടെ ഔദാര്യത്താൽ ക്ഷേത്രപൂജ നടക്കുന്നതിനെക്കുറിച്ച് കഥയിൽ പറയുന്നത്. എന്നാൽ ഗൾഫ്പണത്തിന്റെ വരവ് അതിനുമുമ്പുള്ള പ്രവാസങ്ങൾ കേരളീയ ജീവിതത്തിലുണ്ടാക്കിയ മാറ്റങ്ങളിൽ നിന്ന് ഏറെ വ്യത്യസ്തമായിരുന്നു. അതാത് കുടുംബങ്ങളുടെ പട്ടിണിമാറ്റി എന്നതിനപ്പുറം കേരളീയസാമൂഹ്യജീവിതത്തെയും അത് അടിമുടി മാറ്റിമറിച്ചു. ഉപയോഗശൂന്യമായിക്കിടന്നിരുന്ന ഭൂമിക്ക് ആവശ്യക്കാരേറെയുണ്ടായി. 1957 ൽ തുടക്കം കുറിച്ച ഭൂപരിഷ്കരണനിയമം പൂർണ്ണതയിലെത്തുന്നത് എഴുപതുകളിലാണ്. ക്രയവിക്രയാധികാരമുള്ള ഭൂമിയുടെ ഉടമകളായിമാറിയ ധാരാളമാളുകൾ അത് വിറ്റ് ഗൾഫിലേക്കുള്ള കപ്പൽ കൂലി കണ്ടെത്തി. തങ്ങളുടെ ജന്മിമാരായിരുന്ന മേലെക്കാവ്, കീഴെക്കാവ് ഭഗവതിമാരുടെ ഭൂമി വിറ്റാണ് മൂക്കുതലക്കാരിൽ പലരും ഗൾഫ് രാജ്യങ്ങളിലേക്ക് യാത്രയായത്.

പരമ്പരാഗതജീവിതവും കൺമുന്നിൽ ഇല്ലാതാവുകയുമായിരുന്നു. ക്ഷേത്ര വിശ്വാസത്തിന്റെ ഗാഢതയ്ക്ക് കുറവുവന്നിരുന്നു. ദൈവങ്ങൾ തങ്ങളുടെ സാമൂഹ്യവും, സാമ്പത്തികവുമായ പിന്നോക്കാവസ്ഥയ്ക്കു പരിഹാരമല്ലെന്ന നവോത്ഥാനചിന്തയുടെ അലയൊലി അപ്പോഴും സമൂഹത്തിൽ നിലനില്ക്കുന്നുണ്ട്. പ്രാദേശികാനുഭവങ്ങളെ അടിസ്ഥാനമാക്കി അത്തരം ചിന്തകൾ ദൈനംദിനജീവിതത്തിൽ പ്രവർത്തിക്കാൻ തുടങ്ങിയിരുന്നു. ചിന്താമണ്ഡലത്തിൽ നവോത്ഥാനത്തിന് പ്രാധാന്യം കുറഞ്ഞുവരുകയായിരുന്നെങ്കിലും പ്രായോഗികജീവിത സന്ദർഭങ്ങളിൽ അത് സാന്നിദ്ധ്യം കൂടുതൽ വെളിപ്പെടുത്തിക്കൊണ്ടിരുന്നു. വിദ്യാഭ്യാസം നേടിയ ഉയർന്ന ജാതിക്കാരുടെ തലമുറ ക്ഷേത്രോപജീവിതത്തിൽനിന്ന് മുക്തമാവാൻ തുടങ്ങിയിരുന്നു. ഒരു പ്രദേശത്തെ പ്രധാന സാംസ്കാരിക കേന്ദ്രമെന്ന നില ക്ഷേത്രങ്ങൾക്ക് നഷ്ടമായിക്കഴിഞ്ഞിരുന്നു. പരമ്പരാഗത സാംസ്കാരികരൂപങ്ങളുടെ അപചയം കഥകളിയുടെ അനാഥാവസ്ഥയിലൂടെ സിനിമയിൽ വ്യക്തമാക്കപ്പെടുന്നു. ഇത് ക്ഷേത്രത്തെ ഉപജീവിച്ചു കഴിഞ്ഞിരുന്ന ഒരു വിഭാഗത്തിന്റെ സംസ്കാരത്തിനും ജീവിതത്തിനും നേരെ വെല്ലുവിളി ഉയർത്തി. ക്ഷേത്രങ്ങളെ ആശ്രയിച്ചുമാത്രം എക്കാലവും ജീവിക്കാമെന്ന് കരുതിയിരുന്നതിനാൽ മറ്റൊരു തൊഴിലും അവരാരും വശപ്പെടുത്തിയിരുന്നുമില്ല. മാറുന്ന ലോകക്രമത്തെ തിരിച്ചറിയാൻ അവർ പിന്നെയും കാലമെടുത്തു. അപ്പോഴേക്കും താഴെത്തട്ടിലുണ്ടായിരുന്നവരിലേറെയും സാമ്പത്തികമായി അവർക്കു മേലേ എത്തുകയും ചെയ്തു.

കാലചക്രത്തിനൊപ്പം നടന്നെത്താൻ കഴിയാതെപോയവരിലൊരാളാണ് സിനിമയിലെ വെളിച്ചപ്പാട്. ചെരിപ്പുപൊട്ടിയിട്ടും നഗ്നപാദനായി വെളിച്ചപ്പാട് ധാരാളം നടക്കുന്നത് നാം കാണുന്നു. എന്നാൽ അതൊക്കെയും പരമ്പരാഗത വഴികളിൽക്കൂടി തന്നെയായിരുന്നു എന്നുമാത്രം. വെളിച്ചപ്പാടിന്റെ അച്ഛനും മുത്തച്ഛനുമൊക്കെ ഇതേതൊഴിലെടുത്താണ് കഴിഞ്ഞിരുന്നത്. ശാന്തിക്കാരും മേളക്കാരുമൊക്കെ തങ്ങളുടെ വരുമാനക്കുറവിനെക്കുറിച്ച് ആവലാതിപ്പെടുമ്പോഴും വെളിച്ചപ്പാടിന് ഭഗവതിക്കുള്ള സമർപ്പണമാണ് തന്റെ തൊഴിലും ജീവിതവും. ക്ഷേത്രപൂജാരിയായ നമ്പൂതിരി കാലത്തിന്റെ ഗതിമാറ്റം തിരിച്ചറിഞ്ഞ് പൂജയുപേക്ഷിച്ച് ചായക്കടതുടങ്ങി. ക്ഷേത്രംട്രസ്റ്റി റബ്ബർതോട്ടമാരംഭിച്ചു. പാരമ്പര്യത്തിന്റെ അവശേഷിപ്പുകളായി അവിടെ ഇല്ലപ്പറമ്പിൽ ഒന്നുരണ്ടാനകൾ ചെവിയാട്ടി നിന്നു. അടുത്ത പൂജാരിയായെത്തുന്ന ഉണ്ണിനമ്പൂതിരിയും പ്രായോഗികമതിയാണ്. മദ്ധ്യവർഗ്ഗത്തിന് താഴെയുള്ളവർക്കും ഈ തിരിച്ചറിവുണ്ട്. എന്നാൽ മദ്ധ്യവർഗ്ഗത്തിന്റെ സ്വതസിദ്ധമായ സന്ദിഗ്ദ്ധതാമനോഭാവങ്ങളും, സംശയങ്ങളും അവരെ തീരുമാനങ്ങളിൽ നിന്നു പിന്തിരിപ്പിച്ചു. വെളിച്ചപ്പാട്, വാരിയർ എന്നിവരുടെ കുടുംബങ്ങളെ ശ്രദ്ധിച്ചാൽ ഇക്കാര്യം ബോദ്ധ്യമാവും. വാരിയർക്ക് ക്ഷേത്ര കാര്യങ്ങളല്ലാതെ വേറെയെന്തെങ്കിലും ജോലിയുള്ളതായി നാമറിയുന്നില്ല. ഭൂസ്വത്തിൽനിന്നുള്ള വരുമാനം കൊണ്ട് അയാൾ അല്ലലില്ലാതെ കഴിയുന്നുണ്ട്. വെളിച്ചപ്പാടിന്റെ കുടും

ബത്തെ ഇടയ്ക്കൊക്കെ അയാൾ സഹായിക്കുന്നുമുണ്ട്. എന്നാൽ വെളിച്ചപ്പാടിന്റെ കുടുംബമോ? ഭാര്യ, നാലുമക്കൾ, രോഗിയായ പിതാവ് എന്നിവരടങ്ങിയ ആ വലിയ കുടുംബത്തിന്, വെളിച്ചപ്പാടിന് വല്ലപ്പോഴും കിട്ടുന്ന തുച്ഛമായ പ്രതിഫലമല്ലാതെ മറ്റു യാതൊരു വരുമാനവുമില്ല. വെളിച്ചപ്പാടിന് ലഭിക്കുന്ന വരുമാനത്തിന്റെ സ്വഭാവത്തെക്കുറിച്ച് രണ്ടുസന്ദർഭങ്ങളിൽ സിനിമയിൽ സൂചനകളുണ്ട്. സിനിമയുടെ തുടക്കത്തിൽ ആളൊഴിഞ്ഞ അമ്പലത്തിനുമുന്നിൽ വെളിച്ചപ്പാടും കൂട്ടരും അന്നത്തെ തുച്ഛമായ പ്രതിഫലം പങ്കുവയ്ക്കുന്നു. തനിക്കു കിട്ടിയ ചെറിയപങ്ക് അയാൾ ഭാര്യയെ ഏല്പിക്കുന്നു. തലവെട്ടിപ്പൊളിച്ചതിനുള്ള പ്രതിഫലമാണത്. മറ്റൊരു സന്ദർഭത്തിൽ കുഞ്ഞിന്റെ രോഗം മാറ്റാൻ ജപിച്ചൂതിക്കാനെത്തുന്ന സ്ത്രീ, പ്രതിഫലം കടം പറഞ്ഞുപോകുന്നു. സമൂഹത്തിന്റെയും വ്യക്തികളുടെയും ഭിഷഗ്വരൻ കൂടിയാണ് വെളിച്ചപ്പാട്. എന്നാൽ ആ പ്രാഗൽഭ്യം വിലമതിക്കപ്പെടുന്നില്ല.

3

ടി ജി വൈദ്യനാഥൻ *നിർമ്മാല്യ*ത്തെ നിരൂപണം ചെയ്യുന്ന സന്ദർഭത്തിൽ ആദ്യമന്നം, പിന്നെ സദാചാരം (food first,morals later) എന്ന ബെർതോൾഡ് ബ്രെഹ്തിന്റെ വാചകം ഉദ്ധരിച്ച് സിനിമയിൽ എം ടി അത് തിരിച്ചിടാൻ ശ്രമിക്കുകയാണ് എന്ന് പറയുന്നു.[3] ഭക്ഷണവും സദാചാരവും ശരീരവുമായി നേരിട്ടു ബന്ധപ്പെട്ടിരിക്കുന്നു. ഭക്ഷണം ശരീരത്തെ നിലനിർത്തുമ്പോൾ സദാചാരം അതേ ശരീരത്തെ ഭക്ഷണമാക്കുന്നു. സദാചാരം ഒരാശയമാണെങ്കിലും അത് ശരീരത്തിന്റെ അയിത്തവുമായി, ശുദ്ധാശുദ്ധവുമായി ബന്ധപ്പെട്ടാണ് പ്രവർത്തിക്കുന്നത്. *നിർമ്മാല്യ*ത്തിൽ അയിത്തവും സദാചാരവും ചെറുതല്ലാത്തരൂപത്തിൽ (*നിർമ്മാല്യം* എന്നപേരിൽതന്നെ അടങ്ങിയിട്ടുണ്ട് അശുദ്ധി ചിന്തകൾ) സന്നിഹിതമാണ്. അത് ലിംഗപരവും ജാതീയവുമാണ്. ഉണ്ണിനമ്പൂതിരിയും വെളിച്ചപ്പാടിന്റെ മകൾ അമ്മിണിയുമായുള്ള പെരുമാറ്റങ്ങളിൽ ഇവ രണ്ടും അടങ്ങിയിരിക്കുന്നു. അവർ തമ്മിൽ വിധേയത്വമല്ലാതെ പരസ്പര പ്രണയമൊന്നും നിലനില്ക്കുന്നില്ല. അതസാദ്ധ്യവുമാണ്. അമ്മിണി അമ്പലത്തിൽ വെച്ച് ഭക്ഷണമുണ്ടാക്കുന്നതിന്റെയും, ഉണ്ണിനമ്പൂതിരി കുടിച്ച അതേ ഗ്ലാസിൽ ചായ കുടിക്കുന്നതിന്റെയും അടിയൻ എന്ന് സ്വയം സംബോധന ചെയ്യുന്നതിന്റേയും ചിത്രീകരണങ്ങളിൽ നിന്ന് ഇതാണ് മനസ്സിലാവുന്നത്. സംബന്ധവ്യവസ്ഥ നിയമാനുസൃതം ഇല്ലാതായെങ്കിലും അതിന്റെ അനുബന്ധശീലങ്ങളും ജീവിതചര്യകളും അപ്പോഴും ബാക്കിനിന്നിരുന്നു. അമ്മിണിയുമായുള്ള ശാരീരികബന്ധമാകട്ടെ ഇത്തരത്തിലുള്ള ആചാരപരമായ ചിലശേഷിപ്പുകളുടേയും ശരീര കാമനകളുടേയും കൂടിച്ചേരലിൽനിന്ന് സംഭവിക്കുന്നതാണ്. ശരീരത്തിന്റെ തൃഷ്ണകൾ ഉണ്ണിനമ്പൂതിരിയെ വിഭ്രമിപ്പിക്കുന്നതിന്റെ ദൃശ്യങ്ങൾ, സിനിമയുടെ

ആദ്യഭാഗത്ത് വാരിയരുടെ പത്നിയോടുള്ള സമീപനത്തിൽ നിന്നുതന്നെ തുടങ്ങുന്നു. അവരുടെ ഇംഗിതങ്ങളിൽനിന്നു രക്ഷ നേടി, താമസം അമ്പലത്തിലേക്കുതന്നെ മാറ്റുന്നുവെങ്കിലും അത് അമ്മിണിയുമായുള്ള ബന്ധത്തിന് തടസ്സമാകുന്നില്ല. സിനിമയിലെ നിർണ്ണായകരംഗമായ വെളിച്ചപ്പാടിന്റെ ഭാര്യയും മയ്മുണ്ണിയും തമ്മിലുള്ള (സ്ക്രീനിൽ ദൃശ്യമാകാത്ത) ശാരീരികബന്ധത്തിലാകട്ടെ പ്രണയത്തിന് യാതൊരു സ്ഥാനവുമില്ലെന്നും സാമ്പത്തിക ഇടപാട് മാത്രമാണതെന്നും വ്യക്തമാണ്. ഈ മൂന്നു ബന്ധങ്ങളിലും ശരീരങ്ങൾ ദാരിദ്ര്യത്തിനും കീഴായ്മാ വ്യവസ്ഥയ്ക്കും അടിപ്പെടുകയാണ്. ദാരിദ്ര്യവും ഒരു കിഴായ്മാവ്യവസ്ഥയാണെന്നും തങ്ങൾക്കു മുന്നേ ലോകക്രമം തിരിച്ചറിഞ്ഞ പലരും പണാധിപത്യത്തിലൂടെ തങ്ങൾക്കുമേൽ സ്ഥാനം നേടുന്നുവെന്നും അവർ കാണുന്നു.

ദേശത്ത് ആദ്യം വസൂരിയെത്തുന്നത് വാരിയരുടെ ഭാര്യയുടെ ശരീരത്തിലാണ്. മൂലകഥയിൽ അമ്മിണിക്കാണ് വസൂരിബാധയുണ്ടാവുന്നതെങ്കിലും സിനിമയിൽ അമ്മിണിയെയോ, വെളിച്ചപ്പാടിന്റെ ഭാര്യയേയോ വസൂരി ബാധിക്കുന്നില്ല. വ്യക്തികളിലൂടെയല്ലാതെ ദേശശരീരം രോഗഗ്രസ്തമാവുകയില്ലെങ്കിലും സിനിമയിലെ പ്രധാന കഥാപാത്രങ്ങളെല്ലാം വസൂരിബാധിക്കാതെ രക്ഷപ്പെടുന്നു. എങ്കിലും ആ ഗ്രാമശരീരത്തെയാകെ ബാധിച്ച രോഗത്തിനുള്ള പ്രതിവിധിയായാണ് ക്ഷേത്രത്തിൽ ഗുരുതി കഴിക്കാനുള്ള തീരുമാനവും അതിനായുള്ള പണപ്പിരിവും. അത് വീണ്ടുമൊരിക്കൽകൂടി സാങ്കല്പികമായി പഴയഗ്രാമജീവിതത്തെ തിരിച്ചുകൊണ്ടു വരുന്നുണ്ട്. അത് വെളിച്ചപ്പാടിനെ സന്തോഷിപ്പിക്കുന്നുമുണ്ട്. എന്നാൽ അണയുംമുൻപുള്ള ആളിക്കത്തലായിരുന്നു വെളിച്ചപ്പാടിന് കൈവന്ന പുതിയ പ്രസക്തിയും സന്തോഷവും. ഗ്രാമത്തിലെ നിശ്ചല ശരീരങ്ങളിൽ ചിലതിനെ മാത്രം ബാധിച്ച രോഗമാണ് വസൂരിയെന്ന് നമുക്കു മനസ്സിലാക്കാൻ കഴിയുന്നു. ഭഗവതിയുടെ ആജ്ഞാശക്തികൾക്കും ശാപങ്ങൾക്കുമൊക്കെ അപ്പുറത്തുള്ള നാലാംവേദക്കാരനായതുകൊണ്ടാകാം മയ്മുണ്ണിയെ രോഗം ബാധിക്കുന്നില്ല. ഗ്രാമത്തിലെ അപരജീവിതത്തെ ആകെ പ്രതിനിധീകരിക്കുന്നതും മയ്മുണ്ണിയാണ്.

വസൂരിബാധയെത്തുന്നതിനുമുൻപുതന്നെ രോഗഗ്രസ്തമോ ക്ഷീണിതമോ, അശുദ്ധമോ ആയ ശരീരങ്ങൾ പലവിധത്തിൽ പ്രത്യക്ഷപ്പെടുന്നുണ്ട്. സിനിമയുടെ ആരംഭത്തിൽ തന്നെ ഉറഞ്ഞുതുള്ളി ശിരസ്സു വെട്ടിപ്പിളർക്കുന്ന വെളിച്ചപ്പാടിനെ കാണാം. ചടങ്ങിനുശേഷം മകൾ മുറിവിൽ മരുന്നുവെച്ചുകെട്ടുന്നു. ഇങ്ങനെ തലവെട്ടിപ്പൊളിക്കരുതെന്ന് അയാളുടെ ഭാര്യ ഉപദേശിക്കുന്നു. പിന്നീടൊരുരംഗത്തിൽ ഭക്ഷണംപോലും കഴിക്കാതെയാണ് അയാൾ ഭഗവതിക്കു വേണ്ടി പണപ്പിരിവിനിറങ്ങുന്നതും, പൊട്ടിയ ചെരുപ്പുപേക്ഷിച്ച് വെറും കാലിൽ നടന്നു പോകുന്നതും. കുട്ടികൾക്കുപോലും മതിയായ ഭക്ഷണം കിട്ടുന്നില്ല. വീട്ടിലെ മുറിയിൽ നിന്ന് മയ്മുണ്ണിക്കു പിന്നാലെ പുറത്തിറങ്ങുന്ന ഭാര്യയെക്കണ്ട് വെളിച്ചപ്പാ

ടിന്റെ മനസ്സിനൊപ്പം ശരീരവും നിസ്സഹായമാവുന്നു. അയാൾ വാളിന്റെ വായ്ത്തല കീഴ്പോട്ടാക്കി തലകുനിച്ച് തൂണിൽചാരി നില്ക്കുന്നു. പിന്നീട് ആ ശരീരത്തിന്റെ നിലനില്പ് അപ്രസക്തമായിരുന്നു. അശുദ്ധമായത് തന്റെ ശരീരമാണെന്ന ബോദ്ധ്യത്തിൽ നിന്നാണ് തുടർന്നുള്ള രംഗത്തിലെ അയാളുടെ നീണ്ട തേച്ചുകുളി. അപ്പോൾ വിശേഷംപറയാനെത്തുന്ന വാരിയർക്ക് നവരസങ്ങളിലൊന്നും വ്യവസ്ഥപ്പെടാത്ത ഒരു ചിരി അയാൾ സമ്മാനിക്കുന്നുണ്ട്. അതുവരെയും നാം വെളിച്ചപ്പാടിനെ ചിരിച്ചു കണ്ടിട്ടില്ല. എന്നാൽ അവസാനത്തെ ചിരിയാവട്ടെ മുഖപേശികളുടെ വക്രീകരണമായിത്തീരുന്നു. വെളിച്ചപ്പാട് സംശുദ്ധനല്ലാതായതോടെ ദേവിയുടെയും നാടിന്റെയും അശുദ്ധി സമ്പൂർണ്ണമായിക്കഴിഞ്ഞിരുന്നു. ദേശക്കാർക്ക് വസൂരിവന്നപ്പോഴും ദേവിയുടെ പ്രാമാണികത്വത്തിനാണ് കുറവുണ്ടാകുന്നത്. അവസാനം, ഏറ്റവും വലിയ കുരുതിയായി വെളിച്ചപ്പാട് തന്റെ ശരീരംതന്നെ സമർപ്പിക്കുകയും ചെയ്യുന്നു. അശുദ്ധയായ ഈ ദേവിക്കുനേരെയാണ് അയാൾ തുപ്പുന്നത്. മൂന്നുപേരുടെയും വൃദ്ധിക്ഷയങ്ങളെ ഭൗതികമായി പ്രതിനിധാനംചെയ്യുന്നത് വെളിച്ചപ്പാടാകയാൽ തന്നിൽനിന്നു പുറപ്പെടുന്നതും തന്നിലേക്കുതന്നെ എത്തുന്നതുമാണ് ആ തുപ്പൽ.

മറ്റു കഥാപാത്രങ്ങളിൽ വെളിച്ചപ്പാടിന്റെ പിതാവ് രോഗിയും ശയ്യാവലംബിയുമാണ്. കഥകളിക്കാരനായ രാമുണ്ണി നായർ വികലാംഗനാണ്. പിന്നൊരാൾ ഭ്രാന്തൻ ഗോപാലനാണ്. ഇവരെല്ലാം ശരീരം കൊണ്ട് പീഡിതരും ക്ഷീണിതരും രോഗബാധിതരും ആയിരിക്കുമ്പോൾ,പുതിയ ജീവിതക്രമത്തിലേക്കു പ്രവേശിച്ചവരോ, പ്രവേശിക്കാനാഗ്രഹിക്കുന്നവരോ പ്രസന്നരും ഊർജ്ജസ്വലരുമായിരിക്കുന്നതുകാണാം. പഴയ ക്ഷേത്രപൂജാരി, ക്ഷേത്രം ട്രസ്റ്റി, മയ്മുണ്ണി എന്നിവരൊക്കെ ഇതിനുദാഹരണം. ഉണ്ണി നമ്പൂതിരിയിലുമുണ്ട് ഈയൊരു ശരീരഭാഷ. കാരണം അയാൾ സർക്കാർ ജോലി നേടാനുള്ള പരിശ്രമത്തിലാണ്.

പാരമ്പര്യേതരമായ ഒരു ശരീരം സൂക്ഷിച്ചവരോ, അതിനായി ഇച്ഛിച്ചവരോ ഒക്കെ ദേശത്തിനു പുറത്തു പോയി, പാരമ്പര്യത്തിന് പുറത്തു കടക്കുന്നു. (എം ടി യുടെ നോവലുകളിൽ ഇങ്ങനെ നാടിനു പുറത്തു കടക്കുന്ന നായകന്മാരുടെ ഒരു പരമ്പര തന്നെയുണ്ട്. *നാലുകെട്ടിലെ* അപ്പുണ്ണി, *അസുരവിത്തി*ലെ ഗോവിന്ദൻ കുട്ടി, *കാല*ത്തിലെ സേതു തുടങ്ങി പലരും.) മറ്റൊരു വിധത്തിൽ പാരമ്പര്യത്തിൽ നിന്നു പുറത്തായി ദേശത്തു നിന്നു നിഷ്കാസിതരായവരാണവർ. ഈ ദേശനഷ്ടവും, പാരമ്പര്യനഷ്ടവും വെളിച്ചപ്പാടിന്റെ ഭാര്യയിലും മകനിലും, മകളിലും സംഭവിക്കുന്നു. വെളിച്ചപ്പാടിന്റെ മകന് ഭൗതികാർത്ഥത്തിൽ തന്നെ ദേശംനഷ്ടമാകുന്നു. ഭാര്യക്കും മകൾക്കും ദേശത്തിനകത്തു സ്ഥിതിചെയ്തു കൊണ്ടുതന്നെ തങ്ങളുടെദേശം അന്യമാകുന്നു. ദേശരക്ഷയ്ക്കായി പുരുഷാരം ഒന്നിച്ചണിനിരക്കുന്ന ഗുരുതിയിൽ രണ്ടുപേരും പങ്കെടുക്കുന്നില്ല. ചായക്കടക്കാരനായി മാറിയ പഴയ ശാന്തിക്കാരൻനമ്പൂതിരി നേരത്തെതന്നെ

ദേശവ്യവസ്ഥയെ മറികടന്ന് ദേശത്തിനകത്ത് മറ്റൊരു ദേശം സൃഷ്ടിച്ചു കഴിഞ്ഞിരുന്നു. മയ്മുണ്ണി ആദ്യമേ ഈ വ്യവസ്ഥയ്ക്കു പുറത്താണ്.

ആധുനികതയുടെ ആശയങ്ങളും, സ്ഥാപനങ്ങളുമൊക്കെ ചുറ്റുപാടും മുറ്റി നില്ക്കുന്നതായി തോന്നുമെങ്കിലും അതിന്റെ ചില അസാന്നിദ്ധ്യങ്ങൾ നമ്മെ ഓർമ്മപ്പെടുത്തുന്ന അവസരങ്ങളുമുണ്ട്. വസൂരി പോലുള്ള പകർച്ചവ്യാധികൾ പടർന്നു പിടിക്കുമ്പോൾ ആശുപത്രി സംവിധാനങ്ങളുടെ അഭാവമാണ് അവയിലൊന്ന്. പാരമ്പര്യ വൈദ്യവും പരാമർശിക്കപ്പെടുന്നില്ല. വെളിച്ചപ്പാട് എന്ന ഏകവൈദ്യനിലേക്ക് പ്രതിവിധികളെല്ലാം എത്തുന്നു.എല്ലാവരും ഗുരുതിയിലേക്ക് മാത്രം വിശ്വാസമർപ്പിക്കുന്നു. വിദേശികൾക്ക് വസൂരിയെക്കുറിച്ച് വിവരിച്ചുകൊടുക്കാൻ ശ്രമിക്കുന്നവർക്ക് അതിന്റെ കാരണങ്ങളെക്കുറിച്ച് ശാസ്ത്രീയധാരണകളുണ്ട്. മറ്റുമതക്കാരെ ആരെയും രോഗംബാധിച്ചതായി നാമറിയുന്നില്ല.മലയാളത്തിൽ വസൂരി, കോളറ തുടങ്ങിയ പകർച്ച വ്യാധികൾ പ്രമേയമായി എം ടി യുടേതടക്കം നിരവധി നോവലുകളുണ്ടായിട്ടുണ്ട്. അവയിലൊക്കെ പകർച്ചവ്യാധികൾമാറി കുളിച്ചുവരുന്ന ഗ്രാമത്തിൽനിന്ന് ആധുനികനായ ഒരു നായകവ്യക്തി ഉയർന്നുവരുന്നതുകാണാം. അവരിലൂടെയാണ് ദേശത്തിന്റെ പുരോയാനം എന്ന് സൂചിപ്പിക്കപ്പെടുന്നു. എന്നാൽ ഇവിടെ ഒരുനാടിനെയാകെ സന്ദിഗ്ദ്ധതയിൽ നിർത്തിയാണ് അതിന്റെ നായകൻ ഇല്ലാതെയാവുന്നത്. ഗ്രാമം വസൂരിയെ അതിജീവിച്ചിരിക്കാം. പക്ഷേ, നാടിന്റെ പ്രതിപുരുഷനാകാനുള്ള യോഗ്യത വെളിച്ചപ്പാടിനില്ലാതായി. നാട്ടിൽ വസൂരി വന്നാൽ വെളിച്ചപ്പാടിനാണ് ഗുണമെന്ന പറച്ചിൽ അറംപറ്റിയ പോലെയായി. വെളിച്ചപ്പാട് എന്ന ആധുനികപൂർവ്വ കർതൃത്വം നിർമ്മാർജ്ജനം ചെയ്യപ്പെട്ടു. ഒരർത്ഥത്തിൽ വെളിച്ചപ്പാടിലൂടെ ആ ദേശത്തിനു പിന്നീട് മുന്നോട്ടു പോകാനാവില്ല. ആധുനികപൂർവ്വമായ ഒരുദേശവും അതോടെ ഇല്ലാതാവുകയാണ്. നാടുവിട്ടുപോയ അയാളുടെ മകന്റെ തിരിച്ചുവരവിലൂടെയാവും പുതിയദേശസൃഷ്ടി സാധ്യമാവുന്നത്. പണവും പുതിയ സ്ഥലകാലസങ്കല്പങ്ങളുമായി തിരിച്ചുവരാനിടയുള്ള വെളിച്ചപ്പാടിന്റെ മകനിലൂടെയും മറ്റുപലരിലൂടെയും സൃഷ്ടിക്കപ്പെടുന്ന പുതുകർതൃത്വങ്ങളിലൊന്നിലും വെളിച്ചപ്പാട് എന്നൊരാൾക്ക് അസ്തിത്വമുണ്ടാവില്ല.

വെളിച്ചപ്പാട് പള്ളിവാൾ നിലത്തെറിഞ്ഞ് ആഞ്ഞുതുപ്പി തിരസ്കരിക്കുകയും അങ്ങനെ എല്ലാവർക്കും അഭിഗമ്യമാക്കുകയും ചെയ്ത ആ അമ്പലത്തിലേക്കാണ് *നിർമ്മാല്യം* കാണികളെനയിച്ചത്, നാല്പതാണ്ടുകൾക്കു മുൻപ്.

കുറിപ്പുകൾ

1. ആധുനികപൂർവ്വ സാമൂഹിക സാഹചര്യങ്ങളും സ്ഥല വിഭജനവും നിലനില്ക്കുന്ന സമൂഹങ്ങളിൽ സിനിമയ്ക്കു പോവുക എന്നതു തന്നെ അമ്പലപ്രവേശനം പോലെ ഒരു സാമൂഹിക പ്രസ്താവന

യാണ്. ചലച്ചിത്രം സാദ്ധ്യമാക്കിയ തുല്യതയുടെ ഇട (space of equaltiy) ത്തിലേക്കു കടന്നുചെല്ലാൻ ധൈര്യം കാണിച്ച പാവപ്പെട്ടവരും കീഴാളരുമായ മഹാഭൂരിപക്ഷമാണ് സിനിമയെ മഹത്തായ ഒരു ജനകീയപ്രസ്ഥാനമായി ഇന്നും നിലനിർത്തുന്നതെന്ന് കെ ഗോപിനാഥൻ നിരീക്ഷിക്കുന്നു. (*സിനിമയുടെ നോട്ടങ്ങൾ*)

2. 1950 കൾ തൊട്ടേ തന്റെ കഥകളിലും നോവലുകളിലും ശ്രദ്ധയോടെ അടയാളപ്പെടുത്തിയിരുന്ന ഈ പ്രദേശം എം ടി *നിർമ്മാല്യ*ത്തോടെ വിട്ടുപോവുകയാണ്. (ദിലീപ് എം മേനോൻ, ഇരുട്ടിന്റെ ആത്മാക്കൾ: എം ടി, സ്ഥലം, കാലം, പച്ചക്കുതിര വാർഷികപ്പതിപ്പ്, ജൂലൈ 2005,)

3. Brecht wrote, Food first, morals later,' and M T's reversal of the Brechtian dictum here is rather too idealistic and reactionary. (T G Vaidya Nadhan, *Hours in the dark*.)

അനുബന്ധം 1

എം ടി വാസുദേവൻ നായർ, നിർമ്മാല്യം (1973)

ടി ജി വൈദ്യനാഥൻ

ആർട്ട് സിനിമകളുടെ പ്രധാന വിഷയം പാരമ്പര്യവും ആധുനികതയും തമ്മിലുള്ള വൈരുദ്ധ്യമാണ് എന്നത് ആനുകാലിക സാംസ്കാരിക ചരിത്രത്തിലെ അവിതർക്കിതമായ വസ്തുതയാണ് (*പാരമ്പര്യത്തിന്റെ ആധുനികത* എഴുതിയ റുഡോൾഫ് മാരും, രജനി കോത്തോരിയേപ്പോലുള്ള ജാതിവ്യവസ്ഥയുടെ പുതുവ്യാഖ്യാതാക്കളും പറയുന്ന നിരാകരണങ്ങൾ എന്തൊക്കെയായാലും). ചുരുക്കത്തിൽ പാരമ്പര്യം മതത്തേയും അതിന്റെ അവാന്തരഘടകങ്ങളെയും കേന്ദ്രീകരിക്കുമ്പോൾ ലൈംഗികതയുടെ ശിഥിലഭാവത്തെയാണ് ആധുനികതകൊണ്ട് അർത്ഥമാക്കുന്നത്. ചില പുതു റിയലിസ്റ്റിക് പടങ്ങളുടെ കാലിക വിജയങ്ങൾ വിലയിരുത്തുമ്പോൾ ഇത് പ്രത്യേകിച്ചും ശരിയാണ്. ദളിതയായ ചന്ദ്രികയുടെ സൗന്ദര്യത്തിൽ പാരമ്പര്യക്കാരനായ മേൽശാന്തി പ്രാണേശാചാർ മയങ്ങിപ്പോകുന്ന"സംസ്കാര"യെക്കുറിച്ചാണ് (1970) ഞാൻ പറഞ്ഞുവരുന്നത് - കൃത്യമായും മാരുതി മൂർത്തിയിൽനിന്നും അയാൾ ദിവ്യദർശനം ആഗ്രഹിക്കുന്ന വേളയിൽ. അതുപോലെ "വംശവൃക്ഷ" യിൽ (1971) ബഹുമാന്യനായ ശ്രീനിവാസ ശാസ്ത്രി തന്റെ ശരികേടുകൾ അച്ഛന്റെ ശ്രാദ്ധശേഷം കണ്ടുപിടിക്കുന്നതും വീണ്ടും 'മായദർപ്പണി'ൽ (1972)(പുതു റിയലിസ്റ്റിക് രീതിയിലല്ല ചിത്രീകരിച്ചുള്ളതെങ്കിൽപ്പോലും) പാരമ്പര്യത്തിന്റെ ചങ്ങലകളിൽനിന്നും പെൺകുട്ടി വിടുതൽ നേടുന്നത്, അഭിവൃദ്ധിയുടെ പര്യായമായി താൻ മനസ്സിൽ കാണുന്ന യുവാവിന് സ്വയം സമർപ്പിക്കുമ്പോഴാണ്. ഇപ്പോഴിതാ, എം ടി വാസുദേവൻ നായരുടെ *നിർമ്മാല്യ*ത്തിൽ വെളിച്ചപ്പാടിന്റെ മൂല്യത്തകർച്ച അടയാളപ്പെടുത്തുന്നത്, ഭാര്യയായ കല്ല്യാ

ണിയുടെ* ലൈംഗിക അപഥചര്യയിലൂടെയാണ്. ഈ വെളിപ്പെടൽ (അരിസ്റ്റോട്ടിലിന്റെ ഭാഷയിൽ അനഗനറോസിസ്) അതീവ ശ്രദ്ധയോടെയാണ് ചിത്രീകരിച്ചിരിക്കുന്നത്. മൊയ്മുണ്ണി എന്ന മുസ്ലീം കച്ചവടക്കാരൻ വെളിച്ചപ്പാടിന്റെ പരിസരങ്ങളെ വേട്ടയാടുന്ന ഒരു പ്രാരംഭ സീൻ ശ്രദ്ധേയമാണ്. വെളിച്ചപ്പാട് വീട്ടിലില്ലായിരുന്നിട്ടും തൊഴിൽ രഹിതനായ വെളിച്ചപ്പാടിന്റെ മകൻ അപ്പുവിന്റെ കാഴ്ചവെട്ടത്തിൽ മൊയ്മുണ്ണി വീടിന്റെ ചവിട്ടുപടിയിൽ ഇരിക്കുകയാണ്. വാതിൽപ്പടിയിൽ വെളിച്ചപ്പാടിന്റെ ഭാര്യ പ്രത്യക്ഷപ്പെടുമ്പോൾ, രണ്ടുപേരും തമ്മിലുള്ള എന്തോ സ്വസ്ഥതക്കുറവ് പ്രകടമാണ്."തന്താങ്ങളുടെ വ്യവഹാരം" മൊയ്മുണ്ണി ഓർമ്മിപ്പിക്കുന്നു കൂടിയുണ്ട്. അയാൾ പോയതിനുശേഷം മകൻ, കടം വീട്ടാത്തതിൽ അമ്മയെ ശകാരിക്കുന്നുണ്ട്. എന്നാൽ, കടം വീട്ടുന്നതിനായി വീട്ടിൽ വില്ക്കാനൊന്നുമില്ലെന്ന് അവർ പറഞ്ഞൊഴിയുന്നു. മറ്റൊരു സീനിൽ വെളിച്ചപ്പാടിന്റെ വീടിനു മുന്നിൽവച്ച് ജോലിയൊന്നും ചെയ്യാതെ നടക്കുന്ന അപ്പുവിനെ മൊയ്മുണ്ണി കളിയാക്കുന്നുണ്ട്. അപ്പുവിന്റെ മറുപടിയിലുള്ള ലാഘവത്വം മുൻപ് അമ്മയുമായി നടത്തിയ സംഭാഷണത്തിലെ തർക്കുത്തരം നമ്മെ ഓർമ്മിപ്പിക്കുന്നുണ്ട്. മാത്രമല്ല, ഈ സിനിമയിലെ നിർണ്ണായക സീനായ കല്ല്യാണിയുടെ പതനത്തിലേക്കുള്ള കൃത്യമായ പ്രവേശനവുമാകുന്നു. അപ്രകാരം, ആസന്നമായ അനിശ്ചിതത്വത്തിന്റെ എല്ലാ അന്തസ്സോടുംകൂടിയാണ് ദണ്ഡനമേല്ക്കുന്നത്. അതാണ് അരിസ്റ്റോട്ടിൽ പറഞ്ഞതിനെ വീണ്ടുമോർമ്മിപ്പിക്കുന്നത്. അസാദ്ധ്യമായത് സാദ്ധ്യമാക്കുന്നതാണ് മുൻഗണനാർഹം. ഉചിതമല്ലാത്ത ഒരു കാഴ്ച വെളിച്ചപ്പാടിന് ദൃശ്യപ്പെടുമ്പോൾ അയാളുടെ സകല അസ്ഥിത്വത്തെയും അത് തകർത്തു കളയുകയാണ്. സീനിലേക്ക് തിരിച്ചുവരാം. ഗുരുതി ദിവസം, നിർഭാഗ്യങ്ങളുടെ തള്ളിച്ചയിൽ പിടിച്ചുനില്ക്കാൻ പാടുപെടുന്ന വെളിച്ചപ്പാട് അവശനായിക്കിടക്കുന്ന പിതാവിനോട് സംസാരിച്ചുകൊണ്ടു തന്നെ ഭാര്യയോട് ഒരു ഗ്ലാസ് വെള്ളം ആവശ്യപ്പെടുന്നു. പൈസ പഴ്സിലേക്ക് തിരുകിക്കൊണ്ട് ചായ്പിൽനിന്നും ഇറങ്ങിവരുന്ന മൊയ്മുണ്ണിയെ കണ്ട് വെളിച്ചപ്പാട് ഷോക്കേറ്റതുപോലെ നില്ക്കുകയാണ്. പശ്ചാത്താപരഹിതയായി ഇറങ്ങിവരുന്ന ഭാര്യയുടെ വാക്കുകളാണ് പിന്നെ. 'നിങ്ങളുടെ മക്കൾ വിശന്നുകരഞ്ഞപ്പോൾ ഭഗവതിയല്ല ഇവിടെ അരി കൊണ്ടുവന്നിരുന്നത്.' അതിന്റെ പ്രതിധ്വനികൾ വളരെ വ്യക്തമായിരുന്നു. സാഹചര്യങ്ങളുടെ തടവറയിൽ പെട്ട അവർ ഏറെക്കാലമായി നിർമ്മമയായിരുന്നു. വെളിച്ചപ്പാടിന്റെ ജീവിതത്തിലെ മുഴുവൻ ആലംബവും ഈ വെളിപ്പെടുത്തലോടെ തകർന്നു വീഴുകയാണ്. ഗുരുതി നടക്കാനിരിക്കെ, ഒരു ക്ലാസിക്കൽ സോഫോക്ലിയൻ ദുരന്തനാടകത്തിനുള്ള എല്ലാ സാദ്ധ്യത

* കഥാപാത്രത്തിന്റെ പേര് നാരായണി എന്നാണ്.

കളും ഒരുങ്ങുകയാണ്. പിന്നീടുള്ള അഭിനയചലനങ്ങളെല്ലാം ദുഃഖത്തിന്റെ തരിമ്പുപോലുമില്ലാതെ കടന്നുപോകുന്നു. വെളിച്ചപ്പാട് അയാളുടെ കൈ കൊണ്ടുതന്നെയുള്ള അന്ത്യവിധിയിലേക്ക് എത്തിപ്പെടുന്നു. ധീരോദാത്ത മായ ആത്മഹത്യ എന്നുവേണമെങ്കിൽ നിങ്ങൾക്കു വിളിക്കാം. അയാ ളുടെ ജീവിതം തന്നെ പരിഹാസ്യവും നിരർത്ഥകവും ആകുന്നു. ചിര കാല സുഹൃത്തായ വാരിയർ മാത്രം "ദേവീ രക്തച്ചൊരിച്ചിൽ നിർത്തണേ" എന്ന് ഉരുവിടുന്നു. പക്ഷേ, നെറ്റിയിൽ നിന്നും കിനിഞ്ഞിറ ങ്ങിയ ചോര വെളിച്ചപ്പാടിന്റെ ചേതനയറ്റ ശരീരത്തിന് അരികെ തളം കെട്ടുമ്പോൾ, അനുഷ്ഠാന ശീലുകളുടെ താളം പെട്ടെന്ന് മുറുകിയുണ രുമ്പോൾ, എന്തു സംഭവിച്ചു എന്ന് നമുക്ക് മനസ്സിലാക്കാം. വെളിച്ചപ്പാട് പ്രതിനിധാനം ചെയ്യുന്ന മുഴുവൻ ജീവിത വീക്ഷണമാണ് ഇവിടെ ചോര വാർന്ന് മരിച്ചു വീഴുന്നത്. പാരമ്പര്യ നിഷേധത്തിന്റെ ദിഗന്തം നടുക്കുന്ന പ്രതിധ്വനിയെ വാടിയ പൂക്കളുടെ (സിനിമയുടെ പേരുതന്നെ) ആ അവ സാന ഷോട്ടിനുപോലും നിർജ്ജീവമാക്കാനാവുന്നില്ല.

പടത്തിന്റെ ഉപസംഹാരത്തിലുള്ള ഏകാഗ്രതയും അച്ചടക്കവുമാണ് മൊത്തം പടത്തിന്റെ ഘടനാശേഷിയെ തിട്ടപ്പെടുത്തുന്നത്. ജോൺ ഹൊവാർഡ് ലോസൺ പറയുന്നത് നോക്കൂ: 'സംഭവങ്ങളുടെ ഒരു പ്രത്യേക പദ്ധതിയിൽ എന്ത് സംഭവിച്ചു എന്ന് ക്ലൈമാക്സ് ഉപസംഹരി ക്കുന്നു. അതിന്റെ അർത്ഥമെന്തെന്നും നമ്മുടെ ജീവിതത്തേയും സ്വഭാവ ത്തേയും അതെങ്ങനെ ബാധിക്കുന്നു എന്നും. എന്തിന് എന്ത് എങ്ങനെ എന്നതൊക്കെ കഥയിലെല്ലായിടത്തും പ്രതിനിധാനം ചെയ്യപ്പെടുന്നുണ്ട്. കഥാവസാനവും സിനിമയിലെപ്പോഴും ഉൾച്ചേർന്നിട്ടുണ്ട്. മുഴുവൻ ഫല ത്തേയും അത് ക്രോഡീകരിക്കുകയും ചെയ്യുന്നു. കഥയുടെ താക്കോൽ ക്ലൈമാക്സ് ആയതുകൊണ്ട് സൃഷ്ടാവിന്റെ ആവശ്യം അത് വെളിപ്പെടു ത്തുന്നുണ്ട്. അല്ലെങ്കിൽ അയാളുടെ ശങ്ക; അതുമല്ലെങ്കിൽ അയാളുടെ ലക്ഷ്യമില്ലായ്ക.' ആധുനിക സിനിമയുടെ പരിമിതികൾ ഇവിടെ പ്രകട മാണ്. ഈയൊരു അളവുകോൽ വച്ചുനോക്കുമ്പോൾ സിനിമാരംഭത്തിൽ ദൃശ്യപ്പെടുന്ന പ്രശ്നങ്ങൾക്കെല്ലാമുള്ള കാര്യമാത്രപ്രസക്തമായ വിശ കലനമാണ്. *നിർമ്മാല്യ*ത്തിന്റെ അവസാന സീനുകൾ എന്നു കാണാം. വെളിച്ചപ്പാടിന്റെ അസാധാരണമായ അന്ത്യ പ്രകടനം വിലയിരുത്തു മ്പോൾ അത് ചിത്രത്തിന്റെ മുഴുവൻ സത്തയോട് വിശ്വാസം രേഖപ്പെടു ത്തുന്നതായി കാണാം. ഏറെ കൊട്ടിഘോഷിച്ച "ഗരംഹവാ"യോട് (1973) മാത്രമേ *നിർമ്മാല്യ*ത്തെ തട്ടിച്ചുനോക്കേണ്ടതായുള്ളൂ. അതിന്റെ മിക്ക വാറും ഈസ്റ്റ്മാൻ കളർ ഫൂട്ടേജുകൾ മുഗൾചക്രവർത്തിമാരുടെ ഖബ റിടങ്ങളിൽ ഖിന്നമായി അലയുകയാണ്. വെണ്ണക്കൽ താജും കാൽപനിക സിക്രിയും നല്കുന്ന കൃത്രിമ ലാളനത്തിന്റെ ദയനീയ കാഴ്ച. പാകി

സ്ഥാനിലേക്ക് ട്രെയിൻ പിടിക്കേണ്ടതിനുപകരം, സലീം മിർസയെന്ന മുതലാളി ദൈവഭക്തൻ പെട്ടെന്ന് വിപ്ലവകാരിയായി വിദ്യാർത്ഥിപ്രക്ഷോഭത്തിൽ അണിചേർന്ന് സിനിമയുടെ അവസാനത്തിൽ പിൻവലിയുന്നുണ്ട്. കടുത്ത വലതു പക്ഷത്തിൽനിന്നും മൃദു ഇടതിലേക്കുള്ള യാത്ര ഇന്ത്യയിൽനിന്നും പാകിസ്ഥാനിലേക്കുള്ള മൂന്നാം ക്ലാസ് യാത്രയേക്കാൾ ശ്ലാഘനീയമാണെങ്കിലും അത് സലീംമിർസയേക്കാൾ അയാളുടെ ആത്മീയ പ്രഭുവായ എം എസ് സത്യുവിന്റെ കാർമികത്വത്തിലാണെന്നു മാത്രം. എം ടി വാസുദേവൻനായരാകട്ടെ സകലതിനുമുള്ള ഒറ്റമൂലി എന്ന സൗകര്യപൂർവ്വമായ വ്യാജപോംവഴികൾ ഒഴിവാക്കി പ്രൗഢവും സമ്പുഷ്ടവുമായി അവതരിപ്പിച്ചിരിക്കുന്നു. അദ്ദേഹത്തിന്റെ സിനിമ സ്ഫിങ്സിന്റെ കടങ്കഥ പോലെ ഉത്തരം പറയാനാകാതെ ചോദ്യമായിത്തന്നെ അവശേഷിക്കുന്നു. ഇത് എം ടി യെ പ്രതിബദ്ധതയില്ലാത്ത ഒരു സിനിമാക്കാരനാക്കുന്നുണ്ടോ? പ്രതിബദ്ധതക്കാണിപ്പോൾ പ്രശ്നം മുഴുവൻ.

ഐതിഹാസികമായ സാദ്ധ്യതയാണ് *നിർമ്മാല്യ*ത്തിനുള്ളത്. വ്യത്യസ്തസംജ്ഞകളിലൂടെ മതത്തിലുള്ള വിശ്വാസക്കുറവ് എന്ന പ്രധാന തന്തു വെളിച്ചപ്പാടിന്റെ ശോചനീയമായ വിധിയിലൂടെ, വളരെ കൃത്യമായി അവതരിപ്പിച്ചിരിക്കുന്നു. ഹൈവേയിൽ ചായക്കട തുടങ്ങാനായി ശാന്തിക്കാരൻ മേൽശാന്തിപ്പണി രാജിവച്ചു പോകുന്നിടത്താണ് സിനിമ തുടങ്ങുന്നത്. പൂജയ്ക്കായി നിവേദ്യമോ പായസമോ ഒരു വെറ്റില പോലുമോ അമ്പലത്തിലില്ലെന്ന് അയാൾ പരാതിപ്പെടുന്നു. ഇതേ ശാന്തിക്കാരൻ തന്നെ പിന്നീട് ഭക്ത്യാദരം കാണിക്കാനായി ഗുരുതിക്ക്, കഷ്ടിച്ച് എട്ട് അണയാണ് സംഭാവന നല്കുന്നത്. അയാളുടെ ജോലി ഏറ്റെടുക്കുന്ന നായകൻ വിരോധാഭാസമെന്നു പറയട്ടെ യു പി എസ് സി പരീക്ഷയ്ക്ക് പഠിക്കുന്ന ആളാണ്. മേല്ശാന്തിപ്പണിയോട് ബന്ധപ്പെട്ട യാതൊരു നിഷ്ഠകളും മുൻപ് പാലിക്കാത്ത ആളാണിദ്ദേഹം എന്നാണ് ശ്രദ്ധിക്കപ്പെടേണ്ട വസ്തുത. കുട്ടിയായിരുന്നപ്പോൾ മാപ്പിളക്കടയിൽ നിന്നും ചായ കുടിച്ച സംഭവം അയാൾ ഏറ്റുപറയുന്നുണ്ട്. അയാൾ അമ്മിണിയെ ചായ ഉണ്ടാക്കാൻ അനുവദിക്കുകയും അവൾ ഉപചാരപൂർവ്വം "അടിയൻ" എന്ന് സ്വയം സംബോധന ചെയ്യുമ്പോൾ അത്ഭുതപ്പെടുകയും ചെയ്യുന്നു. വെളിച്ചപ്പാട് കേണപക്ഷിച്ചിട്ടും അയാൾ കഥാന്ത്യത്തിലെ മഹാമേളയ്ക്ക് നില്ക്കുന്നതുപോലുമില്ല. സ്ഥലം വിടാൻ അയാൾക്ക് അയാളുടേതായ കാരണങ്ങളുണ്ടെങ്കിലും (സഹോദരിയുടെ സ്ത്രീധനത്തിനായി പിതാവ് അയാളുടെ വിവാഹം ഉറപ്പിച്ചിരുന്നു.) വിശ്വാസങ്ങളോട് വലിയ പ്രതിപത്തി അയാൾ കാണിക്കുന്നില്ലെന്നാണ് ഒരാൾക്ക് തോന്നുക. (സുമുഖനായ രവിമേനോൻ അവതരിപ്പിച്ച യുവാവായ ശാന്തിക്കാരന്റെ കഥാ

പാത്രം തീരെ യുക്തിസഹമായില്ല; മേലേക്കാവിൽ പൂജ ചെയ്യുന്ന ഒരേയൊരു സീൻ പോലും തീരെ ബോദ്ധ്യപ്പെടുന്നതായില്ല).അതേ സമയം, ചിണുങ്ങിക്കരയുന്ന തന്റെ കുഞ്ഞിനെ ഭക്തയായ സ്ത്രീ വെളിച്ചപ്പാടിനെക്കൊണ്ട് ഊതിക്കുന്നുണ്ട്. പണം പിന്നെത്തരാമെന്നു പറഞ്ഞ് അവർ സ്ഥലം വിടുന്നു. സൃഹൃത്ത് നല്കുന്ന ചായയിലോ ബീഡിയിലോ ആണ് താൻ ദൈവത്തെ കാണുന്നതെന്നുപറയുന്ന വെളിച്ചപ്പാടിന്റെ മകൻ അപ്പുവിന്റെ പ്രകടമായ നിരീശ്വരത്വത്തേക്കാൾ ഈ സീനിലാണ് വിശ്വാസത്തിന്റെ ശോഷണം എടുത്തുകാണിക്കപ്പെടുന്നത്.

പാരമ്പര്യമൂല്യങ്ങളിലുള്ള വീഴ്ചയാണ് മതവിശ്വാസരാഹിത്യത്തിനു സമാന്തരമായി കാണുന്നത്. ഉദാഹരണത്തിന്, വെളിച്ചപ്പാട് ഭിക്ഷയ്ക്കിറങ്ങുമ്പോൾ എല്ലാ വീടുകളിലും പാരമ്പര്യ ഭക്തിയോടെ അയാൾ സ്വീകാര്യനാകുന്നില്ല. പൊട്ടിപ്പുറപ്പെടുന്ന പകർച്ചവ്യാധിയാണ് ഗ്രാമത്തിലെ അധികാരശ്രേണിയിലെ കൃത്യമായ സ്ഥലത്തേക്ക് സൗകര്യപൂർവ്വം അയാളെ രക്ഷപ്പെടുത്തുന്നത്. മതത്തേക്കാൾ അന്ധവിശ്വാസങ്ങൾക്ക് വേരുകളുണ്ടെന്ന വലേറിയുടെ സിദ്ധാന്തം ഇത് ഓർമ്മപ്പെടുത്തുന്നു. പിന്നീട് ഗുരുതിയുടെ സംഭാവനയ്ക്കായി വെളിച്ചപ്പാട് വീടുവീടാന്തരം കയറിയിറങ്ങുമ്പോൾ സമ്പന്നനായ ബ്രാഹ്മണൻ വെളിച്ചപ്പാടിനെ അവഗണിച്ച്, കാത്തുനില്ക്കാൻ പറയുന്നു. അമേരിക്കൻ ടൂറിസ്റ്റുകളെ മോഹിനിയാട്ടം ആസ്വദിപ്പിക്കുകയാണ് അയാൾ (സാന്ദർഭികമായി പറയട്ടെ, ഈ സീൻ വേണ്ടുന്നതിലും നീണ്ടുപോയി. എഡിറ്റർ രവിക്ക് ഒന്നുകൂടി ശ്രദ്ധിക്കാമായിരുന്നു). ആതിഥേയത്വത്തിന്റെ തീക്ഷ്ണമായ രണ്ട് ഓർമ്മപ്പെടുത്തലുകൾ ശ്രദ്ധേയമാണ്. ആദ്യത്തേത് ബ്രാഹ്മണസ്ത്രീ വെളിച്ചപ്പാടിന് ഭിക്ഷ കൊടുക്കുമ്പോൾ കാണിക്കുന്ന ബഹുമാനത്തിലാണ്. ഒരു പിടി അരി നല്കാനായി കൊണ്ടുവരുന്ന അവർ അത് വെളിച്ചപ്പാടാണെന്നു കണ്ട് ഉടനെ അകത്തുപോയി, ആചാരപരമായ ഓട്ടുശിഖരവിളക്കും കൊണ്ടുവന്ന് സ്വീകരിക്കുന്നു. തെക്കൻ വില്ലേജുകളിലെങ്കിലും അന്യം നിന്നുപോയ പാരമ്പര്യചര്യകളാണ് ഇവിടെ ഓർമ്മിക്കപ്പെടുന്നത്. രണ്ടാമതായി, അമ്മിണി, യുവശാന്തിക്കാരൻ നല്കിയ നിവേദ്യം വിശന്നുനില്ക്കുന്ന സഹോദരിമാർക്കുപകരം ഭ്രാന്തൻ ഗോപാലനു നല്കുമ്പോഴാണ്. സാമ്പത്തിക പരിഗണനകൾക്കതീതമായ ധർമ്മത്തിന്റെ ശരിയായ സത്തയാണ് ഇവിടെ അനുഭവപ്പെടുന്നത്. ഈ പ്രക്രിയയുടെ അതിമനോഹരമായ രേഖാചിത്രം തന്നെയാണ് തെരുവുകച്ചവടക്കാരന്റെ കാര്യത്തിലും സംഭവിക്കുന്നത്. അപ്പുവിന്റെ കൈയിൽനിന്നും വാളും ചിലമ്പും വാങ്ങാൻ അയാൾ വിസമ്മതിക്കുന്നു. കാരണം, അത് ദേവിയുടേതാണ്. ശ്രദ്ധിക്കപ്പെടേണ്ട സംഗതി, ഈ സന്ദർഭങ്ങളിലൊന്നും അതതു വ്യക്തികളുടെ സവിശേഷതകളല്ല പ്രതിഫലിക്കുന്നത് എന്നതാണ്. കടന്നുപോയ കാലത്തിന്റെ

ഓർമ്മകളെങ്കിലും അവ സംസ്കാരത്തിന്റെ തനിമ എന്തെന്നുള്ള വെളിപാടുകളുടെ(തോമസ് അകിനാസ് വീക്ഷണത്തിൽ) സ്വഭാവത്തിലുള്ള സീനുകളാണ്.

അധോഗതികളിൽ ഏറ്റവും സങ്കടകരമായിട്ടുള്ളത് കലയുടെ അധോഗതിയാണ്. വെളിച്ചപ്പാടും ബ്രാഹ്മണന്റെ കാര്യസ്ഥനുമുൾപ്പെട്ട, അത്രകണ്ട് കലാപരമൊന്നുമല്ലാത്ത സീനിൽ കഴിഞ്ഞ കാലത്തിന്റെ ഓർമ്മകൾ വെളിച്ചപ്പാട് അയവിറക്കുന്നു. രാമുണ്ണിനായരുടെ ഭീമൻ, താമിനായരുടെ താടി*, പൊതുവാളിന്റെ ചെണ്ട, നമ്പീശന്റെ പാട്ട്. രാമുണ്ണിനായർക്കുതന്നെ (പ്രതീകാത്മകമായി ശങ്കരാടി അവതരിപ്പിക്കുന്ന കാലുവയ്യാത്ത കഥാപാത്രം) കഥകളികോപ്പുകൾ കുറ്റം തീർത്ത് സംരക്ഷിക്കാനാവുന്നില്ല. ധനാഢ്യനായ ബ്രാഹ്മണനുമൊത്തുള്ള അയാളുടെ സീൻ കാര്യങ്ങളുടെ അവസ്ഥയുടെ സൂചകമാണ്. ടൂറിസ്റ്റുകൾക്കുവേണ്ടിയുള്ളതുമാത്രമാണ് കഥകളിയെന്നും മറ്റൊരർത്ഥത്തിൽ അത് സൂക്ഷിക്കുന്നതുകൊണ്ട് ഫലമില്ലെന്നും ബ്രാഹ്മണൻ വെളിപ്പെടുത്തുന്നുണ്ട്. ഈ നെടുങ്കൻ പ്രസംഗത്തോടെ വ്രണിതനായ രാമുണ്ണി നായർ ഒട്ടൊരു ദ്വേഷത്തോടെ ആ നല്ല ദിവസങ്ങളെ കൃത്യമായി ഓർക്കുന്നു. (ദുശ്ശാസനനെ കൊല്ലുന്ന ആ ചെറിയൊരു കഥകളിതന്നെ മതി സിനിമയുടെ പല ഫ്ളാഷ് ബാക്കുകളെയും വാചാലമാക്കാൻ) അപ്പോൾത്തന്നെ പിരിച്ചുവിടപ്പെടുന്ന രാമുണ്ണി നടന്നുനീങ്ങുമ്പോൾ കാര്യസ്ഥന്റെ ഒരു തുള്ളി കണ്ണീർ താഴെ വീഴുന്നു. ഒരു യുഗത്തിന്റെ അവസാനമായി നമുക്കതനുഭവപ്പെടുന്നു. കഴിഞ്ഞ നാല്പത് വർഷത്തോളമായി രാമുണ്ണി ഗ്രാമത്തിലുണ്ട്. ഇപ്പോഴയാൾക്കു പോകാനൊരിടവുമില്ല. പശ്ചാത്താപത്തിലും നിസ്സഹായതയിലും പെട്ട് കാര്യസ്ഥന്റെ വാക്കുകൾ പതറുന്നു (എം ബി ശ്രീനിവാസന്റെ പരുഷമായ സംഗീതം അതിന്റെ സ്വയം കണ്ടെത്തലിൽ വിരക്തമായി മാറുന്നു.) രാമുണ്ണിയുടെ ദയനീയ രൂപം നടന്നുനീങ്ങുമ്പോൾ ബ്രാഹ്മണന്റെ നിർവ്വികാരതയുടെ തേരിനടിപ്പെടുന്നത് കണ്ഠത്തിൽ ഒരു വിതുമ്പലോടെ നാം അറിയുന്നു.

ഇത്രയും ഉദാത്തമായ കഥാതന്തുവുണ്ടായിട്ടും ബോക്സ് ഓഫീസിനുവേണ്ടി, വെളിച്ചപ്പാടിന്റെ മകൾ അമ്മിണിയും യുവശാന്തിക്കാരനുമായുള്ള പ്രേമം പോലുള്ള ഇളവുകൾ അവതരിപ്പിക്കുന്നത് തീർത്തും നിരാശാജനകമാണ്. പാരമ്പര്യച്യുതിയുടെ കഥാഗതിയിൽനിന്നും പ്രണയം വേറിട്ടു നില്ക്കുകയാണ്. ഏറെ സുതാര്യമായ എം ബി ശ്രീനിവാസന്റെ സൗണ്ട്ട്രാക്ക് സുവ്യക്തമായ ഈ വ്യത്യാസത്തെ സ്വീകരിക്കാൻ നിർബ്ബന്ധിതമാകുന്നതു കാണാംപ്രണയികളുടെ കേളികൾ വിവിധ ചുറ്റുപാടുകളിൽ അത് രേഖപ്പെടുത്തുന്നുണ്ടെങ്കിലും. വെളിച്ചപ്പാടിന്റെ

* നാണുനായരുടെ താടി

ശോകാർദ്രമായ വയലിൻ തീം വഴിമാറുന്നത് നായികയുടെ രതികൽപനകൾ രേഖപ്പെടുത്തുന്ന സീനിൽ നിന്നും ശബ്ദത്തിന്റെ അപരിചിതമായ സമ്മിശ്രശ്രേണിയിലേക്കാണ്.സങ്കടസമ്പന്നമായ ഒരു ഫ്ളാഷ് ബാക്ക് സീനിൽവരുന്ന ആരഭിരാഗത്തിലുള്ള പുള്ളുവൻ പാട്ടിൽ നിന്നുമാണ് വയലിൻ തീം എടുത്തിട്ടുള്ളത്. ഇതൊഴിച്ചാൽ പ്രേമകഥയുടെ വികാസത്തിന്റെ മൂല്യങ്ങൾ ആധുനിക നിർവ്വചനങ്ങളിൽ പെടുന്ന യഥാർത്ഥ പ്രേമത്തിന്റെ വരുതിയിൽ വരുന്നതല്ല തീർച്ചയായും അങ്ങനെ ആവുകയുമില്ല. അമ്മിണിയുടെ ലൈംഗികമായ കീഴടങ്ങൽ വരെ യഥാർത്ഥ പ്രേമമൂല്യങ്ങൾ വികസിക്കുന്നതായി കാണാം. അതിനുശേഷം കമിതാക്കളുടെ ആത്യന്തികമായ വേർപെടൽ അംഗീകരിക്കാൻ നാം നിർബ്ബന്ധിതരാകുന്നു. തന്റെ നിർഭാഗ്യകരമായ അവസ്ഥയിൽ സ്ഥലം വിടുന്നുവെന്ന് നായകൻ ഏറ്റുപറയുമ്പോൾ കാണിക്കുന്ന, ഇഴപിരിഞ്ഞ ഏകാന്തമായ വൃക്ഷത്തിന്റെ അസ്വസ്ഥപ്പെടുത്തുന്ന കാഴ്ച; നായകനാൽ ഉണ്ടാക്കപ്പെട്ട രക്തസാക്ഷിയുടെ പരിവേഷം, ഈ സമയത്ത് അമ്മിണിയുടെ വിധിയായി നിർണ്ണയിക്കപ്പെടുന്നു. (കൂടാതെ, വിവാഹത്തെക്കുറിച്ചുള്ള അയാളുടെ തന്നെ മനോകല്പനകൾ ഈ ധാരണയെ ഉറപ്പിക്കുന്നു) അതുപോലെ ത്തന്നെ കാവ്യാത്മകമാണ് ഭാരതപ്പുഴയോരത്തെ യാത്രപറയൽ സീൻ. മധുരോദാരമായ കല്ല്യാണപ്പാട്ടിന്റെ പശ്ചാത്തലത്തിൽ നായകൻ വിടപറയുമ്പോൾ തത്ത്വചിന്താപരമായി നമ്മളും സാഹചര്യത്തെ അംഗീകരിക്കുന്നു. കാഴ്ചയുടെ അനുപാതത്തിൽ നാം ഹിപ്നോട്ടൈസ് ചെയ്യപ്പെടുന്നു. (കഥയിലേക്ക് നായകൻ കടന്നുവരുന്ന അതേ വഴിയിലൂടെത്തന്നെയാണയാൾ മടങ്ങുന്നതും നാം കാണുന്നത്.) കാലികമായ സദാചാരമൂല്യങ്ങൾക്ക് അനുസൃതമായി നായകനെ വിധിക്കാൻ നാം മടിക്കുന്നു. കമേഴ്സ്യൽ സിനിമകളിൽ ഇത്തരം സന്ദർഭങ്ങളിൽ വില്ലനാക്കപ്പെടുന്ന പതിവുരീതി *നിർമ്മാല്യ*ത്തിൽ പൊളിച്ചെഴുതുന്നത് എന്തെന്നാൽ സദാചാരമൂല്യങ്ങളിൽനിന്നുള്ള സ്വാതന്ത്ര്യമല്ല മറിച്ച് അവയുടെ മുഴുവൻ നിഷേധമാണ്. സൗന്ദര്യ ദർശനങ്ങളുടെ മറ്റൊരു അവിശുദ്ധ വിജയമാണത്.

ഭാഗ്യവശാൽ, ക്ഷേത്രം ശാന്തിക്കാരനായി ജോലിയെടുക്കാൻ എത്തുമ്പോൾ രവിമേനോനും സുമിത്രയും വളരെയധികം സംയമനത്തോടെ അഭിനയിക്കുന്നുണ്ട്, ചിത്രത്തിന്റെ ആദ്യ സീനുകളിൽ. അവരുടെ രണ്ടാമത്തെ കൂടിക്കാഴ്ചയിൽ അമ്മിണി നർമ്മോക്തി പറഞ്ഞ് സിനിമയിലെന്ന പോലെ ഓടാൻ തുടങ്ങുമ്പോഴാണ് കാര്യങ്ങൾ കീഴ്മേൽ മറിയുന്നതിലേക്ക് നീങ്ങുന്നത്. (ഇതേ സീൻ പിന്നീട് ആവർത്തിക്കപ്പെടുന്നുണ്ട്.) സിനിമയിലെ പ്രേമരംഗങ്ങൾ എങ്ങനെ വ്യവസ്ഥയാക്കപ്പെട്ടിരിക്കുന്നു എന്ന് ഇത് കാണിക്കുന്നു. മഴയിൽ കുതിർന്ന ആരാധന, പരിഭ്രമം കലർന്ന

കെട്ടിപ്പിടുത്തത്തിലേക്കും ലൈംഗികകേളിയിൽ കുറയാത്ത എന്തിലേക്കും പ്രേരിപ്പിക്കപ്പെടുമെന്ന് പ്രേക്ഷകർക്കറിയാം. സത്യമാണ്, ഈ സീൻ അസാധാരണമായ സംയമനത്തോടുകൂടിയാണ് കൈകാര്യം ചെയ്തിട്ടുള്ളത്. എന്നാൽ, തുടർന്ന് വന്ന സീനിൽ നായിക തന്റെ മോഹ സങ്കല്പങ്ങളിൽ മുഴുകുന്നതവതരിപ്പിക്കുമ്പോൾ എം ടി, എല്ലാ നിയന്ത്രണങ്ങളും കാറ്റത്തെറിയുന്നു. അവളുടെ കിതപ്പുകൾ ഏറെ പ്രയാസത്തോടെ ഋജുരാഹോ ചാരുതയിൽ വിശദീകരിക്കുന്നുണ്ട്. ഇലകളുടെ വിറയലും മർമ്മരവുമൊക്കെ പ്രതീകമാകുന്നുണ്ടെങ്കിലും സാധാരണക്കാർക്ക് അതു ദുർഗ്രഹമാണ്. അവളുടെ ലൈംഗിക കീഴ്പ്പെടൽ കാണിക്കുന്ന അടുത്ത സീനിൽ (ഒലിച്ചുവീഴുന്ന തിരികൾ, പ്രതീകം) അവ്യക്തതയുണ്ട്. ആദ്യത്തെ ചില വികാര പ്രകടനങ്ങൾക്കുശേഷം നായകൻ പരിപൂർണ്ണമായും സീനിൽനിന്നും ഒഴിഞ്ഞുനില്ക്കുകയാണ്. ഒന്നുകിൽ നായിക സ്വയം ഭോഗം ചെയ്തതായോ അല്ലെങ്കിൽ പ്രേക്ഷകർ നായികയുമായി രമിക്കുകയായിരുന്നെന്നോ ആണ് ഒരാൾ കരുതുക. സാങ്കേതികമായും അമിതപ്രകാശത്തിലുള്ള സീൻ (ഭ്രമ കല്പന വീണ്ടും) തീരെ ഭാവനാത്മകമല്ല. രാമചന്ദ്രബാബുവിന്റെ ജോലിയിൽ ഫിലിം ഇൻസ്റ്റിറ്റ്യൂട്ടിന്റെ അച്ചടക്കമൊന്നും കാണാനില്ല (പോസ്റ്റോഫീസ് സീൻ ഒന്നു നോക്കൂ). മഹാദുരന്തത്തിൽനിന്ന് രക്ഷപ്പെടുത്തുന്നത് എഡിറ്റിങ്ങാണ്. വീട്ടിലെത്തിയ അമ്മിണി പിന്നീട് അടുപ്പത്ത് തിളയ്ക്കുന്ന പാത്രം തൂവിപ്പോകുന്നത് നോക്കിക്കൊണ്ടിരിക്കുന്നത് കാണിക്കുന്നു. അമ്പലത്തിൽ നിന്നും നേരെ തിളയ്ക്കുന്നപാത്രം കാണിച്ചിരുന്നെങ്കിൽ നല്ല തമാശയായേനെ. പക്ഷേ, അമ്പലത്തിനും പാത്രത്തിനുമിടയിൽ ഘോസ്ലായുടെ നീണ്ട നിഴൽ വീണുകിടക്കുന്നുണ്ട്.

കഥാതന്തുവുമായി പ്രേമകഥയ്ക്ക് അധികം പ്രാധാന്യമില്ല. വെളിച്ചപ്പാടിന്റെ അധ: പതനത്തിന്റെ ഹൃദയഭേദകമായ വിവരണത്തിനുമൊക്കെ ഏറെ പുറത്ത് ചെടിപ്പുളവാക്കുന്ന അരോചകമായ അടയാളവാക്യമായി, മുഴുവൻ സിനിമയുടെ ശില്പവിദ്യയുമായി ഒരു തരത്തിലും യോജിക്കാതെ അതു നില്ക്കുന്നു

പക്ഷേ, അതിനുമപ്പുറം സിനിമ വിശദമായ നീരിക്ഷണങ്ങളാൽ സമ്പന്നമാണ്.

ഉദാഹരണമായി യുവശാന്തിക്കാരൻ ഗ്രാമത്തിൽ എത്തുമ്പോൾ വാരിയർ അയാൾക്ക് കിടക്കാനിടം വാഗ്ദാനം ചെയ്യുന്നു, സ്വഗൃഹത്തിൽ. (ആത്മഹത്യ ചെയ്ത പുത്രനെ ഓർമ്മിപ്പിക്കുന്നു നമ്പൂതിരി എന്ന് ചെറിയൊരു വിവക്ഷയുണ്ട്) അടുത്ത സീനിൽ, രാത്രിയിൽ മുറിയിലിരുന്ന് യു പി എസ് സി പരീക്ഷയ്ക്ക് പഠിക്കുന്ന നമ്പൂതിരി 'പൊതുവിജ്ഞാന റിഫ്രഷർ' വായിക്കുകയാണ് (രാജ്യ തലസ്ഥാനങ്ങൾ ഹൃദിസ്ഥമാക്കുന്നതി

നിടയിൽ അയാൾ റിയോ ഡീ ജനീറോയിൽ തത്രപ്പെട്ടുനില്ക്കുന്നുണ്ട്.) വാരിയർ വന്ന് കുശലാന്വേഷണം നടത്തി പോകുന്നു. തെല്ലിട കഴിഞ്ഞ്, ഭാര്യ ലക്ഷ്മിക്കുട്ടി വെള്ളവും അല്പം പാലുമായി പ്രവേശിക്കുന്നു. സുമുഖനായ ശാന്തിക്കാരനിൽ അവർ ആകൃഷ്ടയായെന്നത് വ്യക്തം. പത്രങ്ങൾ ജനൽപ്പടിയിൽ വെക്കാൻ മുതിരവേ അവർ തിരുമേനിയെ ഉരസിയെന്നത് വ്യക്തം. അയാൾ പിടഞ്ഞെഴുന്നേറ്റ് സ്ത്രീയുടെ അന്വേഷണങ്ങൾക്ക് ധൃതിപ്പെട്ട് മറുപടി പറയുന്നു. ആ ചെറിയ സീൻ അപൂർണ്ണമായി നില്ക്കുന്നു. അയാളുടെ വാരിയരോടൊപ്പമുള്ള അടുത്ത സീൻ മുതൽ നാം അറിയുന്നു, നമ്പൂതിരി താമസം അമ്പലത്തിലേക്ക് മാറ്റിയെന്ന്. കാരണം, അയാൾക്ക് രാത്രി മുഴുവൻ വായിക്കേണ്ടതുണ്ട്. അമ്പലത്തിലെ അയാളുടെ ഏകാന്ത പൊറുതിയാണ് അമ്മിണിയുടെ അർത്ഥം വെച്ചുള്ള സംസാരങ്ങൾക്ക് കാരണമാകുന്നതെന്നതുകൊണ്ട്, വാരിയരുടെ ഭാര്യയുമായുള്ള മുൻപത്തെ സീൻ ദുർഗ്രാഹ്യമാകുന്നു.

എം ടിയുടെ സാമൂഹ്യവിശകലനവും വളരെ ഹ്രസ്വമാണ്. ഉദാഹരണത്തിന് ജാതിയെ സംബന്ധിച്ച വാസ്തവികതകളിൽ അദ്ദേഹം കൃത്യവും നിഷ്പക്ഷനുമായ കക്ഷിരഹിതനായ നിരീക്ഷകനാണ്. നമ്പൂതിരിയും അമ്മിണിയും തമ്മിലുള്ള ജാതി ആചാരങ്ങൾ അവരുടെ ബന്ധത്തിന്റെ ആദ്യ ഘട്ടത്തിൽത്തന്നെ നിശ്ശബ്ദം രേഖപ്പെടുത്തുന്നുണ്ട്. പാചക സീനിൽ അവൾ തീ ഊതിക്കത്തിക്കുന്നതേയുള്ളൂ. അരികഴുകുന്നതും പാത്രം എടുത്തുവെക്കുന്നതും ഒക്കെ നമ്പൂതിരിയാണ്. അടിയൻ എന്ന ആദ്യപ്രയോഗത്തിനുശേഷം അവൾ അയാളെ വിളിക്കാൻ തുടങ്ങുകയും ആരോടും പറയില്ലെന്ന ഉറപ്പിന്മേൽ മാത്രം അവൾ അയാൾക്ക് ചായയുണ്ടാക്കിക്കൊടുക്കുകയും ചെയ്യുന്നു. ഇവിടെയും അവൾ ചായ കുടിക്കുന്നത് അയാൾ ഉപയോഗിച്ച അതേ കപ്പിലാണ്. കഴുകിയെടുക്കാൻ അയാൾ വിളിച്ചുപറയുന്നുണ്ടെങ്കിലും. അവളുടെ ഇഷ്ടത്തിന്റെ അടയാളമായിട്ടാണ് ഈ പ്രവൃത്തിയെങ്കിലും ജാതി മേധാവിത്വം ഇവിടെ പ്രത്യക്ഷമാണ്. അതുപോലെ ചായക്കടയിലെ സീനിൽ മുൻ മേൽശാന്തി ജാതിയിൽ താഴ്ന്ന ഹിന്ദുവിന്റെ കൈയിൽ തൊടാൻ കൂട്ടാക്കുന്നില്ല. (അയാൾ ആരും കാണാതെ പ്ലേറ്റ് ബഞ്ചിൽ വെക്കുകയാണ്) പക്ഷേ, സാമൂഹ്യസമത്വത്തിൽ വെളിച്ചപ്പാടിനെ അയാൾ പരിചരിക്കുന്നുണ്ട് -എതിർ വാദങ്ങൾ വെളിച്ചപ്പാടിന്റെ കാണാതെ പോയ മകൻ അപ്പു നടത്തുന്നുണ്ടെങ്കിലും.

ഒരിക്കൽ മാത്രമേ എം ടിയുടെ കൈകൾ നിയന്ത്രണാതീതമാകുന്നുള്ളൂ. ഭ്രാന്തൻ ഗോപാലൻ, (എം ടിയുടെ തന്നെ തിരക്കഥയായ *ഇരുട്ടിന്റെ ആത്മാവിലെ* വേലായുധന്റെ വിദൂര സാദൃശ്യം) വെളിച്ചപ്പാടിനോട് നിരവധി തവണ ബീഡിക്കായി നടത്തിയ വിപുലശ്രമങ്ങൾക്കുശേഷം

മുസ്ലീം കച്ചവടക്കാരൻ മൊയ്മുണ്ണി എറിഞ്ഞുകൊടുക്കുന്ന ബീഡിയോട് 'സ്ഥലം വൃത്തികേടാക്കി' എന്നു പറയുമ്പോഴാണിത്. ഇവിടെ കൃത്യ മായും എം ടി പറയുന്നത് മനുഷ്യന്റെ അന്തസ്സ് എല്ലാറ്റിനും ഉപരിയാ ണെന്നാണ്. പക്ഷേ, ഇത് ഗോപാലനെപ്പോലുള്ള ഭ്രാന്തന്മാർക്ക് മാത്രം ലഭിക്കുന്ന ആർഭാടമാണ്. ബ്രെഹ്ത് എഴുതുന്നു. "ഭക്ഷണം ആദ്യം; സന്മാർഗ്ഗമെല്ലാം പിന്നീട്" ബ്രെഹ്ത്തിയൻ ശാസനത്തിൽ നിന്നുമുള്ള എം ടി യുടെ പിന്മാറ്റം പ്രതിലോമകരവും ആദർശാധിഷ്ഠിതവുമാണ്. പിന്നീട് ഇതേ ഗോപാലൻ അമ്മിണിയുടെ പുറകെ കുതിക്കുമ്പോൾ പ്രേക്ഷകർ ചിന്തിക്കുക പീഡിപ്പിക്കാനാവും എന്നത് ഈ വായന ശരിവെയ്ക്കുന്നു. പക്ഷേ, പിന്നീടവളെ ഓടിച്ചിട്ട് പിടിക്കുമ്പോൾ അയാൾ ചോദിക്കുന്നത് "എന്തെങ്കിലും പറ്റിയോ?' എന്നു മാത്രമാണ്. അണ അല്ല ആവശ്യപ്പെടു ന്നത്. (സന്ദർഭികമായി, ഇപ്പോൾ പ്രചാരത്തിലില്ലാത്ത നാണയ സമ്പ്ര ദായം സിനിമയുടെ കാലഗണന വിലയിരുത്താൻ ബുദ്ധിമുട്ടുണ്ടാക്കുന്നു. കാറുകളും, വിനോദസഞ്ചാരികളും രഞ്ജി ട്രോഫി ക്രിക്കറ്റ് കമന്ററിയും അത് അറുപതുകളിലാണെന്ന് വ്യക്തമാക്കുന്നുണ്ടെങ്കിലും). ഇതൊക്കെ ആദർശാത്മവൈകാരികതയിൽനിന്നും വേറിട്ടു നില്ക്കുന്ന സിനിമയിലെ ചിതലരിച്ച ബൂർഷ്വാമാനുഷികതയുടെ ശേഷിപ്പുകൾ. മൊയ്മുണ്ണിക്കു മുന്നിലുള്ള കല്ല്യാണിയുടെ ഭക്ഷണത്തിനുവേണ്ടിയുള്ള കീഴടങ്ങൽ എം ടി ചിത്രീകരിച്ചിട്ടുള്ളത് വൈകാരികതയുടെ പൊടിപോലുമില്ലാതെ യാണെന്ന് സത്യത്തിൽ എനിക്ക് കൂട്ടിച്ചേർക്കാനുണ്ട്. വെളിച്ചപ്പാട് (മുമ്പ് ഗോപാലനോട് മൊയ്മുണ്ണി ചെയ്ത പോലെ) ഇവിടെ ധാർമ്മിക രോഷം പ്രകടിപ്പിച്ചിരുന്നുവെങ്കിൽ അയാൾക്ക് പ്രേക്ഷകരുടെ സഹതാപമെല്ലാം നഷ്ടപ്പെടുമായിരുന്നു. പകരം നിരാശയിൽ മുഴുകി തലകുനിക്കുക മാത്രം ചെയ്യുന്നു. അങ്ങനെ ഒരു ദുരന്തഗാംഭീര്യം തന്നത്താൻ അയാൾ ഉറപ്പാ ക്കുന്നു.

എന്നാൽ, ഈ കുറവുകളൊന്നും സിനിമയുടെ മൊത്തം ഉജ്ജ്വല ദീപ്തിയെ മങ്ങിക്കാണിക്കുന്നില്ല. *നിർമ്മാല്യ*ത്തിന് അദ്വിതീയമായ നാദ ലയത്തിന്റെ പ്രൗഢിയും കുലീനത്വവുമുണ്ട്. ആദ്യത്തെ ആമുഖവ്യാ ഖ്യാനം അവസാനിക്കുന്നതുതന്നെ, ഫ്ളാഷ് ബാക്കിൽ നിന്ദ്യമായ ഒരു പകലിനുശേഷം, രാത്രി വെളിച്ചപ്പാട് വീട്ടിൽ തിരിച്ചെത്തുമ്പോഴാണ്. (മേ ലേക്കാവിലെ ശാന്തിക്കാരൻ രാജിവെച്ചു). വ്യക്തമായ വ്യസനത്തിലാണ്ട് അയാൾ കടന്നുപോയ നല്ല നാളുകൾ ഓർക്കുന്നു ഉത്സവനാളുകളുടെ മഹദ് സന്ദർഭങ്ങൾ താളമേളങ്ങളും വെടിക്കെട്ടും കൊഴുപ്പുകൂട്ടുന്നു. ഫ്ളാഷ് ബാക്ക് കാറിക്കരയുന്ന തവളകളുടെ ശബ്ദത്തിൽ സന്നിവേശി ക്കുന്നു. രണ്ടാമത്തെതാകട്ടെ തുടങ്ങുന്നത് വെളിച്ചപ്പാടിന്റെ കുട്ടികൾ പ്രഭാതത്തിൽ പഠനകൃത്യങ്ങൾ ചെയ്യുന്നതിലും, അവസാനിക്കുന്നത്

മൂത്തമകൻ അപ്പു നാടുവിട്ടുപോകുന്നതിലുമാണ്. ഈ അനുക്രമണത്തിലാകെ വയലിൻ തീം (അതോ വെളിച്ചപ്പാട് തീമോ?) നിറഞ്ഞുനില്ക്കുന്നു. തൃശൂർക്ക് പോയി ജോലി കണ്ടുപിടിക്കാൻ പണം ആവശ്യപ്പെടുന്ന മകനും വെളിച്ചപ്പാടുമായുള്ള സന്ദർഭത്തിലും ഇതേ വയലിൻ തീം കേൾക്കാം. പിതൃപുത്ര ബന്ധത്തിന്റെ പ്രാധാന്യം ഊട്ടിയുറപ്പിക്കുമ്പോഴെല്ലാം ഈ വയലിൻ തീം, സിനിമയുടെ ലൈറ്റ് മോട്ടീഫ് (ഒരു വ്യക്തിയോടോ ചിന്തയോടോ ബന്ധപ്പെട്ട് വീണ്ടും വീണ്ടും ആവിർഭവിക്കുന്നു വിഷയം) ആയിത്തീരുന്നു. ഗുരുതിക്കുമുമ്പായി വെളിച്ചപ്പാട് ആചാരസ്നാനം നടത്തുമ്പോൾ അവസാനമായി ഈ തീം, കാര്യമായി കേൾക്കാം. മൂന്നാമത്തെ ആമുഖ കഥനം, ചെറുതും ഏറ്റവും സുഖദായകമായതും, വെളിച്ചപ്പാടിന്റെ ഭാഗ്യങ്ങളിൽ ചെറുവിശ്രാന്തി പ്രകടിപ്പിക്കുന്നതുമാണ്. (അത് അവതരിപ്പിക്കാനായി എം ടി ഏറ്റവും പ്രകടമായ പ്രതീകങ്ങളാണ് ഉപയോഗിക്കുന്നത്. വിളക്കെണ്ണയിൽ വീണുപിടയുന്ന ഒരു ചീവിടിനെ അമ്മിണി രക്ഷപ്പെടുത്തുന്നു.) ഇത് വെളിച്ചപ്പാട് തന്റെ ഏറ്റവും ഗർവ്വിഷ്ഠനായ സ്വഭാവത്തിലേക്ക് തിരിച്ചുവന്നതായി കാണിക്കുന്നു. (നാട്ടിൽ പകർച്ചവ്യാധി പൊട്ടിപ്പുറപ്പെട്ടിരിക്കുന്നു). അടുത്തുതന്നെ നടക്കാൻ പോകുന്ന ഉത്സവത്തിന്റെ ഒരുക്കങ്ങൾ പരിശോധിക്കവെ, വെളിച്ചപ്പാട് ഊർജ്ജസ്വലനാകുന്നു. പഴയ നാടക പ്രവർത്തകനായ പി ജെ ആന്റണിക്ക് ശബ്ദ മിശ്രണങ്ങളുടെ ഏതുപകരണവും സ്വായത്തമാണ്. അച്ചുതമാരുടെ മെരുങ്ങാത്ത പ്രകൃതിയെ കൈകാര്യം ചെയ്യുമ്പോഴുള്ള അപമാനം, കുഞ്ഞികൃഷ്ണന്റെ സേവനം ആവശ്യപ്പെടുന്നതിലെ മേധാശക്തി പോലെത്തന്നെയാണ്. അതുവരേക്കും വെളിച്ചപ്പാടിന്റെ സ്വഭാവത്തിൽ കാണാതിരുന്ന ധൃതി ഈ മുഴുവൻ രംഗത്തും അടയാളപ്പെടുത്തിയിരിക്കുന്നതുകാണാം. അവസാനത്തെ അണപോലും സ്വന്തം വീട്ടിലെ ആവശ്യങ്ങൾക്കായി ഭാര്യ ഉപയോഗിച്ചു എന്നറിയുന്ന വെളിച്ചപ്പാടിന്റെ ക്രോധം, എന്നും കീഴ്പ്പെടാൻ വിധിക്കപ്പെട്ട ഒരാളുടേതുപോലെയാണ്. ഒരുപക്ഷേ, സിനിമയിലെ ഏറ്റവും നല്ല മുഹൂർത്തം ആ അസുലഭ സീനിലാണ്. മുമ്പ് പരാമർശിച്ചതുപോലെ വിളറിയ മുഖത്തോടെ ഭാര്യയുടെ ചാരിത്ര്യം നഷ്ടപ്പെട്ടതറിഞ്ഞ് സ്തബ്ധനായി അവളുടെ മുന്നിൽ നില്ക്കുമ്പോൾ പി ജെ അദ്വിതീയമായ പ്രഭാവത്തോടെ അതിമഹത്തായി ഈ ദുഃഖരംഗം അവതരിപ്പിച്ചിരിക്കുന്നു.

മങ്ങാത്ത ശോഭയുടെ, സുസ്ഥിര ശക്തിയുടെ ക്ലിഷ്ടമായ അത്ഭുതമാണ് പി ജെയുടെ വെളിച്ചപ്പാട് മറക്കാൻ ആവാത്ത ശാശ്വതസൃഷ്ടി.

അവസാന കഥനം തുടങ്ങുന്നത്, വെളിച്ചപ്പാടിന്റെ 'സത്യവുമായുള്ള മുഹൂർത്തം' സിനിമയെ അതിന്റെ ആത്യന്തികമായ ദുഃഖസമാപ്തിയിലേക്ക് തൂത്തുവാരുമ്പോഴാണ്. ഉത്സവത്തിനു പോകുന്ന ജനങ്ങളെ വെളി

ച്ചപ്പാട് വണങ്ങുമ്പോൾ അയാളുടെ മുഖത്ത് (മുമ്പേ തന്നെ ഒരു വശത്തേക്ക് ചരിഞ്ഞത്) വിളറി വിഷണ്ണമായ ഒരു ചിരി മാത്രം. നദിയിൽ കുളിച്ചുകൊണ്ടിരിക്കെ ഉത്തമ സുഹൃത്ത് വാരിയർ സംസാരിക്കുമ്പോൾ മാത്രം അയാളുടെ മുഖത്ത് തെല്ലിട നേരം സ്വതസിദ്ധമായ തേജസ്സ് കൈവരുന്നു. അന്തിമമായ ഭീകരതാണ്ഡവം തുടങ്ങുകയായി. ഈ സീനുകളെല്ലാം അത്യന്തം കൃതഹസ്തമായാണ് അഭിനയിക്കപ്പെട്ടിരിക്കുന്നത്. മറക്കാനാവാത്ത അസാധാരണമായ ഒരു നിമിഷത്തിൽ ഏകനായി ഭഗവതിക്കു മുന്നിൽ-ആർക്കു വേണ്ടിയാണോ തന്റെ ജീവിതം മുഴുവനും ഹോമിച്ചത് -ഉന്മാദം വിജ്രംഭിക്കവേ അയാൾ ചോര ആഞ്ഞുതുപ്പുന്നു, ഉടവാൾ ഒടിച്ചുകളയുന്നു. രണോത്സുകതയുടെയും എതിർപ്പിന്റെയും ചവർപ്പിന്റെയും നിരാശയുടെയും ഒരിക്കലും മാറ്റിമറിക്കാനാവാത്ത പ്രകടനമാണത്. ആത്മീയ ജീവിതത്തിന്റെ തിരുത്താനാകാത്ത, പിന്തിരിയാൻ പറ്റാത്ത, തീരുമാനം വെളിച്ചപ്പാട് എടുത്തുകഴിഞ്ഞു. ദൈവങ്ങളോടു കൂടെ അതീന്ദ്രിയതയുടെയും ധിക്കാരത്തിന്റെയും നിഷേധമാണ് ഈ അഭിനയം. കാമുവിന്റ് 'മിത്ത് ഓഫ് സിസിഫസ്സി'നെ ഓർമ്മിപ്പിക്കുന്നു ഇത്. എങ്കിൽപ്പോലും ഈ അവസാന സന്നിവേശവും അസാധാരണമായ പരിസമാപ്തി സീനുകളുടെ അർത്ഥവ്യാപ്തിയും വിവാദങ്ങൾക്കും ചർച്ചകൾക്കും വഴിവെക്കുമെന്ന് തീർച്ച. എം ടി തന്നെ (ഒരു കത്തിൽ എന്നോട്) പറഞ്ഞിട്ടുണ്ട്, " വെളിച്ചപ്പാടിനെപ്പോലുള്ള ഒരു വ്യവസ്ഥാപിത കഥാപാത്രത്തിന് ഒരിക്കലും പരിപൂർണ്ണമായ വിശ്വാസം നഷ്ടപ്പെടാനാകില്ല...... അവസാനം അയാൾ ധർമ്മസങ്കടത്തിലാണ്. അതെ അതൊരു കോപാകുലമായ നേർച്ച തന്നെ .... 'പക്ഷേ, *നിർമ്മാല്യം* സിനിമയുടെ സംവിധായകനെ ഏറെ ബഹുമാനിക്കുമ്പോഴും മേൽപ്പറഞ്ഞ വാദമുഖത്തോട് എനിക്ക് യോജിക്കാനാവുന്നില്ല. എന്നെ സംബന്ധിച്ചിടത്തോളം, വെളിച്ചപ്പാട്, ഇത്തരം വിശ്വാസങ്ങൾ ഇപ്പോഴും നിലനില്ക്കുന്നുവെന്ന അവിശ്വാസത്തിലുള്ള നിരാശാരേഖ കടന്ന് നിലാവിടത്തേക്ക് എത്തിയെന്നത് വ്യത്യസ്തമായി പരിശോധിക്കേണ്ടതുണ്ട്. ചിലപ്പോൾ വെളിച്ചപ്പാടിന്റെ വിശ്വാസ പ്രതിസന്ധി കുറേക്കൂടി സ്വകാര്യമായിരിക്കാം അതിന്റെ പരിണിതഫലം കൂടുതൽ ഗൗരവമാക്കാനായി. അത് എന്തായാലും അദ്ദേഹത്തിന്റെ വിശ്വാസരാഹിത്യത്തെക്കുറിച്ച് സിനിമാഹാളിന്റെ ഉള്ളിരിക്കുന്ന നമ്മളിൽ നിന്നായിരിക്കാം ഒളിപ്പിക്കപ്പെട്ടിരിക്കുന്നത്- മേലേക്കാവിനു പുറത്ത് തടിച്ചുകൂടിയ ഗ്രാമീണരിൽ നിന്നല്ല. സിനിമയുടെ പ്രാരംഭഘടകങ്ങളിൽ നിന്നുകൊണ്ടുള്ള നിർണ്ണായക ചോദ്യം, വളരെ ലളിതമാണ്. വെളിച്ചപ്പാടിനു വിശ്വാസം നഷ്ടപ്പെട്ടോ? അതോ സ്വന്തം ജീവൻ മാത്രമോ? മുറിഞ്ഞവാളും വാടിയ പൂക്കളും ചോരയൊലിക്കുന്ന നെറ്റിത്തടവും പ്രതീകവല്ക്കരിക്കുന്നതായി എനിക്കു തോന്നിയത് എന്തായാലും വിശ്വാസ

ത്തിന്റെ പിളരൽ തന്നെയാണ്, ആത്യന്തികമായി. അതുകൊണ്ടുതന്നെ പറയാതെ ഒഴിഞ്ഞുമാറിയാലും (ഗൂഢാർത്ഥമായിട്ടല്ല) *നിർമ്മാല്യ*ത്തിന്റെ ധീരതയും സാമൂഹ്യ വ്യാജ ഔഷധങ്ങളിൽ നിന്നുമുള്ള നിർഗമനവും- ഇന്ത്യൻ സിനിമാ ചരിത്രത്തിൽത്തന്നെ അതിനെ സമാനതകളില്ലാത്ത പ്രതിഭാസമാക്കുന്നു. മതേതര ഭാവനയുടെ ഏറ്റവും ആധികാരികമായ ഉല്പന്നം എന്നു ഞാൻ അതിനെ വിളിക്കും.

(വിവർത്തനം: അജിതൻ കെ ആർ)

അനുബന്ധം 2

നിർമ്മാല്യം:
അഭിനേതാക്കൾ/അണിയറപ്രവർത്തകർ/ പുരസ്കാരങ്ങൾ

നിർമ്മാണം	:	എസ് പാവമണി, എം ടി വാസുദേവൻ നായർ
കഥ തിരക്കഥ സംഭാഷണം സംവിധാനം	 :	 എം ടി വാസുദേവൻ നായർ
അഭിനേതാക്കൾ	:	പി ജെ ആന്റണി, രവിമേനോൻ, സുകുമാരൻ, കൊട്ടാരക്കര ശ്രീധരൻ നായർ, എം എസ് നമ്പൂതിരി, എസ് പി പിള്ള, ശങ്കരാടി, സുമിത്ര, കവിയൂർ പൊന്നമ്മ, കുതിരവട്ടം പപ്പു, വിജയലക്ഷ്മി ബാലൻ, നിലമ്പൂർ ബാലൻ, ശാന്താദേവി
സംഗീതം	:	കെ രാഘവൻ
ഗാനരചന	:	സ്വാതിതിരുനാൾ, ഇടശ്ശേരി
ഗായകർ	:	ചിറയിൻകീഴ് സോമൻ, കെ പി ബ്രഹ്മാനന്ദൻ, എൽ ആർ അഞ്ജലി, പത്മിനി, സുകുമാരി നരേന്ദ്രമേനോൻ
പശ്ചാത്തലസംഗീതം	:	എം ബി ശ്രീനിവാസൻ
ചിത്രസംയോജനം	:	രവി കിരൺ
കലാസംവിധാനം	:	എസ് കൊന്നനാട്ട്
ക്യാമറ	:	രാമചന്ദ്ര ബാബു
ബാനർ	:	നോവൽ ഫിലിംസ്
വിതരണം	:	ഷീബ ഫിലിംസ്

റിലീസ് തീയതി : 23/11/1973

ഗാനങ്ങൾ:

1.പനിമതിമുഖി ബാലേ (സ്വാതിതിരുനാൾ)

ഗായകർ : സുകുമാരി നരേന്ദ്രമേനോൻ, കോറസ്

2.സമയമായി (ഇടശ്ശേരി ഗോവിന്ദൻ നായർ)

ഗായകർ : കെ പി ബ്രഹ്മാനന്ദൻ, എൽ ആർ അഞ്ജലി

3. ശ്രീമഹാദേവൻ തന്റെ

ഗായകർ : കെ പി ബ്രഹ്മാനന്ദൻ, പത്മിനി

4. തിന്തിനത്താനോ (മുണ്ടകപ്പാടത്തെ) (നാടൻ പാട്ട്)

ഗായകർ : ചിറയിൻകീഴ് സോമൻ, സുകുമാരി നരേന്ദ്രമേനോൻ, പത്മിനി

പുരസ്കാരങ്ങൾ:

ദേശീയ അവാർഡ് : മികച്ച സിനിമ

ദേശീയ അവാർഡ് : മികച്ച നടൻ (പി ജെ ആന്റണി)

സംസ്ഥാന അവാർഡ് : മികച്ച സിനിമ, എഡിറ്റർ, സംഭാഷണം

www.ingramcontent.com/pod-product-compliance
Lightning Source LLC
LaVergne TN
LVHW041111150826
845673LV00007B/2014

* 9 7 8 9 3 8 6 6 3 7 5 9 8 *